యనమల
రాజకీయ ప్రస్థానం @42
1982-2024

D9900506

ప్రచురణ

తుని నియోజకవర్గ తెలుగుదేశం పార్టీ కార్యకర్తలు

notionpress.com

INDIA · SINGAPORE · MALAYSIA

ISBN
Paperback 979-8-89854-388-4
Hardcase 979-8-89854-994-7

ముందుమాట

ఒక కుగ్రామంలో సాధారణ రైతుబిడ్డ..న్యాయవాదిగా, రాజ్యాంగకోవిదుడుగా, శాసనసభ సభాపతిగా, శాసనమండలి సభా నాయకుడిగా, ప్రధాన ప్రతిపక్షనేతగా, సుదీర్ఘకాలం రాష్ట్రమంత్రిగా రాణించడం ఒకఎత్తయితే, ఏకంగా 11బడ్జెట్లు సమర్పించిన ఆర్థికమంత్రి కావడం మరో ఎత్తు..

42ఏళ్ల యనమల రామకృష్ణుడు రాజకీయ ప్రస్థానంలో ప్రతి అడుగూ ఒక మైలురాయే, ప్రతి పదవీ ఒక కీర్తికిరీటమే, ప్రతి నిర్ణయం ఒక చరిత్రే, సమాజానికి మేలుకొలుపే, రాష్ట్రానికి మేలిమలుపే..

తెలుగుదేశం పార్టీ నుంచి 15ఏళ్లపాటు రాష్ట్ర మంత్రిగా, ముఖ్యమంత్రులు ఎన్టీఆర్, చంద్రబాబు 4కేబినెట్ లలో 6మంత్రిత్వశాఖలను సమర్ధంగా నిర్వహించిన ఘనత యనమలదే.. మహిళల ఆస్తిహక్కు, సింగిల్ విండో విధానం, జెండర్ బడ్జెట్ తదితర పలు సంస్కరణల్లో కీలక భాగస్వామి.. ఆర్థికమంత్రులందరిలో ఆయనదొక విలక్షణత.

ఆంధ్రప్రదేశ్ రాష్ట్రానికి పనిచేసిన స్పీకర్లు అందరిలో యనమలది ఒక ప్రత్యేకత..స్పీకర్ గా ఉమ్మడి ఆంధ్రప్రదేశ్ రాష్ట్ర శాసనసభలో యనమల ఇచ్చిన రూలింగ్స్ సభా నిర్వహణకే గీటురాళ్లు.. కామన్ వెల్త్ పార్లమెంటరీ సెమినార్ లలో ఆసియా డైరెక్టర్ గా, బ్రిటన్ రాణి ఎలిజబెత్, ప్రధాని టోనీ బ్లెయిర్, వివిధ దేశాల స్పీకర్లతో కలిసి వేదికను పంచుకోవడం విశేషమే..ఏపీ సిపిఏ బ్రాంచ్ "హైదరాబాద్ అజెండా" కామన్ వెల్త్ దేశాలకే తలమానికం..

బడుగుబలహీన వర్గాల గొంతుగా బీసీ, ఎస్సీ, ఎస్టీ, ముస్లిం మైనార్టీల సంక్షేమం, రాజ్యాధికారంలో భాగస్వామ్యమే లక్ష్యంగా యనమల రాజకీయ ప్రస్థానం..జనగణనతో పాటు కులగణన, ఓబీసీ జనగణన సాధన కోసం ఎనలేని కృషిచేశారు.

తెలుగుదేశం పార్టీలో సామాన్య కార్యకర్తగా ఆరంభమైన యనమల ప్రస్థానం ప్రధాన కార్యదర్శిగా, అత్యున్నత నిర్ణాయక మండలి పోలిట్ బ్యూరో సభ్యునిగా ఎదగడం, బడుగు బలహీనవర్గాల్లో నాయకత్వం పెంపునకు ఎన్టీఆర్, చంద్రబాబు ఇచ్చిన ప్రోత్సాహానికి నిదర్శనం..

పదవులెన్ని పొందినా పార్టీ పట్ల తన బాధ్యతనెప్పుడూ విస్మరించని సుశిక్షితుడైన పార్టీ సైనికుడు రామకృష్ణుడు..అటు రాజకీయ మంత్రాంగంలో తలమునకలుగా ఉంటూనే, ఇటు గ్రంధాలయంలో పార్టీ సాహిత్యం తయారీలో, మేనిఫెస్టో కమిటీ కన్వీనర్ గా మేనిఫెస్టోలు రూపొందించడంలో,ప్రతి మహానాడుకు తీర్మానాల కమిటీల్లో క్రియాశీలకంగా వ్యవహరించారు..

ప్రతిపక్షంగా ప్రజాసమస్యల పరిష్కారం కోసం రాజీలేని పోరాటం చేశారు. పార్టీ పిలుపుమేరకు ధర్నాలు, రైల్ రోకో, రాస్తారోకోలు, ర్యాలీలు, నిరసనల్లో చురుగ్గా పాల్గొన్నారు. పేదలు, రైతులు, మహిళలు, యువత, బడుగు బలహీనవర్గాలకు వెన్నుదన్నుగా నిలబడ్డారు.

పౌరహక్కులు, ప్రాధమిక హక్కుల అణిచివేతకు వ్యతిరేకంగా పోరాడారు..భావ వ్యక్తీకరణ స్వేచ్ఛ, పత్రికా స్వేచ్ఛ కోసం పాటుపడ్డారు.. తాను స్పీకర్ గా శాసన సభ సమావేశాలను లైవ్ టెలికాస్ట్ చేయించారు. తద్వారా ప్రతినిధుల్లో ప్రజలపట్ల జవాబుదారీతనం పెంచారు. ప్రజాస్వామ్యానికి ప్రసార మాధ్యమాలే ప్రాణవాయువుగా నమ్మారు, త్రికరశుద్ధిగా పాటించారు..2007లో జీవో 938కి, 2019లో జీవో 2430కి వ్యతిరేకంగా రాజీలేని పోరాటం చేశారు. 3ఛానళ్లను అసెంబ్లీకి అనుమతించకుండా బ్యాన్ చేయడంపై ధ్వజమెత్తారు.

న్యాయవాదిగా, రాజ్యాంగకోవిదుడిగా, రాజకీయ నాయకుడిగా, సమర్ధ పాలకుడిగానే కాదు వక్తగా, వ్యాసకర్తగా బహుముఖ ప్రజ్ఞాశాలి యనమల రామకృష్ణుడు..ఆయన రాజకీయ ప్రస్థానం పుస్తకరూపంలో తేవడం ముదావహం..వర్తమాన రాజకీయ నాయకులకు, సమకాలీన ప్రజాప్రతినిధులకు ఇదొక కరదీపిక వంటిదే కాదు, సరైన దిశానిర్దేశం చేసేదిగా, స్ఫూర్తినిచ్చే మార్గదర్శిగా ఉంటుందనేది అక్షరసత్యం.

యనమల అభిమాన సంఘం

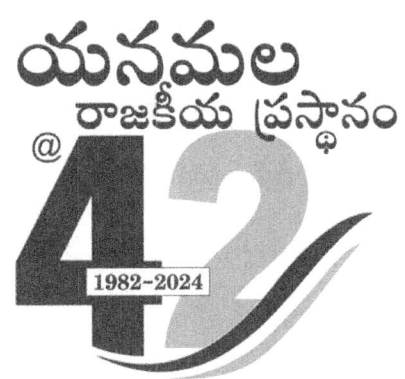

యనమల
రాజకీయ ప్రస్థానం
@42
1982-2024

విషయసూచిక

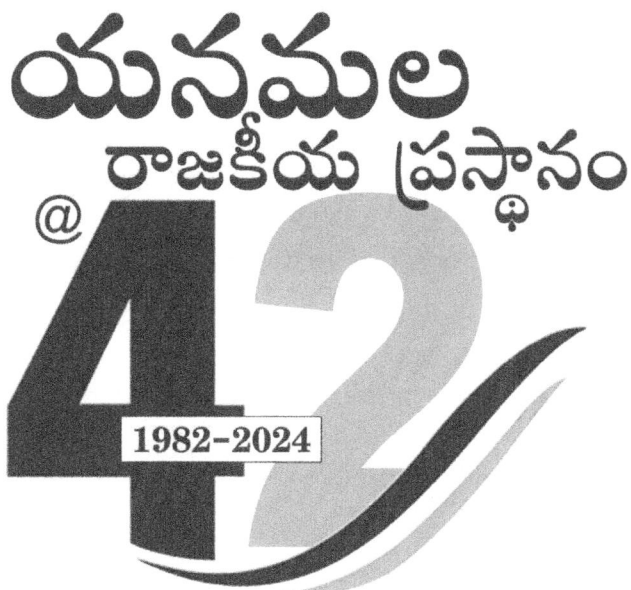

యనమల రాజకీయ ప్రస్థానం

@42

1982-2024

యనమల రామకృష్ణుడు...

సమకాలీన రాష్ట్ర రాజకీయాల్లో ఆ పేరు అందరికీ సుపరిచితం అయ్యిందంటే దాని వెనుక ఆయన మేధస్సు, వ్యక్తిత్వం, నాయకత్వ సామర్థ్యం, దీక్షా దక్షతలే కారణం. పట్టుదలతో పరిశ్రమిస్తే అత్యున్నత స్థాయికి ప్రతిఒక్కరూ చేరతారు అనేదానికి యనమల జీవితమే దృష్టాంతం. ఒక కుగ్రామానికి చెందిన సాధారణ రైతుబిడ్డ న్యాయవాదిగా మారి రాజ్యాంగ కోవిదుడు కావడం ఒక ఎత్తయితే, చట్టసభాపతి కావడం, సుదీర్ఘకాలం మంత్రిగా రాణించడం మరో ఎత్తు.

చట్టం, న్యాయం, రాజ్యాంగం, సంక్షేమం, సాధికారత యనమల పంచ సూత్రాలు. ప్రజాస్వామ్యం అంటే అపార గౌరవం. ప్రజాస్వామ్య దేవతకు, చట్టసభలే దేవాలయాలుగా, ప్రజలంతా భక్తులైతే సభాపతి పూజారిగా యనమల భావన. పెత్తందారీతనం, వారసత్వ పాలనకు వ్యతిరేకంగా పోరాటం నుంచి ఆవిర్భవించిన నాయకత్వం 40ఏళ్లపాటు ఆ విలువలకే కట్టుబడటం విశేషమే..ప్రాథమిక హక్కుల కోసం, పత్రికా స్వేచ్ఛకోసం, ప్రజా చైతన్యం కోసం యనమల కృషి అభినందనీయం.

ఓటాన్ అకౌంట్ తో పాటుగా 11సార్లు బడ్జెట్ ప్రవేశపెట్టిన ఆర్థికమంత్రిగా చరిత్ర పుటలకెక్కారు. 15ఏళ్లపాటు మంత్రిగా 4కేబినెట్ లలో 6మంత్రిత్వశాఖలను నిర్వహించడం మరో ఘనత. తెలుగుదేశం పార్టీ ప్రభుత్వం చేపట్టిన అనేక విప్లవాత్మక నిర్ణయాలైన "మహిళలకు ఆస్తిహక్కు, సింగిల్ విండో విధానం, జెండర్ బడ్జెట్ లన్నీ" సభలో ప్రవేశపెట్టే అవకాశం ఆయనకే దక్కడం మరో మలుపు. స్పీకర్ గా యనమల ఇచ్చిన రూలింగ్స్ సభా నిర్వహణకే గీటురాళ్లు.

అటు శాసనసభలో, ఇటు శాసన మండలిలో బడుగు బలహీనవర్గాల వాణిని రామకృష్ణుడు వినిపించడం ద్వారా "వాయిస్ ఆఫ్ వీకర్ సెక్షన్స్" గా పేరొందారు. ఉమ్మడి ఆంధ్రప్రదేశ్ శాసన సభాపతిగా, సభా వ్యవహారాల మంత్రిగా శాసనసభలో రాణించారు. రాష్ట్ర విభజన తర్వాత శాసనమండలి సభా నాయకుడిగా 5 ఏళ్లు పనిచేశారు. ప్రస్తుతం కౌన్సిల్ ప్రధాన ప్రతిపక్ష నేతగా ఉన్నారు.

తెలుగుదేశం పార్టీలో సంస్థాగతంగా అనేక పదవులు నిర్వహించారు. పార్టీ ప్రధాన కార్యదర్శిగా గతంలో పనిచేశారు. ప్రస్తుతం పొలిట్ బ్యూరో సభ్యునిగా ఉన్నారు. "40ఏళ్ల సుదీర్ఘ రాజకీయంలో ఒకేపార్టీ, ఒకేగుర్తు" యనమల రామకృష్ణుడి ప్రత్యేకత.

అధికారంలో ఉన్నా, ప్రతిపక్షంలో ఉన్నా రాష్ట్రాభివృద్ధి, ప్రజా సమస్యల పరిష్కారమే లక్ష్యంగా పనిచేశారు. ప్రజాస్వామ్య పరిరక్షణలో, ప్రాథమిక హక్కుల సాధనలో, భావ ప్రకటనా స్వేచ్ఛ కోసం ఇతోధికంగా పాటుబడ్డారు. అవినీతి, నేరగ్రస్త రాజకీయాలపై రాజీలేని పోరాటం చేశారు. పత్రికల్లో తన వ్యాసాలతో ప్రజాచైతన్యం ద్వారా సమాజాన్ని జాగృతం చేస్తున్నారు.

యనమల ఛారిటిబుల్ ట్రస్ట్ ద్వారా పలు సేవాకార్యక్రమాలు నిర్వహించడం సమాజం పట్ల ఆయనకున్న బాధ్యతకు నిదర్శనం. విద్య, వైద్యంతోపాటు ఆధ్యాత్మిక సేవలు అందించడం విశేషం. ట్రస్ట్ ద్వారా పేద విద్యార్థుల చదువులు, ఉపాధికి ఇతోధిక సాయం అందించడం స్ఫూర్తిదాయకం. స్వగ్రామంలో పలు దేవాలయాల నిర్మాణం, అభివృద్ధి పనుల్లో కీలకభూమిక పోషించడం ఆయన సేవానిరతికి అద్దం పడుతోంది..

యనమల 40ఏళ్ల రాజకీయ ప్రస్థానాన్ని పుస్తక రూపంలో తేవడం ముదావహం. వర్తమాన నాయకులకు, భావితరాలకు ఆదర్శప్రాయంగా ఉంటుందనేది నిర్వివాదాంశం.

ప్రముఖ న్యాయవాదిగా...

తూర్పుగోదావరి జిల్లా తొండంగి మండలం ఆలవెల్లు నగరం(ఎవి నగరం) యనమల రామకృష్ణుడు స్వగ్రామం. 12 మే 1951లో రాజమండ్రిలో జన్మించారు. తల్లి సరస్వతి స్వస్థలం రాజమండ్రి. తండ్రి అప్పారావుది ఆలవెల్లు నగరం. వారికి ఆరుగురు సంతానంలో (ఒక కుమార్తె, 5గురు కొడుకులు) చిన్నోడు రామకృష్ణుడు.

ప్రాథమిక విద్యాభ్యాసం ఏవి నగర్ లోనే జరిగింది. రావికంపాడు ఉన్నత పాఠశాలలో 7నుంచి 9వ తరగతి వరకు, రాజమండ్రి గురుకులంలో పదో తరగతి, వీరేశలింగం జూనియర్ కళాశాలలో ఇంటర్మీడియట్ అనంతరం రాజమండ్రి ప్రభుత్వ ఆర్ట్స్ కాలేజి నుంచి బిఏ పట్టభద్రులయ్యారు. మధ్యప్రదేశ్ సాగర్ యూనివర్సిటిలో ఎంఏ, ఎల్ ఎల్ బి పూర్తిచేశారు. ఎంఫిల్ మధ్యలో ఆపేశారు.

చదువుకుంటూనే క్రీడల్లో కూడా రాణించారు. బాల్ బాడ్మింటన్, వాలీబాల్, షటిల్ బాడ్మింటన్ క్రీడాకారుడు. ఇంటర్ కాలేజియేట్ బాల్ బాడ్మింటన్ ఛాంపియన్ కూడా. స్పీకర్ గా ఉన్నప్పుడు శాసనసభ్యుల క్రీడాపోటీల్లో బాడ్మింటన్ ట్రోఫీ సాధించడం ఆయనలో క్రీడా ప్రావీణ్యానికి మచ్చుతునక..

చదువు పూర్తికాగానే ఉమ్మడి ఆంధ్రప్రదేశ్ హైకోర్టులో న్యాయవాదిగా రిజిస్టర్ అయ్యారు. రాజమండ్రిలో అడ్వకేట్ గా ఏడాదిన్నర ప్రాక్టీస్ చేశారు, మద్దూరి నాగభూషణం వద్ద జూనియర్ గా పని చేశారు. తర్వాత కాకినాడలో కొంతకాలం న్యాయవాదిగా పనిచేశారు. 1979లో విజయలక్ష్మితో వివాహమైంది. వారికి ఇద్దరు కుమార్తెలు దివ్య, కృష్ణ సాహితి.

తుని నక్కపల్లి ఐక్యసంఘం... యనమల ఓనమాలు..

అప్పట్లో 3 దశాబ్దాలపాటు తుని నియోజకవర్గ రాజకీయాల్లో కుటుంబ పెత్తనం, నిరంకుశ పోకడలపై రైతులు, బలహీనవర్గాల ప్రజల్లో తీవ్ర వ్యతిరేకత నెలకొంది. 30ఏళ్ల పాటు నియోజకవర్గం అభివృద్ధికి నోచుకోని నేపథ్యంలో స్థానికంగా తుని నక్కపల్లి ఐక్య సంఘం వేదిక ఏర్పాటైంది. కృష్ణుడు, కొయ్య గంగాధర రావు, తదితరులు ఇందులో చురుగ్గా పని చేసేవారు.

తుని నియోజకవర్గంలో బుల్లిబాబు(రాజా కృష్ణంరాజు బహదూర్) కుటుంబం ఒంటెత్తు పోకడలతో ప్రజానీకం విసుగెత్తిపోవడంతో ఐక్య సంఘం తరఫున ఇండిపెండెంట్ గా పోటీ చేయాలనే ఆలోచన నెలకొంది. ఇండిపెండెంట్ గా బరిలో నిలబడేందుకు ప్రతిపాదించిన 4 గురిలో ఒకరు యనమల రామకృష్ణుడు.

జిల్లా రాజకీయాల నేపథ్యంలో ఐక్య సంఘానికి అప్పటి జిల్లా పరిషత్ ఛైర్మన్ పంతం పద్మనాభం ప్రోత్సాహం తోడైంది. ఛైర్మన్ గా తన పదవీచ్యుతికి ప్రయత్నించిన బుల్లిబాబు, అప్పటి మంత్రి విజయలక్ష్మికి వ్యతిరేకంగా బలహీన వర్గాలను కూడగట్టడం ద్వారా తునిలో వాళ్ల కుటుంబ ఆధిక్యానికి తెరదించాలని పంతం పద్మనాభం భావించారు. అదే సమయంలో బుల్లిబాబుతో యనమల తండ్రి అప్పారావు విబేధించడం కూడా దీనికి ఊతమిచ్చింది. విద్యాధికుడు, బలహీన వర్గాల్లో ఆదరణఉన్న, ఆర్ధికంగా పట్టున్న కుటుంబానికి చెందిన యనమల వైపు ఐక్య సంఘం సభ్యులు మొగ్గారు. వీళ్లందరి ఒత్తిడితో అయిష్టంగానే రామకృష్ణుడు రాజకీయ రంగ ప్రవేశం చేశారు.

ఎన్టీఆర్ సమక్షంలో తెలుగుదేశం పార్టీలో చేరిక (22 నవంబర్ 1982)

1982 మార్చి 29న ప్రముఖ సినీ నటుడు శ్రీ నందమూరి తారక రామారావు రాజకీయ రంగ ప్రవేశం చేసి తెలుగుదేశం పార్టీ ప్రకటించడం జరిగింది. చైతన్యరథంపై రాష్ట్ర వ్యాప్త పర్యటనలో భాగంగా 22నవంబర్ 1982న తుని నియోజకవర్గానికి వచ్చారు. కాంగ్రెస్ లో బుల్లిబాబు కుటుంబ పెత్తనంతో విసిగిపోయిన ఐక్య సంఘం సలహా మేరకు యనమల కుటుంబం తెలుగుదేశం పార్టీలో చేరింది.

"సమాజమే దేవాలయం-ప్రజలే దేవుళ్లనే" ఎన్టీఆర్ ప్రబోధంతో యనమల రామకృష్ణుడు ప్రభావితమై రాజకీయ రంగంలో ప్రవేశించారు.

తుని నుంచి ఎమ్మెల్యే అభ్యర్థిగా పోటీకి ఐక్యసంఘం ప్రతిపాదించిన నలుగురిలో (బెండపూడి దత్తుడు, నానిబాబు, అరిగల లచ్చన్నదొర, యనమల రామకృష్ణుడు...) ఎవరికి ఎన్టీఆర్ సీటు ఇచ్చినా అందరూ కలిసికట్టుగా పని చేయాలని ఏకాభిప్రాయానికి వచ్చారు. ఆ తర్వాత హైదరాబాద్ రామకృష్ణ స్టుడియోలో ఈ నలుగురితో ఎన్టీఆర్ ముఖాముఖి(వన్ టు వన్) భేటి అయ్యారు. బీసి వర్గాలకు చెందిన వ్యక్తి, యువకుడు, ఫ్రెష్ కేండిడేట్, చదువుకున్నవాడు కావడం(పేరుకూడా తన పెద్ద కొడుకు రామకృష్ణ పేరు కావడం) యనమల అభ్యర్థిత్వానికి ఎన్టీఆర్ మొగ్గు చూపడం జరిగింది. ఎన్టీఆర్ ముందుండే 3 డైరీలలో గ్రీన్ డైరీలో యనమల పేరు రాసుకోవడం, ఆ తర్వాత బీ ఫామ్ ఇచ్చి 1982అసెంబ్లీ ఎన్నికల్లో టిడిపి అభ్యర్థిగా తుని నుంచి బరిలో దించారు.

అప్పటికే బుల్లిబాబు(రాజా కృష్ణంరాజు బహదూర్) 20ఏళ్లు, ఆయన కుమార్తె విజయలక్ష్మి 10ఏళ్లు ఎమ్మెల్యేగా, సమితి ప్రెసిడెంట్ గా కొడుకు కుటుంబ పెత్తనంతో విసిగిపోయిన బలహీన వర్గాల ప్రజలంతా యనమల నాయకత్వం వైపు మొగ్గారు. అప్పట్లో అంజయ్య కేబినెట్ లో మంత్రిగా ఉన్న విజయలక్ష్మిపై యనమల గెలుపొందడం సంచలనం అయ్యింది.. బడుగు బలహీన వర్గాలకు చెందిన ఒక విద్యాధికుడైన సామాన్య యువకుడు 30ఏళ్ల వయస్సులోనే ఎమ్మెల్యే కావడం, మంత్రి కావడం అనూహ్యమే కాదు ఆశ్చర్యకరం కూడా.. ఫస్ట్ టైమ్ ఎమ్మెల్యే, ఫస్ట్ టైమ్ మినిస్టర్‌గా సభలో అడుగుపెట్టడం అరుదైన ఘట్టం.

40ఏళ్ల సుదీర్ఘ రాజకీయ ప్రస్థానంలో "ఒకే పార్టీకి కట్టుబడి ఉండటం, ఒకే గుర్తుపై పోటీచేసి" వరుసగా 6సార్లు గెలుపొంది డబుల్ హ్యాట్రిక్ సాధించడం ఆంధ్రప్రదేశ్ రాజకీయ రంగంలో చాలా అరుదైన చారిత్రాత్మక విశేషం. "ఆయారామ్ గయారామ్" సంస్కృతికి యనమల తొలినుంచి తీవ్ర వ్యతిరేకం. ఫిరాయింపు రాజకీయాలకు ఆదినుంచి విముఖంగా ఉండేవారు. క్రమశిక్షణ గల కార్యకర్తగా పార్టీ అధిష్టానం ఆదేశాలకు బద్ధుడై ఉండటం యనమల వ్యక్తిత్వం.

తుని నుంచి ఎమ్మెల్యేగా డబుల్ హ్యాట్రిక్ (వరుసగా 6సార్లు)...

రాజుల కోట అయిన తుని నియోజకవర్గాన్ని బీసీల కోటగా మార్చిన ఘనత యనమల రామకృష్ణుడిదే.. రాజా కృష్ణంరాజు బహదూర్ 4సార్లు, ఆయన కుమార్తె విజయలక్ష్మి దేవి రెండుసార్లు తునికి ప్రాతినిధ్యం వహించారు. జమిందార్లకే పరిమితమైన తుని రాజకీయాన్ని బైటకు తెచ్చి బడుగు బలహీన వర్గాల పరం చేసింది మాత్రం తెలుగుదేశం పార్టీనే, ఈ చారిత్రాత్మక మార్పుకు నాయకత్వం వహించింది యనమలనే..

తుని నియోజకవర్గం నుంచి ఆరు పర్యాయాలు వరుసగా ఎమ్మెల్యేగా ఎన్నికైన చరిత్ర యనమల రామకృష్ణుదుది. 1983, 1985, 1989, 1994, 1999,2004 అసెంబ్లీ ఎన్నికల్లో గెలుపొంది డబుల్ హ్యాట్రిక్ సొంతం చేసుకున్నారు. ఇలా నియోజకవర్గం ఎల్లలు మారకుండా ఉమ్మడి ఆంధ్రప్రదేశ్ లో గెలిచిన ఐదారుగురిలో యనమల ఒకరు కావడం మరో రికార్డు.

1983లో టిడిపి అభ్యర్ధిగా తుని అసెంబ్లీకి పోటీ చేసి 14,750 ఓట్ల మెజారిటీతో ఘన విజయం సాధించారు. యనమల రామకృష్ణుడికి 48,738ఓట్లు రాగా, ప్రత్యర్ధి ఎం ఎన్ విజయలక్ష్మి దేవికి 33,988ఓట్లు వచ్చాయి. నాదెండ్ల భాస్కరరావు ఉదంతం దరిమిలా ఏడాదిన్నరకే శాసన సభకు మళ్లీ వచ్చిన ఎన్నికల్లో 1985లో మళ్లీ తుని నుంచి టిడిపి అభ్యర్ధిగా పోటీ చేసి తన పాత ప్రత్యర్ధి యం ఎన్ విజయలక్ష్మిపైనే 16,304ఓట్ల ఆధిక్యంతో గెలుపొందారు. రామకృష్ణుడికి 50,292 ఓట్లు రాగా విజయలక్ష్మి దేవికి 33,988ఓట్లు లభించాయి. 1989లో జరిగిన ఎన్నికల్లో మూడోసారి ఎమ్మెల్యేగా ఎన్నికై యనమల హ్యాట్రిక్

సాధించారు. రాష్ట్రవ్యాప్తంగా అప్పట్లో వీచిన ఎన్టీఆర్ వ్యతిరేక గాలిలో కూడా యనమల గెలుపొందడం విశేషం. యనమలకు 51,139ఓట్లు రాగా, కాంగ్రెస్ పార్టీ నుంచి పోటీ చేసిన శ్రీ రాజా వత్సవాయి కృష్ణంరాజు బహదూర్ కు 48,512 ఓట్లు వచ్చాయి. 1994 అసెంబ్లీ ఎన్నికల్లో యనమలకు 59,250ఓట్లు రాగా, ఆయన ప్రత్యర్థిగా పోటీ చేసిన కాంగ్రెస్ అభ్యర్థి మద్దాల వెంకట చలపతిరావు 41,457ఓట్లు పొందారు. 1999లో జరిగిన ఎన్నికల్లో యనమలతో మళ్లీ పాత ప్రత్యర్థి శ్రీ రాజా వత్సవాయి కృష్ణంరాజు తలపడ్డారు. యనమలకు 52,921ఓట్లు రాగా, ఇండిపెండెంట్ గా పోటీ చేసిన కృష్ణంరాజుకు 48,747ఓట్లు వచ్చాయి. 2004ఎన్నికల్లో తుని నుంచి మరోసారి యనమల ఎమ్మెల్యేగా ఎన్నికై డబుల్ హ్యాట్రిక్ సొంతం చేసుకున్నారు. యనమలకు 61,794ఓట్లు(49.78%) రాగా, ప్రత్యర్థి ఎస్ ఆర్ వివి కృష్ణంరాజుకు 58,059ఓట్లు(46.77%) వచ్చాయి.

2009లో జరిగిన శాసన సభ ఎన్నికల్లో రామకృష్ణుడు తొలిసారి ఓటమి అనుభవం ఎదుర్కొన్నారు. అదే ఎన్నికల్లో రాజకీయ రంగ ప్రవేశం చేసిన సినీ నటుడు చిరంజీవి ప్రజారాజ్యం పార్టీ (పిఆర్ పి) ఓట్ల చీలిక ప్రధాన కారణమైతే, 6 పర్యాయాలు(27ఏళ్లు) ఒకే నియోజకవర్గం నుంచి విరామం లేకుండా యనమల సుదీర్ఘకాలం ఎమ్మెల్యేగా కొనసాగడం మరో కారణం కావచ్చు. ఎస్ ఆర్ వి వి కృష్ణంరాజుకు 55,386ఓట్లు రాగా(39.17%), యనమలకు 46,876ఓట్లు(33.15%) దక్కాయి. పిఆర్ పి అభ్యర్థి రొంగలి లక్ష్మి 21.27% (30, 079ఓట్లు) చీల్చుకోవడం గమనార్హం. 3సార్లు (1989,1999,2004) ఓటమి చెందిన కృష్ణంరాజు నాలుగోసారి పోటీచేసి గెలిచారు. తనకు కంచుకోట లాంటి తునిలో తొలిసారి ఓటమితో యనమల అనంతరం ప్రత్యక్ష ఎన్నికలలో పోటీచేయనని ప్రకటించారు. ఆ తర్వాత జరిగిన రెండు ఎన్నికల్లో ఆయనకు వరుసకు సోదరుడైన యనమల కృష్ణుడు టీడీపీ అభ్యర్థిగా పోటీ చేసి ఓటమిపాలు కాగా, 2024 ఎన్నికల్లో యనమల కుమార్తె దివ్య ఘన విజయం సాధించి తండ్రికి తగ్గ తనయగా అసెంబ్లీలో అడుగుపెట్టారు.

ఎన్టీఆర్ కేబినెట్‌లో తొలిసారి మంత్రిగా ప్రమాణ స్వీకారం (9 జనవరి 1983)

1983లో తెలుగుదేశం పార్టీ ఘన విజయం సాధించింది. ముఖ్యమంత్రి ఎన్టీఆర్ కేబినెట్ లో మంత్రిగా యనమల రామకృష్ణుడు 9జనవరి 1983న ప్రమాణ స్వీకారం చేశారు. ఈ ఉదంతం ఆద్యంతం ఆసక్తికరమే..

హైదరాబాద్ మినర్వా హెూటల్ లో బస చేసిన యనమల మిగిలిన అందరు ఎమ్మెల్యేల లాగానే సిఎంగా ఎన్టీఆర్ ప్రమాణ స్వీకారోత్సవంలో పాల్గొనేందుకు పాస్ ల కోసం ముమ్మర ప్రయత్నాల్లో ఉండగా, ఎన్టీఆర్ ఆఫీస్(అబిడ్స్) నుంచి కబురు.. "మిమ్మల్ని మంత్రివర్గంలోకి తీసుకుంటున్నారు"అని.. ఇంటలిజెన్స్ వాళ్ల సమాచారం యనమల సహచర బృందాన్ని ఆశ్చర్యపోయేలా చేసింది. 15మంది మంత్రివర్గం (పెద్దరాష్ట్రానికి చిన్న కేబినెట్)లో ఒకరిగా యనమల ఎంపిక కావడం నిజంగా ఒక ఆశ్చర్యమైతే, ఎన్టీఆర్ తన కేబినెట్ ను ఎంపిక చేసిన పద్ధతి మరీ ఆశ్చర్యకరం..

మంత్రిగా దాదాపు 15ఏళ్లు-4కేబినెట్లలో మంత్రి-6మంత్రిత్వ శాఖలు:

ఎన్టీఆర్ కేబినెట్ లో 2సార్లు(1983,1985) మంత్రిగా నాలుగున్నరేళ్లు పని చేశారు. ఆ తర్వాత చంద్రబాబు కేబినెట్ లో 2సార్లు(1999,2014)మంత్రిగా 10ఏళ్ల పాటు బాధ్యతలు నిర్వర్తించారు. టిడిపి 22ఏళ్లు అధికారంలో ఉంటే, అందులో పద్నాలుగున్నరేళ్లు యనమల మంత్రి.

ఎన్టీఆర్ కేబినెట్ లో సహకార శాఖ, గృహ నిర్మాణ శాఖ, మున్సిపల్ మరియు న్యాయ శాఖ, లెజిస్లేచర్ ఎఫైర్స్ మంత్రిగా బాధ్యతలు చేపట్టిన యనమల ఏ శాఖ చేపట్టినా అందులో రాణించడం విశేషం. లెజిస్లేచర్ అఫైర్స్ మినిస్టర్ గా టిడిపి సహా ఇతర పార్టీలకు

చెందిన సహచర శాసన సభ్యులందరితో సఖ్యతతో, సన్నిహితంగా వ్యవహరించడం యనమల విజయ రహస్యం.

యనమల రాజకీయ ప్రస్థానంలో ఎన్టీఆర్ టిక్కెట్టు ఇవ్వడం ఒక మైలు రాయి అయితే, ఫస్ట్ కేబినెట్ లోనే మంత్రి చెయ్యడం ఇంకో మైలు రాయి, చంద్రబాబుతో సాన్నిహిత్యం పెరగడం యనమల రాజకీయ జీవితంలో పెద్ద మలుపు అయ్యింది.

అప్పట్లో ఎన్టీఆర్ కేబినెట్ లో కరణం రామచంద్రరావు, ప్రతిభాభారతి, జీవన్ రెడ్డి రామమునిరెడ్డి, షకీర్(కదిరి) 5గురితో కలిసి యనమల ఒక గ్రూపుగా ఉండేవారు. 1984ఆగస్ట్ సంక్షోభంలో వీరిలో ముగ్గురు నాదెండ్ల వైపు (రామమునిరెడ్డి, జీవన్ రెడ్డి, షకీర్)మొగ్గు చూపగా, యనమల, కరణం, ప్రతిభా భారతి ముగ్గురు మాత్రం ఎన్టీఆర్ కు బాసటగా నిలిచారు.

1983 తెలుగుదేశం ఘన విజయం అనంతరం చంద్రబాబు నాయుడు టిడిపిలో చేరి సంస్థాగతంగా పార్టీ పటిష్టతపై దృష్టి పెట్టారు. 1985లో గుండె ఆపరేషన్ నిమిత్తం ఎన్టీఆర్ అమెరికా వెళ్లడం, తిరిగి రాగానే నాదెండ్ల భాస్కర రావు వెన్నుపోటు పరిణామాల్లో యనమల రామకృష్ణుడు ఎన్టీఆర్ వెన్నంటి నిలిచారు. విజయవాడలో జాతీయ పార్టీల నాయకులతో ఎన్టీఆర్ నిర్వహించిన కాన్ క్లేవ్ ద్వారా దేశవ్యాప్తంగా కాంగ్రెసేతర పార్టీలను ఏకం చేయడం అప్పట్లో ఒక సంచలనం.

ఎన్టీఆర్ కు మద్దతిచ్చే టిడిపి ఎమ్మెల్యేలను ఢిల్లీ తీసుకెళ్లడం, ఢిల్లీలో రాష్ట్రపతి ముందు పేరేడ్ నిర్వహించడం, మైసూరు నందిహిల్స్ లో శిబిరం ఏర్పాటు అన్నింటిలో చేదోడు వాదోడుగా నిలిచారు. వీటన్నింటిలో కీలక భూమిక పోషించిన చంద్రబాబుతో అప్పుడే సాన్నిహిత్యం పెరిగింది.

అప్పట్లో తూర్పుగోదావరి జిల్లా టిడిపిలో రెండు గ్రూపులు (దగ్గుబాటి, చంద్రబాబు) ఉన్న నేపథ్యంలో కొంతమంది దగ్గుబాటికి దన్నుగా ఉంటే, యనమల మాత్రం చంద్రబాబుకు మద్దతుగా ఉండేవారు. ఈ గ్రూపు తగాదాల ఫలితంగానే అప్పట్లో మంత్రిగా యనమలను డ్రాప్ చేశారు. 4నెలల అనంతరం పియూసి ఛైర్మన్‌గా నియమించారు.

అప్పట్లో వచ్చిన పార్లమెంటు ఎన్నికల్లో కాకినాడ లోక్ సభకు పోటీ చేయమని ఎన్టీఆర్ ఆదేశించగా సున్నితంగా తిరస్కరించి తోట గోపాలకృష్ణను అభ్యర్థిగా నిలబెట్టాలని సూచించి ఆయనకు బీఫామ్ ఇప్పించారు.

న్యాయవాద వృత్తిలో తన సహచరుడైన గంటి మోహనచంద్ర బాలయోగిని 1987 మార్చిలో తూర్పుగోదావరి జిల్లా పరిషత్ ఛైర్మన్‌గా చేయడంలో క్రియాశీలక పాత్ర పోషించి విజయం సాధించారు.

మంత్రిగా పలు విప్లవాత్మక నిర్ణయాల్లో భాగస్వామ్యం

ఎన్టీఆర్ ఆధ్వర్యంలో రాష్ట్రంలో చేపట్టిన పలు విప్లవాత్మక నిర్ణయాలలో మంత్రిగా పాలుపంచుకున్న ఘనత కూడా యనమలకు దక్కుతుంది.

న్యాయ శాఖ మంత్రిగా మహిళలకు ఆస్తిహక్కు బిల్లును అసెంబ్లీలో ప్రవేశపెట్టినది యనమల రామకృష్ణుడే. అంతకుముందు దేశవ్యాప్తంగా వివిధ రాష్ట్రాలలో దీనిపై అధ్యయనం చేసిన కమిటిలో వెంకయ్యనాయుడు తదితరులతో పాటు యనమల కూడా ఛైర్మన్ గా పర్యటించారు. The Hindu Succession(Andhra Pradesh Amendment) Bill 1983 పై శాసనసభలో 21మార్చి 1983న జరిగిన చర్చలో గౌరవ శాసన సభ్యులు పాల్గొన్నారు. అనంతరం యనమల నేతృత్వంలోని సెలెక్ట్ కమిటికి బిల్లును పంపడం జరిగింది.

న్యాయశాఖ మంత్రిగా కాకినాడలో అడిషనల్ డిస్ట్రిక్ట్ కోర్టును ఏర్పాటు చేశారు. రాష్ట్రంలో ప్రతి తాలూకాలో ఒక మున్సిఫ్ కోర్టు పెట్టేందుకు చొరవ తీసుకున్నారు. 1983నాటికి కోర్టులు లేని 121తాలూకాలలో కోర్టుల ఏర్పాటు కోసం కృషి చేశారు.

టిడిపి ఎన్నికల ప్రణాళికలో భాగంగా, రాష్ట్రంలో మాజీ లెజిస్లేటర్లకు(ఎమ్మెల్యేలు, ఎమ్మెల్సీల) పెన్షన్ రద్దు బిల్లును 21 మార్చి 1983న యనమల ప్రవేశ పెట్టారు.

ఈ సందర్భంగా సభలో యనమల ప్రసంగం: "పేద ప్రజల శ్రేయస్సు కోసం ప్రజాధనం ఖర్చు పెట్టాలనేదే ఈ బిల్లు ముఖ్య ఉద్దేశం. మాజీ లెజిస్లేటర్ల పెన్షన్ పథకానికి ఏడాదికి రూకోటి 30లక్షలు ఖర్చు అవుతోంది. దేశంలో అన్ని రాష్ట్రాలలో ఈ పథకం లేదు, కొన్ని

రాష్ట్రాలలోనే దీనిని అమలు చేస్తున్నారు, మన రాష్ట్రంలో దీనిని 1977లో ప్రవేశపెట్టారు. పేద ప్రజల సంక్షేమానికే ప్రజాధనం వినియోగబడాలన్న సదుద్దేశంతోనే ఈ బిల్లు తెచ్చాం. రాజభరణాలనే రద్దు చేసినప్పుడు శాసనసభ్యులకు పెన్షన్ ఇవ్వడం ఏమి న్యాయం అని జైపాల్ రెడ్డిగారి సూచన మెచ్చదగింది. సభలో ఈ బిల్లుపై 12మంది సభ్యులు మాట్లాడటం జరిగింది. ఈ బిల్లును సపోర్ట్ చేస్తూ వెంకయ్య నాయుడుగారు(ప్రస్తుత ఉపరాష్ట్రపతి) ఇతర గౌరవ సభ్యులు కొన్ని సూచనలు ఇచ్చారు. పేద శాసన సభ్యులు ఎవరైనా ఉంటే సర్వే జరిపి వారికి ఏదైనా పెన్షన్ ఇస్తే బాగుంటుందని సలహా చెప్పడం జరిగింది. దాన్ని గురించి ప్రభుత్వం తప్పక ఆలోచిస్తుంది. ప్రజాసేవ దృష్టితో సోషల్ సర్వీస్ మోటివ్‌తో శాసనసభ్యులుగా ఎన్నికై వచ్చినవారు ప్రజా ప్రతినిధులుగా వచ్చిన డబ్బు తీసుకోవడం మంచిది కాదనే ఉద్దేశంతో ఈ బిల్లు ప్రవేశ పెట్టడం జరిగిందని మనవి చేస్తున్నాను. ప్రస్తుత శాసనసభ్యులకు అదర్ అమినిటీస్ కావాలని కోరడం జరిగింది. దానిని గురించి ప్రభుత్వం ఆలోచిస్తుందని మనవిచేస్తూ సభ్యులందరూ ఈ బిల్లును ఆమోదించవలసిందిగా కోరుతున్నాను" అని విజ్ఞప్తి చేశారు. Andhra Pradesh payment of salaries and pention and Removal of Disqualifications (Amendment) Bill 1983ని శాసన సభ ఆమోదించడం జరిగింది. (ఆ తర్వాత దీనిని మళ్లీ పునరుద్దరించారు)

Andhra Pradesh Muncipalities(Amendment) Bill 1983 కూడా యనమల రామకృష్ణుడు ద్వారానే శాసన సభలో ప్రవేశ పెట్టబడింది. మున్సిపాలిటీలలో అవిశ్వాస తీర్మానాన్ని అంగీకరించడానికి మూడింట రెండు వంతుల మెజారిటి బదులు సింపుల్ మెజారిటీ సరిపోతుందనే సవరణను తీసుకు రావడం అప్పట్లో సంచలనం. ఛైర్మన్, వైస్ ఛైర్మన్ లు ఆయా పురపాలక సంఘాలకు సింపుల్ మెజారిటీతో ఎన్నిక కాబడతారు కాబట్టి వారిపై అవిశ్వాసం ప్రకటనకు కూడా సింపుల్ మెజారిటీ సరిపోతుందనేది ఈ బిల్లులో సవరణ సారాంశం. మున్సిపాలిటీలలో శాసన సభ్యులకు ఓటుహక్కు కల్పించడం మరో ముఖ్యాంశం.

దీనిపై మున్సిపల్ శాఖ మంత్రి యనమల ప్రసంగం:

"ప్రజా శ్రేయస్సు గురించి ప్రజలకు పరిపాలన సక్రమంగా అందించాలనే ఉద్దేశంతోటే ఈ బిల్లును ప్రవేశ పెట్టడం జరిగింది. జిల్లా పరిషత్ లో ఏవిధంగా ఎక్స్ అఫిషియో మెంబర్స్ కు ఓటు హక్కు ఉండేదో అదేవిధంగా ప్రజల చేత ఎన్నికైన ఈ ఎక్స్ అఫిషియో మెంబర్లకు కూడా ఓటుహక్కు కల్పించాలనే ఉద్దేశంతో ఈ బిల్లు ప్రవేశ పెట్టడం జరిగింది. పదవుల్లో

ఉన్నవారు ఇష్టానుసారం వ్యవహరించడం, ఎవరూ ఏమీ చేయలేరనే ఉద్దేశంతో మిస్ అప్రొప్రియేషన్ చేయడానికి వీలు కల్పించకూడదనే దీనిని తెచ్చామే తప్ప దీనివెనుక ఎటువంటి దురుద్దేశం లేదు. ఒక విధమైన భయం కలిగి సక్రమమైన పరిపాలనకు తోడ్పతారని మనవి చేస్తున్నాను. ఈ బిల్లు మిగతావారికే కాకుండా తెలుగుదేశం పార్టీ సభ్యులకు కూడా వర్తిస్తుందని మనవి చేస్తున్నాను. మున్సిపాలిటీలలో ఎటువంటి అవినీతి జరగకుండా ఉండాలనే ఉద్దేశంతో సమాలోచన జరిపి ఈ బిల్లును ప్రవేశ పెట్టడం జరిగింది" అని స్పష్టం చేశారు.

సహకార శాఖ మంత్రిగా రాష్ట్రంలో సింగిల్ విండోవిధానాన్ని ప్రవేశ పెట్టింది కూడా యనమలే. మండలానికి ఒకటే సొసైటి, జిల్లాకు ఒక్కటే డిసిసిబి బ్యాంకు ఉండేలా చట్టం తెచ్చారు. రైతులకు పరపతి సౌకర్యం కల్పించే సమగ్రమైన విధానము. ఆనాడు షార్ట్ టరమ్ లోన్స్ ఒకచోట లాంగ్ టర్మ్ లోన్స్ మరోచోట ఎక్కేగుమ్మం దిగే గుమ్మంగా ఉన్న పరిస్థితులలో రైతుల స్థితి దీనంగా ఉండేది. రెండిటినీ ఒకచోటకు చేర్చి ఏకగవాక్ష విధానం ప్రవేశపెట్టి రైతాంగానికి మేలు చేసిన ఘనత ఎన్టీఆర్ కే దక్కుతుంది. కోఆపరేటివ్ సిస్టమ్ ప్రక్షాళనలో ఎన్టీఆర్ తో పాలుపంచుకున్నారు. సహకార ఎన్నికలలో రాజకీయాల ప్రమేయంతో సంఘాల నిర్వహణ దెబ్బతినకూడదనే లక్ష్యంతో సింగిల్ విండోకు ప్రత్యక్ష పద్దతిలో ఎన్నికలు పెట్టింది కూడా టిడిపి ప్రభుత్వమే. ఆర్థికంగా సొసైటీల బలోపేతానికి సహకార రుణాలపై వడ్డీ మాఫీ చేయడం మరియు సకాలంలో చెల్లించిన వారికి అయిదున్నర శాతం రాయితీ ఇవ్వడం తెలిసిందే. సహకార పరపతి సంఘాలలో వడ్డీ రాయితీ కేరళలో 5% రిబేట్ ఉంటే, ఏపిలో మరో హాఫ్ ఫర్సంట్ పెంచి అయిదున్నర శాతం చేశారు (ఆ తర్వాతనే దీనిని పావలా వడ్డీగా, సున్నావడ్డీ పథకంగా చేశారు). అన్ని ఎన్నికలు 5ఏళ్లకు ఒకసారి జరుగుతుంటే, సహకార సంఘాలకు మాత్రమే 3ఏళ్లకు ఒకసారి ఎన్నికలు ఏమిటనే ఉద్దేశంతో సొసైటీల టరమ్ కూడా 5ఏళ్లకు పెంచడం జరిగింది.

7జనవరి 1987న గవర్నర్ ప్రసంగంపై ఎన్టీఆర్ ధన్యవాదాలు చెబుతూ, "ఆస్తి తాకట్టు పెట్టకుండా రైతులకు డబ్బు ఇవ్వనటువంటి అగౌరవాన్ని తగ్గించాలి. డబ్బు కావాలంటే తాకట్టు పెడితే కాని బతకలేని బతుకు భారం దేశంలో ఉంది. పాస్ బుక్ తీసుకుని వెళితే వారికి కావలసిన వనరుల సమీకరింపు చేయాలనే ఉద్దేశంతోనే, వారికి అన్నీ ఒకేచోట లభించేలా 'సింగిల్ విండో సిస్టమ్' తెచ్చి తెలుగుజాతి ఆత్మగౌరవం ఇనుమడింపచేసిన ప్రథమ రాష్ట్రంగా ఆంధ్రప్రదేశ్ పేరొందేలా మన తెలుగుదేశం ప్రభుత్వం చేసింది. మంచిపనిని

మంచిపనిగా గుర్తించండి, ఏమైనా పొరబాట్లు ఉంటే దిద్దండి. ఎవరిమీదైనా, ఏదైనా రిపోర్టు ఉంటే మాకు ఇవ్వండి, మీ ద్వారానే విచారణ చేయిస్తాను. వారు ఎవరయినా సరే పార్టీనుంచి బహిష్కరిస్తాను, మంత్రులను తీసివేస్తాను. అవినీతిని సహించడం జరగదని నేను తెలుగుదేశం పార్టీ తరఫున మీకు సుస్పష్టం చేస్తున్నాను" అని పేర్కొన్నారు.

The Andhra Pradesh Co Operative Socities(Amendment)Bill 1987ను మంత్రి యనమల 1987ఏప్రిల్ 2న శాసన సభలో ప్రవేశ పెట్టారు. సహకార వ్యవస్థ అంటే దుర్వినియోగ వ్యవస్థగా కాంగ్రెస్ ప్రభుత్వ హయాంలో ముద్రపడింది. ఈ పరిస్థితుల్లో సహకార సంస్థలు పటిష్టంగా ఉండాలి, ఏ ఒక్కరికో పరిమితం కాకూడదు. తరతరాలుగా ఒక వ్యక్తికో లేదా కుటుంబానికో సహకార సంస్థపై పెత్తనం ఉండకూడదనే ఉద్దేశంతో ఈ సవరణ తేవడం జరిగింది. రెండు టర్మ్ లు వరుసగా ప్రెసిడెంట్ గా చేసిన వ్యక్తి మళ్లీ 3వ టర్మ్ మళ్లీ ఎన్నికల్లో పోటీ చేయకుండా సవరణ తెచ్చారు. సొసైటీ కార్యక్రమాలతో సంబంధం లేని వ్యక్తులు సొసైటీ ఎన్నికల్లో పోటీ చేయకుండా సవరణ తీసుకొచ్చారు.

సహకార సొసైటీల ప్రక్షాళన బిల్లుపై సభలో యనమల ప్రసంగం:

"ఈ బిల్లును సమర్థించినందుకు సభ్యులందరికీ నా కృతజ్ఞతలు తెలియజేస్తున్నాను. ఈ బిల్లులో సెక్షన్ 21(సి)కి కొన్ని మార్పులతో రీడ్రాఫ్ట్ చేయడం జరిగింది. సెక్షన్ 25కు న్యూ ప్రొవిజన్ ను చేర్చడం జరిగింది. స్థానిక సంస్థలలో ఏవిధంగా అయితే ప్రత్యక్ష ఎన్నికలను తీసుకొచ్చామో అదేవిధంగా సహకార సంఘాలలో కూడా ప్రత్యక్ష ఎన్నికలను పెట్టాలనే నిర్ణయించాము. కొంతమంది చేతులలో ఈ సంస్థలు ఆస్తులుగా పరిగణించబడకుండా కలకాలం వారి ఆధిపత్యం సంఘాలపై ఉండకూడదనే ఉద్దేశంతో ఈ ప్రొవిజన్ తెచ్చాము. సంఘంలో సభ్యులందరికీ ప్రాధాన్యత ఉండాలనే లక్ష్యంతో ప్రజాస్వామ్య విధానంలో సంఘాలు పనిచేసేందుకే డైరెక్ట్ ఎలక్షన్స్ తేవడం జరిగింది. సొసైటీ వల్ల సభ్యులకు ప్రయోజనాలు కలగాలి, సత్సంబంధాలు ఉండాలి, సొసైటీ చేస్తున్న బిజినెస్‌లో సభ్యునికి సరైన ప్రాతినిధ్యం ఉండాలి. ఎలక్షన్ వచ్చినప్పుడే మెంబర్‌గా ఉండటం, తరువాత సంఘంతో సంబంధం లేకుండా ఉండే పద్ధతి ఉండకూడదు. ఎవరైతే మినిమం బిజినెస్ చేస్తారో వారికే ఓటింగ్ కల్పించడం, సొసైటీతో సత్సంబంధాలు పెట్టుకోవడం, ఆ సొసైటీతో బిజినెస్ చేస్తూ, ఆ బిజినెస్‌లో ప్రాతినిధ్యం వహించాలి. అప్పుడే సొసైటీకి, మెంబరుకు చక్కటి అభివృద్ధి కల్గుతుంది. సొసైటీకి, సభ్యునికి

మధ్య సరైన సంబంధాలు ఉండాలి, వాటిని చక్కగా తీర్చిదిద్దడానికి అవి ఉపయోగపడాలి అన్నదే మా ఉద్దేశం. బోగస్ సర్టిఫికెట్స్ ఎలిమినేట్ చేయడానికి ఫొటో కార్డ్ సిస్టమ్ పెట్టడం జరిగింది. బినామీ ట్రాన్సాక్షన్స్, బోగస్ సర్టిఫికెట్స్ ఉన్న మెంబర్స్ కు సొసైటీలతో సంబంధం లేకుండా చేస్తున్నాము. సంఘంలో సభ్యులందరినీ భాగస్వాములను చేయడానికే 'ఫొటో ఐడెంటిటీ కార్డులు' ప్రవేశ పెట్టడం జరుగుతుంది. తప్పు పనులు ఎవరైతే చేస్తారో వారికందరికీ కూడా పీనల్ ప్రివెన్షన్ పెట్టడం జరిగింది.సొసైటీలను క్రమబద్ధీకరించడం, కార్యక్రమాల సక్రమ నిర్వహణ, అవకతవకలకు అవకాశం లేకుండా చేయడం ఈ బిల్లు ఉద్దేశం..సభ్యుల నమోదు పూర్తయిన తర్వాత సంఘాల ఎన్నిక ప్రక్రియ ప్రారంభం అవుతుంది. సంఘం మంచిదైనా పెత్తనం చేసేవారు మంచివాళ్లు కాకపోతే బినామీ ట్రాన్సాక్షన్స్ కు, మిస్ అప్రాప్రియేషన్ చేయడానికి వీలుంటుంది. ఎవరైతే మిస్ అప్రాప్రియేషన్ కి, బినామీ ట్రాన్సాక్షన్స్కి పాల్పడతారో వారిమీద క్రిమినల్, సివిల్ యాక్షన్ తీసుకోవచ్చు. మేనేజిమెంట్ కమిటీ తప్పువలన సొసైటీలో మిస్ అప్రాప్రియేషన్ జరిగితే సొసైటీ సభ్యులను అన్యాయం చేయడం మంచిదికాదు. ఎవరైతే సొసైటీతో చక్కని సంబంధాలు పెట్టుకుంటారో, ఎవరైతే సంఘాలను బాగుచేయడం, చక్కగా తీర్చిదిద్దడం, సొసైటీతో ఎవరైతే లాభం పొందుతున్నారో వాళ్లే మేనేజిమెంట్ కమిటీలో ఉండాలని" స్పష్టం చేశారు.

టిడిపి హయాంలో కోఆపరేటివ్ సొసైటీల బలోపేతానికి కృషి

జిల్లా పరిషత్ లు, మున్సిపాలిటీలకు ప్రత్యక్ష ఎన్నికల తరహాలోనే సహకార సంఘాలకు కూడా ప్రత్యక్ష ఎన్నికలు పెట్టి సొసైటీలలో మరింత ప్రజాస్వామ్యంకు చోటు కల్పించడం దేశంలోనే ప్రథమం.

రాష్ట్రవ్యాప్తంగా గతంలో ఉన్న 15వేల సహకార సంఘాలను వాటి వయబులిటీ దృష్ట్యా 6,700కు కుదించారు. గ్రామీణ ప్రాంతాలలో ఉన్న 6700సొసైటీలను రీఆర్గనైజ్ చేయడం, వయబులిటీ బేసిస్ మీద వాటిని తీర్చిదిద్దాలనేదే ప్రభుత్వ సంకల్పం. ప్రస్తుత విధానంలో సొసైటీలు షార్ట్ టరమ్ లోన్స్ మాత్రమే ఇవ్వడం జరుగుతోంది, సింగిల్ విండో కింద వాటి ద్వారా లాంగ్ టరమ్ లోన్స్ కూడా ఇవ్వడం జరుగుతుంది. ఇప్పటిదాకా షార్ట్ టరమ్ లోన్స్ ఒకచోట, లాంగ్ టర్మ్ లోన్స్ ఒకచోట, మార్కెటింగ్ యాక్టివిటీ ఇంకోచోట, కన్జూమర్ యాక్టివిటీ మరోచోట, ఇనుపుట్స్-ఫెర్టిలైజర్స్ ఒకచోట వేర్వేరు చోట్లకు రైతు పోవలసి వచ్చేది. ఎక్కువ సొసైటీలు ఒక యాక్టివిటీ కన్నా ఎక్కువ చేయడం లేదు. కనుక నాన్ క్రెడిట్ యాక్టివిటీస్ కూడా ఈ సొసైటీలకు అప్పగించాలని 'సింగిల్ విండో' ప్రధానాంశం. తాలూకా పరిధిలో ప్రయిమరీ అగ్రికల్చర్ బ్యాంకులు, ఎల్ ఎంబిలు వాటి అసెట్స్ లయబులిటీస్ యాక్టివిటీస్ అన్నీ డిస్ట్రిక్ట్ సెంట్రల్ కోఆపరేటివ్ బ్యాంకులకు అప్పగించడం, పిసిఎంఎస్ ల అసెట్స్ మరియు లయబులిటీస్ డిసిఎంఎస్ లకు డివాల్యూ చేయడం, స్టేట్ లెవల్‌లో 2అపెక్స్ బ్యాంకులు మెర్జ్ చేయడం ఇందులో ముఖ్యాంశాలు. సింగిల్ విండోలో ఒక జిల్లాకు ఒక బ్యాంకు ఉండాలన్నదే ప్రభుత్వ ఆలోచన. జ్యురిస్ డిక్షన్ క్లియర్ కట్ గా ఉండేలా చర్యలు

తీసుకున్నారు. రైతులకు ఎంతో ప్రయోజనకరంగా ఉండే ఈ విధానాన్ని ప్రధాని, రాష్ట్రపతి ఎంతో బాగుందని మెచ్చుకున్నారు.

"ఆంధ్రప్రదేశ్ లో అస్తవ్యస్తంగా మారి దినదినం క్షీణిస్తున్న సహకార వ్యవస్థను బాగు పరిచి సహకార సంస్థను పునరుజ్జీవింప చేయడమే సింగిల్ విండో లక్ష్యం". సహకార వ్యవస్థ ప్రజలకు అందుబాటులో ఉండాలి, సభ్యులకు కావలసిన ఆర్థిక సహాయం త్వరితగతిన అందించాలి. కేంద్ర ప్రభుత్వం నియమించిన డా హజారీ నేతృత్వంలోని కమిటీ సూచనల మేరకు సింగిల్ విండో సిస్టమ్ అమలు చేసిన ఘనత ఎన్టీఆర్ కే దక్కుతుంది. రైతాంగానికి కావలసిన వనరులు, రుణాలు సింగిల్ విండో ద్వారా సమకూర్చడమే దీని ప్రధాన ఉద్దేశం. భారతదేశంలో, సహకార వ్యవస్థలో ఇదో గొప్ప ముందడుగు.

రైతులకు కావలసిన ఆర్థికసదుపాయములో 30%మాత్రమే సహకార వ్యవస్థ ధ్వారా కలుగుతున్నది. టిడిపికి ముందు సహకార వ్యవస్థ గ్రామీణ పెత్తందార్ల గుప్పిట్లో ఇరుక్కుపోయి ఉంది. ఏళ్ల తరబడి ఎన్నికలకు నోచుకోకుండా కొంతమంది వ్యక్తులు, కొన్ని కుటుంబాల చేతుల్లో చిక్కుకుని అస్త్యవస్తం అయ్యాయి. పేద మధ్యతరగతి ప్రజలకు పరపతి దక్కకుండా ఉండేది. బినామీ సభ్యులు, బినామీ ట్రాన్సాక్షన్స్‌తో నిర్వీర్యం చేశారు. ఎవరికి ఓవర్ డ్యూస్ ఉన్నాయో, ఎవరి పేరుమీద ఎవరు లోన్లు తీసుకున్నారో, అవినీతికి పాల్పడ్డారో పైసలు మాయం చేశారో తెలీని దుస్థితి. 50సంవత్సరాల చరిత్ర కలిగిన సహకార వ్యవస్థ కాంగ్రెస్ పాలనలో అధోగతి పాలైంది.

సభ్యులకు ఐడి కార్డులు ఇవ్వడం ఇందులో మరో ముఖ్యాంశం. సింగిల్ విండో రీ ఆర్గనైజేషన్ కు రూ 54.77కోట్లు కమిట్ మెంట్ ఇచ్చి అన్నింటినీ వయబులిటీ చేయడం జరిగింది.

ఇంట్రస్ట్ సబ్సిడీ అనేది గత ప్రభుత్వాలు ఏనాడూ మనరాష్ట్రంలో ఇవ్వలేదు. అలాంటిది అయిదున్నర శాతం ఇంట్రస్ట్ సబ్సిడీ ప్రథమంగా ఇచ్చిన ఘనత తెలుగుదేశం ప్రభుత్వానికే దక్కుతుంది.

పిఏసి ఛైర్మన్‌గా 2పర్యాయాలు, పియూసి ఛైర్మన్ గా ఒకసారి...

పబ్లిక్ అకౌంట్స్ కమిటీ(పిఏసి) ఛైర్మన్ గా యనమల రామకృష్ణుడు 2పర్యాయాలు వ్యవహరించారు. చట్టసభలు విధులను సక్రమంగా నిర్వహించేందుకే ఈ కమిటీలు..పార్లమెంటరీ వ్యవస్థలో ప్రజల ఆశలు, ఆకాంక్షలను నెరవేర్చడంలో ఈ కమిటీలదే అత్యంత కీలక భూమిక.

బడ్జెట్ లో ఏ పద్దు ఎంతమొత్తాన్ని చట్టసభలు ఆమోదించాయో, అంత మొత్తాన్ని నిర్ణీతపద్దు కిందే వ్యయం చేశారా లేదా అనేది తనిఖీ చేయడం, ప్రభుత్వం ద్వారా నిధుల వ్యయం సక్రమంగా జరిగేలా చూడటంలో పీఏసీదే ప్రధాన బాధ్యత..అవకతవకలు జరిగినా, పన్నుల వసూళ్ల లోపాలున్నా నివేదికల రూపంలో ప్రభుత్వ నిర్వహణను క్రమబద్ధం చేస్తుంది. వివిధ శాఖల వ్యయంతో పాటు కాగ్ ఇచ్చిన నివేదికలను కూడా ఈ కమిటీ పరిశీలిస్తుంది. అన్ని ఖర్చులపై ఒక కన్నేసి ఉంచడమే కాకుండా నిధుల దుర్వినియోగాన్ని అరికడ్తుంది. తన హయాంలో ప్రతినెలా ఒకటిరెండు సార్లు పీఏసీ సమావేశం అయ్యేలా యనమల చేశారు. ప్రజాపద్దుల కమిటీ(పిఏసి) ఛైర్మన్ గా ఆయన ఉన్నప్పుడే, తిరుమల తిరుపతి దేవస్థానం(టిటిడి)కి రూ వేల కోట్ల ఆదాయం దృష్ట్యా, దాని చెక్ ఆడిట్ అంతా కాగ్ ద్వారా చేయించాలని తీర్మానం చేశారు.

పియూసి ఛైర్మన్ గా(1987-89)...

1987లో అప్పటి సిఎం ఎన్టీఆర్ కేబినెట్ లో కొన్నాళ్లు మంత్రిగా యనమలకు చోటు దక్కలేదు. అయితే వెంటనే పబ్లిక్ అండర్ టేకింగ్ కమిటీ(పియూసి) ఛైర్మన్ గా నియమించారు.

ఏపి లెజిస్లేటివ్ అసెంబ్లీ రూల్స్ లో 255రూల్ కింద పీయూసీ నియామకం జరుగుతుంది. దీనిలోని 12మంది సభ్యులలో 9మంది శాసనసభ్యులు, ముగ్గురు శాసనమండలి సభ్యులు ఉంటారు. రూల్ 254కు అనుగుణంగా కమిటి పనిచేస్తుంది. కంట్రోలర్ అండ్ ఆడిట్ జనరల్ నివేదికల పరిశీలన, పబ్లిక్ అండర్ టేకింగ్స్ స్వయం ప్రతిపత్తి, సామర్థ్యాన్ని పరిశీలించడం ఇందులో భాగం..పియూసి ఛైర్మన్ గా యనమల ఉన్నప్పుడే కార్పోరేషన్ల ఆడిట్ చెక్ ప్రారంభం కావడం మరో విశేషం. ఇందులోకూడా తన ప్రత్యేకతను యనమల చూపడం గమనార్హం. టిటిడి చెక్ ఆడిట్ అంతా కాగ్ ద్వారా చేయించడం పీఏసీ ఛైర్మన్ గా ఆయన ఉన్నప్పుడే ఆరంభం, వివిధ కార్పోరేషన్ల ఆదాయ వ్యయాలన్నీ యనమల పీయూసి ఛైర్మన్ గా ప్రారంభం కావడం యాదృచ్ఛికమే కాదు, లెక్కాపద్దుల్లో పారదర్శకతకిచ్చే ప్రాధాన్యతకు అద్దం పట్టింది.

మూడు నాలుగేళ్లు మినహా, మూడున్నర దశాబ్దాలు కేబినెట్ ర్యాంకులో కొనసాగడం యనమల రికార్డు..సుదీర్ఘకాలం రాష్ట్రమంత్రిగా, అసెంబ్లీ స్పీకర్ గా, కౌన్సిల్ సభా నాయకుడిగా, ప్రధాన ప్రతిపక్ష నేతగా కేబినెట్ ర్యాంకులో పని చేయడం ఒక చరిత్రే..

ఆవిర్భావం నుంచి తెలుగుదేశంలో అన్నీ సంచలనాలే...

తెలుగుదేశం పార్టీ ఆవిర్భావం రాష్ట్ర రాజకీయాల్లోనే కాదు దేశంలోనే గొప్ప సంచలనం..ఇంతై ఇంతింతై వటుడింతై అన్నట్లుగా ఒక ప్రాంతీయ పార్టీ భారత అత్యున్నత చట్టసభ లోక్ సభలో ప్రధాన ప్రతిపక్ష గ్రూప్ గా ఆవిర్భవించడం సంచలనమే.. సి మాధవరెడ్డి ప్రధాన ప్రతిపక్ష గ్రూప్ నేత కావడం ఇంకో సంచలనమైతే, లోక్ సభ స్పీకర్ గా తెలుగుదేశం పార్టీ ఎంపి జిఎంసి బాలయోగి నియామకం మరో సంచలనం.

దేశంలో 4దశాబ్దాల కాంగ్రెస్ ఏకఛత్రాధిపత్యానికి తెరదించింది, కాంగ్రెసేతర పార్టీలను ఏకతాటిపైకి తెచ్చి సంకీర్ణ ప్రభుత్వాలకు నాంది పలికింది తెలుగుదేశమే..40ఏళ్ల టిడిపి రాజకీయ ప్రస్థానంలో ఆదినుంచి అడుగడుగునా సంచలనాలే..

ఏ ముహూర్తాన ఆ మహానుభావుడు ఎన్టీఆర్ ఈ పార్టీకి శ్రీకారం చుట్టారో ఆ మహూర్త బలం అంత గొప్పది. తనతో పుట్టింది తనతో పోతుందన్న భావాన్ని కూడా తోసిరాజని ఎప్పటికప్పుడు నిత్యనూతనంగా సజీవ స్రవంతిగా ఉరకలెత్తడం విశేషం.

ఒక సినిమా షూటింగ్ లో ఎన్టీఆర్ ను ఒక విలేకరి వేసిన ప్రశ్న ఒక రాజకీయ పార్టీకి బీజం వేస్తుందనేది ఊహాతీతం. "త్వరలో షష్టిపూర్తి జరుపుకోబోతున్నారు కదా, ఏమైనా కొత్త నిర్ణయాలు తీసుకునే అవకాశం ఉందా" అన్న విలేకరి ప్రశ్నతో ఎన్టీఆర్ మదిలో మెదిలిన ఆలోచన తెలుగుదేశం పార్టీ ఆవిర్భావానికి దారితీయడం నిజంగా విశేషమే. "నటుడిగా నన్నింతవాణ్ణి చేసిన ప్రజలకు సేవ చేయాలనుకుంటున్నాను" అన్న ఆయన జవాబు మరుసటి రోజు పత్రికల్లో "ఎన్టీఆర్ రాజకీయ రంగ ప్రవేశం" బ్యానర్ వార్తగా మారింది.

మార్చి 21 రామకృష్ణా స్టూడియోలో విలేకరుల సమావేశం..“కొత్త సినిమాలు ఒప్పుకోవడం లేదని, కళాకారుడిగా సంపాదించిన దాంతో ఎంతో సంతృప్తిగా ఉన్నానని, కుటుంబ సభ్యులకు ఆస్తిపాస్తులు పంచి ఇచ్చేశానని, ఇకపై తన జీవితం పేదలకే అంకితం అంటూ, సమాజంలో జరుగుతున్న అన్యాయాలపై రాజీలేని పోరాటం చేస్తానని” ప్రకటించారు. రాజకీయ పార్టీ ఏర్పాటు అంశం నేరుగా చెప్పకపోయినప్పటికీ మరుసటి రోజు పత్రికలన్నీ ఆయన రాజకీయ అరంగేట్రం గురించే..

మార్చి 29 సాయంత్రం 4గంటలు.. చారిత్రాత్మక ప్రకటనకు వేదిక.. హైదరాబాద్ న్యూ ఎమ్మెల్యే క్వార్టర్స్ లాన్..ఏదో కొంతమందితో మీటింగ్ హాలులో సమావేశం కాస్తా హాజరైన జనసందోహంతో లాన్ లోకి మార్చారు. “ నా ప్రియమైన సోదర సోదరీమణులారా.. కొన్ని నెలలుగా నేను రాజకీయాల్లో ప్రవేశించడంపై తీవ్రంగా ఆలోచిస్తున్నాను. ప్రజల స్పందన ఏవిధంగా ఉంటుందోనని అనుకున్నాను. కానీ ఎటువంటి ఆహ్వానం లేకుండానే మీరందరూ ఇక్కడకు రావడం నాకెంతో సంతోషాన్ని కలిగిస్తోంది. మీ అభిమానానికి పులకించిపోతున్నాను. ఈ క్షణాన రాజకీయాల్లో అడుగుపెడుతున్నాను. పేద ప్రజలను ఆదుకోవడానికి, తెలుగు ప్రజల ఆత్మగౌరవ పరిరక్షణకు పార్టీ స్థాపిస్తున్నాను. కందుకూరి వీరేశలింగం, గురజాడ అప్పారావు, పొట్టి శ్రీరాములు, డా బాబాసాహెబ్ అంబేద్కర్ లే నాకు స్ఫూర్తి అంటూ ఎన్టీఆర్ ప్రసంగించారు.

మీ పార్టీ పేరేంటని విలేకరి అడిగిన ప్రశ్నకు సమాధానంగా, లాల్చీ పక్కజేబులో నుంచి చిన్న కాగితం ముక్క బైటకు తీసి, “తెలుగుదేశం” అని గంభీరంగా పలికేసరికి చప్పట్లతో మార్మోగింది ఆ ప్రాంతమంతా..“నేను తెలుగువాణ్ణి, మా పార్టీ తెలుగుదేశం.. మా పార్టీకి తెలుగుదేశంగా నామకరణం చేస్తున్నాను. ఈ రోజునుంచి నా జీవితాన్ని తెలుగుప్రజల కోసం, ఈ రాష్ట్రం కోసం అంకితం చేస్తున్నాను. మహోన్నతమైన తెలుగు సంస్కృతిని, తెలుగుభాష ఔన్నత్యాన్ని, తెలుగు ప్రజల ఆత్మగౌరవాన్ని కాపాడుతానని” ఎన్టీఆర్ ప్రకటించారు. పార్టీ విధానాలు, పార్టీ పతాకం, ఎన్నికల చిహ్నం, ప్రణాళిక తన పుట్టినరోజైన మే 29న ప్రకటిస్తానని చెప్పారు. పదవీ కాంక్ష ఉన్నవారికి తనపార్టీలో స్థానం లేదని, సేవాభిలాష, సేవానిరతి ఉన్నవారిని ఆహ్వానిస్తామని స్పష్టం చేశారు. పార్టీలో చేరాలనుకునే ఇతర పార్టీలవారు విధిగా తమ పదవులకు రాజీనామా చేసి రావాలని షరతు విధించారు.

సంక్షోభం వచ్చినప్పుడల్లా రెట్టింపు పునరుత్తేజం తెలుగుదేశం ప్రత్యేకత

ఏడాది బిడ్డగా ఉన్నప్పుడే తీవ్ర సంక్షోభాన్ని తెలుగుదేశం పార్టీ ధీటుగా ఎదుర్కొంది. సంక్షోభాలు తెలుగుదేశం పార్టీకి కొత్తకాదు, ప్రతి సంక్షోభంలో రెట్టింపు పునరుత్తేజం పొందడం టిడిపి ప్రత్యేకత. అది నాదెండ్ల భాస్కర రావు ఉదంతమైనా, లక్ష్మీపార్వతి అంశమైనా మరొకటైనా..

తెలుగుదేశంలో నాయకుడికన్నా బలోపేతుడు కార్యకర్త. తనకు నచ్చకపోతే సాక్షాత్తూ వ్యవస్థాపక అధ్యక్షుడినే తోసిరాజని పార్టీని కాపాడుకుంది కార్యకర్తలే.. టిడిపి కార్యకర్త ఎంతటి బలవంతుడో పేర్కొనడానికి ఇదే ప్రబల ఉదాహరణ. వ్యక్తికన్నా వ్యవస్థ బలమైనది, నాయకుడికన్నా కార్యకర్త బలమైన వాడనేదానికి తెలుగుదేశం పార్టీయే దృష్టాంతం.

నాదెండ్ల ఉదంతంలో ఎన్టీఆర్ వెన్నంటి నిలిచింది పార్టీ కార్యకర్తలే..లక్ష్మీపార్వతి ఉదంతంలో చంద్రబాబు వెన్నంటి నిలిచింది పార్టీ కార్యకర్తలే.. ఈ రెండింటిలోనే ఎంత వైవిధ్యం ఉందో, టిడిపిలో నాయకుడు, కార్యకర్త మధ్య రెట్టింపు వైవిధ్యం..అందుకే తెలుగుదేశం శత్రు దుర్భేద్యమైన కార్యకర్తల కంచుకోట..

టిడిపి ప్రజాస్వామ్య పరిరక్షణ ఉద్యమం(1984), ప్రజాస్వామ్యానికే మణి మకుటం

గుండె ఆపరేషన్ నిమిత్తం ఎన్టీ రామారావు 1984 జులై 16న అమెరికా వెళ్లారు. 1983ఎన్నికల్లో ఘోర ఓటమి పరాభవాన్ని జీర్ణించుకోలేని ఇందిరాగాంధీ ప్రభుత్వం ఎన్టీఆర్ ప్రభుత్వాన్ని కూలదోయడానికి పథకం పన్నింది.. ఆగస్టు 14న ఆయన రాష్ట్రానికి తిరిగి వచ్చేటప్పటికే ఈ కుట్రలకు తెరదీసింది. నాదెండ్ల భాస్కర రావును అడ్డం పెట్టుకుని అప్పటి

గవర్నర్ రామ్ లాల్ సహకారంతో రాష్ట్రంలో సంక్షోభాన్ని సృష్టించింది. కొందరు ఎమ్మెల్యేలను ప్రలోభాలకు గురిచేసి నాదెండ్ల వైపు పంపింది.

దీనిని ముందే గ్రహించిన శాసనసభ్యులు, నేతలంతా అప్రమత్తమై రామకృష్ణా స్టూడియోకు చేరుకున్నారు. యనమలతోపాటు సహచర మంత్రులు, పార్టీ శాసన సభ్యులంతా స్టుడియోకు తరలివచ్చారు. రాత్రికల్లా రామకృష్ణ స్టుడియోలో బస చేసిన ఎమ్మెల్యేల సంఖ్య 168కి చేరింది.

ఆగస్టు 15న ముఖ్యమంత్రి ఎన్టీఆర్ యథావిధిగా జాతీయ జెండా ఎగురవేశారు. మెజారిటీ నిరూపణకు ఆగస్టు 18న శాసన సభను పిలవాలని గవర్నర్‌ను కోరుతూ మంత్రివర్గం తీర్మానించింది. ఆ సిఫారసును గవర్నర్ రామ్ లాల్ కు పంపినా అందుకాయన అంగీకరించలేదు. శాసన సభ్యులు కానివారితో కూడా కలిపి నాదెండ్ల భాస్కర రావు 91మందితో గవర్నర్ ఎదుట పెరేడ్ చేయించారు. అది తెలిసి 163మంది ఎమ్మెల్యేలు రాజ్ భవన్‌కు వెళ్లారు. అపాయింట్‌మెంట్ లేకుండా వచ్చారంటూ కలిసేందుకు గవర్నర్ నిరాకరించారు. తిరిగి అందరూ స్టూడియోకు చేరుకున్నారు. ఆ తర్వాత గవర్నర్ రాజ్ భవన్ నుంచి ఎన్టీఆర్‌కు ఉత్తరం పంపారు. శాసనసభలో ఆధిక్యత లేదని తేలిన దృష్ట్యా, ఎన్టీఆర్ రాజీనామా చేయాల్సినదిగా అందులో కోరారు.

168మంది ఎమ్మెల్యేలు అందరూ ఎన్టీఆర్ చుట్టూ ఉన్నా ఆధిక్యత లేదని ఏకపక్షంగా గవర్నర్ పేర్కొనడంతో ఆగ్రహం కట్టలు తెంచుకుంది. అంతా రాజ్ భవన్‌కు వెళ్లినా కలిసేందుకు కూడా గవర్నర్ ఇష్టపడలేదు. కలవకపోతే రాజ్ భవన్ ఎదుట సత్యాగ్రహం చేస్తానని ఎన్టీఆర్ హెచ్చరించారు. దానితో చేసేదిలేక గవర్నర్ బైటకు వచ్చారు. ఏ ఆధారంతో మాకు ఆధిక్యత లేదనే నిర్ణయానికి మీరు వచ్చారని ఎన్టీఆర్ సూటిగా ప్రశ్నించారు. ఆధిక్యత లేదని నేను నమ్మాను, సంతృప్తి చెందానని గవర్నర్ రామ్ లాల్ జవాబిచ్చారు. ఎన్టీఆర్ తో సహా వీళ్లనందరినీ అరెస్ట్ చేయండని గవర్నర్ ఆదేశించడం పోలీసు అధికారులను నివ్వెర పరిచింది. అప్పటికింకా ఎన్టీఆర్ ముఖ్యమంత్రే, ఆయన రాజీనామా చేయలేదు, మీరాయనను బర్తరఫ్ చేయలేదు, అలాంటిది మేమెలా ఆయనను అరెస్ట్ చేయగలమన్న అధికారుల జవాబుతో గవర్నర్ దిగ్భ్రమ చెంది, ప్రమాణ స్వీకారానికి సమయం మించిపోతోందంటూ లోపలకి వెళ్లారు. హడావుడిగా నాదెండ్ల మంత్రివర్గంతో ప్రమాణ స్వీకారం చేయించారు. అప్పటికింకా

రాజ్ భవన్ వద్దే ఉన్న ఎన్టీఆర్ తో మీరు వెళ్లకపోతే అరెస్ట్ చేయాల్సివుంటుందని పోలీసు అధికారులు చెప్పడం దిగ్భ్రాంతికి గురిచేసింది. అక్కడే బైఠాయించాలని చూసిన ఎన్టీఆర్ తో సహా 9మంది మంత్రులను పోలీసులు నిర్బంధంలోకి తీసుకుని సాయంత్రం వదిలేశారు.

ఆగస్టు 17న రాష్ట్ర బంద్‌కు ఎన్టీఆర్ పిలుపునిచ్చారు. అప్రజాస్వామికంగా ఎన్టీఆర్ ప్రభుత్వాన్ని కూలదోయడంపై ఆంధ్రప్రదేశ్ యావత్తూ భగ్గుమంది. టిడిపి నాయకులు, కార్యకర్తలే కాదు అన్నివర్గాల ప్రజలు స్వచ్ఛందంగా బంద్ పాటించారు. ఎక్కడికక్కడ రాస్తారోకోలు, హర్తాళ్లు జరిగాయి, రాష్ట్రం మొత్తం అట్టుడికిపోయింది. పోలీసు కాల్పులలో 11మంది మృతి చెందారు. అనంతపురంలో పోలీసు కాల్పుల్లో 9మంది ప్రాణాలు కోల్పోయారు.

ఆగస్టు 19 నిజాం కాలేజిలో జాతీయ పార్టీల నాయకులతో జరిగిన పెద్ద బహిరంగ సభ దేశవ్యాప్తంగా ఒక సంచలనమైంది. జమ్ము కాశ్మీర్ ముఖ్యమంత్రి ఫరూక్ అబ్దుల్లా అధ్యక్షతన జరిగిన ఈ సభకు లోక్ దళ్ అధ్యక్షుడు చౌదరి చరణ్ సింగ్, కాంగ్రెస్ (ఎస్) అధ్యక్షుడు శరద్ పవర్, సిపిఎం నేత సమర ముఖర్జీ, సిపిఎం నేత నీలం రాజశేఖర రెడ్డి, బిజెపి ఉపాధ్యక్షుడు శాంతి భూషణ్, జనతా పార్టీ కార్యదర్శి ఎరాసెజియన్, డెమోక్రాటిక్ సోషలిస్ట్ పార్టీ అధ్యక్షుడు హెచ్ ఎన్ బహుగుణ తదితరులంతా తరలివచ్చారు.

ఆగస్టు 21న రాష్ట్రపతి భవన్‌లో అప్పటి రాష్ట్రపతి జ్ఞానీ జైల్ సింగ్ ఎదుట 161మంది ఎమ్మెల్యేలతో ఎన్టీఆర్ ప్రదర్శన జరిపారు. వీల్ ఛైర్ లో ఎన్టీఆర్ కూర్చుని ముందురాగా ఎమ్మెల్యేలంతా ఆయనను అనుసరించి పెరేడ్ గా రావడం జాతీయ, అంతర్జాతీయ టీవీ ఛానళ్లన్నీ ప్రముఖంగా చూపాయి.

అనంతరం ఢిల్లీ రామ్ లీలా మైదాన్‌లో జాతీయ పార్టీల నాయకులతో భారీ బహిరంగ సభ జరిపారు.

ఆగస్టు 23న ఎమ్మెల్యేలు అందరూ బెంగళూరు తరలివెళ్లారు. కర్ణాటక ముఖ్యమంత్రి రామకృష్ణ హెగ్డే, మంత్రి రఘుపతి ఆధ్వర్యంలో ఏర్పాట్లు జరిగాయి. నంది హిల్స్‌లో ఎమ్మెల్యేల శిబిరం నడపడంలో కీలక పాత్రధారి చంద్రబాబే..

ఆగస్టు 25న విజయవాడలో జాతీయ పార్టీల నాయకులతో భారీ బహిరంగ సభ జరిగింది. అటల్ బిహారీ వాజ్ పేయి, బహుగుణ, ఎస్ పి మాలవ్య, చంద్ర రాజేశ్వర రావు, మాకినేని బసవపున్నయ్య తదితరులంతా హాజరయ్యారు.

అమెరికాలో గుండె ఆపరేషన్ చేయించుకుని రాష్ట్రానికి తిరిగివచ్చిన ఎన్టీఆర్ కు సహచర మంత్రి నాదెండ్ల భాస్కర రావు వెన్నుపోటు తెలుగువారందరినీ కుపితులను చేసింది. అనారోగ్యంతో ఉన్న తమ నాయకుడిని ఈ విధంగా అవమానించడంతో తెలుగు ప్రజలు అగ్రహోదగ్రులయ్యారు. గవర్నర్ వ్యవస్థను అడ్డం పెట్టుకుని ప్రజా ప్రభుత్వాన్ని కూలదోయడం రాష్ట్ర ప్రజానీకాన్ని కుపితులను చేసింది. ఆపరేషన్ చేయించుకు వచ్చిన ఎన్టీఆర్ ను అప్రజాస్వామికంగా గద్దె దించడంపై జనాగ్రహం అవధులు దాటింది. గతంలో ఇదేవిధంగా 26సార్లు ఆర్టికల్ 356ఉపయోగించి ప్రభుత్వాలను కూలగొట్టిన కాంగ్రెస్ పార్టీకి ఇప్పుడు చేదు అనుభవం ఎదురైంది. ప్రజలనుంచి ఈ స్థాయిలో వ్యతిరేకత వస్తుందని కాంగ్రెస్ గాని, నాదెండ్ల వర్గంగాని ఊహించలేదు. అప్పటి తెలుగుదేశం ప్రభుత్వంలో మంత్రిగా, టిడిపి ఎమ్మెల్యేలుగా మేమంతా ఎన్టీఆర్ వెన్నంటి నిలిచాం. అసెంబ్లీలో మెజారిటీ ఉన్నా, ఈ విధంగా దొడ్డిదారిన నాదెండ్లను ముఖ్యమంత్రిని చేయడాన్ని నిరసించాం. ప్రజాస్వామ్య పరిరక్షణ ఉద్యమంలో చంద్రబాబు నాయుడు పోషించిన భూమిక అనితర సాధ్యం. ఎప్పటికప్పుడు ఎమ్మెల్యేలను సమన్వయం చేసుకుంటూ, క్షేత్రస్థాయిలో కార్యకర్తలకు దిశానిర్దేశం చేస్తూ ఢిల్లీ నుంచి గల్లీదాకా అటు జాతీయ పార్టీల నాయకులను, ఇటు తెలుగుదేశం పార్టీ కార్యకర్తలను, ఎమ్మెల్యేలను, ఇతర నాయకులను సమన్వయం చేస్తూ చంద్రబాబు వ్యూహచతురత అందరినీ అబ్బురపరిచింది. మైసూరులో టిడిపి ఎమ్మెల్యేలతో శిబిరం నిర్వహణలో, ప్రత్యేక రైలులో ఢిల్లీకి వెళ్లడం, రాష్ట్రపతి భవన్ లో 160మంది ఎమ్మెల్యేలతో ఎన్టీఆర్ పెరేడ్ జరపడం, మైసూరునుంచి రోడ్డు మార్గాన ప్రత్యేక బస్సులలో హైదరాబాద్ రావడం, అసెంబ్లీ బలపరీక్షలో ఎన్టీఆర్ నెగ్గడం ఆద్యంతం ఉత్కంఠభరితమే..వీటన్నింటిలో చంద్రబాబు మార్గదర్శకంలో మేమంతా ఎన్టీఆర్ వెన్నంటి మేమంతా నిలిచాం.

సెప్టెంబర్ 10న కర్ణాటక నుంచి ఎమ్మెల్యేలతో కలిసి ఎన్టీఆర్ రాష్ట్రంలో ప్రవేశించడం ఈ మొత్తానికి గొప్ప హైలెట్..అడుగడుగునా జనం నీరాజనాలు పలికారు, తిలకాలు దిద్దారు. ప్రజలనుంచి వస్తున్న అపూర్వ ఆదరణ చూసి కాంగ్రెస్ అధిష్టానం కంగుతింది, దిద్దుబాటు చర్యలకు ఉపక్రమించింది.

సెప్టెంబర్ 16న ముఖ్యమంత్రిగా మళ్లీ ఎన్టీఆర్ ప్రమాణ స్వీకారం చేశారు. కొత్త స్పీకర్ గా నియమితులైన నిశ్శంకర రావు వెంకటరత్నం ఆధ్వర్యంలో జరిగిన బలపరీక్షలో

171మంది ఎన్టీఆర్ కు మద్దతు పలికారు. ఎన్టీఆర్ పట్ల సభ విశ్వాసం ప్రకటించింది.

టిడిపి ప్రజాస్వామ్య పరిరక్షణ ఉద్యమమే తదనంతర కాలంలో పార్టీ ఫిరాయింపుల నిరోధ చట్టానికి దోహదం చేసింది. ఆర్టికల్ 356తో ప్రజా ప్రభుత్వాలను కూలదోసే దుస్సంప్రదాయానికి తెరపడింది. బల నిరూపణ శాసనసభలో జరగాలే తప్ప రాజ్ భవన్ లో నిర్ణయించడం కాదని న్యాయస్థానాలు తీర్పు ఇచ్చాయి.

నెలరోజులపాటు జరిగిన ఈ ఉద్యమం దేశవ్యాప్తంగా ప్రజాస్వామ్యానికే ఊపిరి పోసింది, రాజ్యాంగాన్ని మరింత పటిష్టం చేసింది. ఆర్టికల్ 356 అధికరణం దుర్వినియోగం కాకుండా నిలువరించిన ఘనత తెలుగుదేశం పార్టీకే దక్కింది. టిడిపి ప్రజాస్వామ్య పరిరక్షణ ఉద్యమం భారత ప్రజాస్వామ్యానికే కలికితురాయిగా నిలిచింది.

1984 సెప్టెంబర్ 11-21మధ్య శాసనసభలో ఏం జరిగిందంటే...

11సెప్టెంబర్ 1984:

ప్రొటెం స్పీకర్ బాగారెడ్డి అధ్యక్షతన సభ సమావేశం కాగానే దివంగత ఎమ్మెల్యే ఇ వాసుదేవ రావు మృతికి సంతాప తీర్మానం చేపడుతున్నట్లు ప్రకటించారు. నల్లపురెడ్డి శ్రీనివాస రెడ్డి జోక్యం చేసుకుని 163మంది సభ్యులున్న తమకు బలం నిరూపించుకునే అవకాశం ఇవ్వకుండా కండోలెన్స్ తీర్మానం పెట్టడంపై అభ్యంతరం చెప్పారు. అయినా ప్రొటైం స్పీకర్ సంతాప తీర్మానాన్ని ప్రవేశపెట్టడంతో అరుపులు, కేకలతో సభ దద్దరిల్లింది. ఆర్డర్ లో లేకపోవడంతో 12వ తేదీ ఉదయం 11గంకు సభను వాయిదా వేశారు.

12సెప్టెంబర్ 1984న సభ సమావేశం కాగానే థామస్ చౌదరి మాట్లాడుతూ నిన్న సభలో ఫైర్ యాక్సిడెంట్ కు ఎవరు కారకులంటూ దీనిని తీవ్రచర్యగా పరిగణించాలని కోరారు. బి గోపాల్ మరికొందరు ఈ దశలో మైకులు విరగగొట్టి టేబుల్లకేసి బాదడం ప్రారంభించారు. ఇరువైపుల నుంచి కేకలు అరుపులు మిన్నుముట్టాయి. మదన్ మోహన్ మాట్లాడుతూ నిన్న జరిగిన సంఘటనలకు కాంగ్రెస్ పార్టీదే బాధ్యత అని బిబిసి లో ప్రసారం చేశారంటూ ఇంతకన్నా దురుద్దేశ పూరిత, ఆధార రహిత ఆరోపణ లేదంటూ, సదరు బిబిసి కరస్పాండెంట్ ను అరెస్ట్ చేయాలని డిమాండ్ చేశారు. నిన్న ఒక సభ్యుడు తుపాకీ తెచ్చాడని, ఇన్ ఫ్లేమబుల్ మెటీరియల్ కూడా తెచ్చారని మదన్ మోహన్ తెలిపారు. గోపాల్ తదితరులు స్పీకర్ పోడియం వైపుకు దూసుకు రావడంతో సభను 13వ తేదీకి వాయిదా వేశారు.

సెప్టెంబర్ 13న సభ మళ్లీ సమావేశం కాగానే, సభాపతి మీద విశ్వాసం లేదని

గవర్నర్ కు ఫిర్యాదు చేసిన విషయం థామస్ చౌదరి ప్రస్తావించి, అటువంటప్పుడు సభను మీరెలా నిర్వహిస్తారని ప్రశ్నించారు. గ్రంధి మాధవి మాట్లాడుతూ మహిళా సభ్యులను 'పాంచాలి' అన్న కీచకులు క్షమాపణ చెప్పేవరకు సభ జరగనివ్వమని అన్నారు. గలభా మధ్యే సభను మళ్లీ ప్రొటైం స్పీకర్ వాయిదా వేశారు.

20సెప్టెంబర్ 1984:

ప్రొటైం స్పీకర్‌గా సభాపతి స్థానంలో మహేంద్రనాథ్ ఉన్నారు. ఆ రోజు అజెండా స్పీకర్ ఎన్నిక. చంపటి విజయరామ రాజు పేరును తంగి సత్యనారాయణ, సంగారెడ్డి సత్యనారాయణ, ఎస్వీ సుబ్బారెడ్డి ప్రతిపాదించారు. నిశ్శంకర రావు వెంకటరత్నం పేరును నల్లపురెడ్డి శ్రీనివాస రెడ్డి, వెంకయ్యనాయుడు, మహమ్మద్ రజబ్ అలీ, రాఘవరెడ్డి ప్రతిపాదించారు.

బ్యాలెట్ పేపర్‌తో ఎన్నిక చేపట్టగానే, నాదెండ్ల భాస్కరరావు అభ్యంతరం వ్యక్తం చేశారు. సెక్రటరీ ఎన్నిక సరిగ్గా నిర్వహించడం లేదంటూ తన బ్యాలెట్ పేపర్ ఇవ్వడానికి నిరాకరించి, జేబులో పెట్టేసుకున్నారు. ఇది సీక్రెట్ బ్యాలెట్ కాదంటూ, తాను ఎవరి పేరు టిక్ కొట్టానో అందరికీ తెలిసిపోతోందని బ్యాలెట్ పేపర్ ఇవ్వనని అన్నారు. అంతలోనే నాదెండ్ల వర్గీయులు తమకు 'సీక్రెట్ బ్యాలెట్' కావాలంటూ అరుపులు ప్రారంభించారు. ప్రొటెం స్పీకర్ మార్షల్స్‌కు సైగ చేయగా మార్షల్ రాజ్ డౌన్ డౌన్ అంటూ అరవడం ఆరంభించారు.

ఓటింగ్ పూర్తికాగానే ఛాంబర్ లో సెక్రటరీ, డిప్యూటీ సెక్రటరీ, అసిస్టెంట్ సెక్రటరీ బ్యాలెట్లను లెక్కిస్తారని, నల్లపురెడ్డి శ్రీనివాస రెడ్డి టెల్లర్‌గా ఉంటారని, కౌంటింగ్ పూర్తికాగానే ఫలితాన్ని ప్రకటిస్తానని ప్రొటైం స్పీకర్ తెలిపారు.

ఓటింగ్‌లో 183మంది పాల్గొనగా, 178ఓట్లు వాలీడ్ అని, 4 ఇన్ వాలీడ్ అంటూ, సిహెచ్ విజయ రామరాజుకు 4ఓట్లు రాగా, నిశ్శంకర రావు వెంకటరత్నం కు 169ఓట్లు వచ్చినట్లు తెలిపి, నూతన సభాపతిగా నిశ్శంకర రావు ఎన్నికైనట్లు ప్రకటించారు.

ముఖ్యమంత్రి, ఇతర ప్రతిపక్ష నాయకులు కొత్త స్పీకర్ ను ఆయన ఆసనం వరకు తోడ్కొని వెళ్లగా ప్రొటైం స్పీకర్ ఆయనను అభినందించి సభాపతి ఆసనంపై కూర్చోబెట్టారు.

ముఖ్యమంత్రి రామారావుతో సహా ఎన్ డిపిఐ ఎమ్మెల్యే కె నరసింహారెడ్డి(భువనగిరి), రాఘవ రెడ్డి, రజాబ్ ఆలీ, వెంకయ్యనాయుడు, జైపాల్ రెడ్డి, ఎం ఓంకార్, పి రామచంద్రారెడ్డి తదితరులు ప్రసంగించారు.

అనంతరం సభా నాయకుడిగా తన పట్ల విశ్వాసాన్ని ప్రకటిస్తూ తీర్మానాన్ని ఎన్టీ రామారావు ప్రవేశ పెట్టారు. "శ్రీ ఎన్టీ రామారావు నాయకత్వాన గల మంత్రివర్గం పట్ల ఈ సభవారు తమ విశ్వాసాన్ని ప్రకటిస్తున్న తీర్మానమును పాస్ చేయవలసినదిగా" కోరుతూ స్పీకర్ నిశ్శంకర రావు ప్రకటించారు.

ఓటింగ్‌పై నల్లపురెడ్డి శ్రీనివాసులు రెడ్డి డివిజన్ కోరారు. 161మంది అనుకూలంగా ఓటేయగా, వ్యతిరేకంగా 'నిల్' వచ్చింది. 171మంది ఉండాలని నల్లపురెడ్డి పేర్కొంటూ మరోసారి కౌంటింగ్ చేయాలని కోరారు. పేర్లు రికార్డు చేయాలని జైపాల్ రెడ్డి కోరారు. ఈ దశలో నాదెండ్ల భాస్కర రావు వర్గీయులు, కాంగ్రెస్ ఐ, ఎంఐఎం ఎమ్మెల్యేలు సభలో ప్రవేశించారు.

నాదెండ్ల భాస్కర రావు మాట్లాడుతూ, విశ్వాస పరీక్ష చేపట్టారా అని ప్రశ్నించగా, స్పీకర్ పూర్తయ్యిందని బదులిస్తూ 161ఓట్లతో ఆమోదం పొందిందన్నారు. విశ్వాస పరీక్షకు కొన్ని నిర్దిష్ట పద్ధతులు ఉన్నాయంటూ దానిపై డిస్కషన్ జరగాలని, కరుణానిధి మంత్రివర్గంపైనా, మైసూరులో, దేశంలో ఇతర చోట్ల చేపట్టిన విశ్వాస పరీక్షలను ప్రస్తావించగా స్పీకర్ జోక్యం చేసుకుని, వారంతా సభకు ఆలస్యంగా వచ్చారని, అప్పటికే ఓటింగ్ పూర్తయ్యిందని చెప్పారు. విశ్వాస పరీక్షపై చర్చ జరగాలని అందులో తాము పాల్గొనేందుకు అనుమతించాలని కోరారు. ఓటింగ్ అప్పటికే పూర్తయిందని, 161ఓట్లతో విశ్వాస పరీక్ష ఆమోదం పొందిందంటూ సభ అనుమతితో స్పీకర్ సైనడే చెప్పారు.

1985 అసెంబ్లీ ఎన్నికల ఫలితాలే ఎన్టీఆర్ పట్ల ప్రజాదరణకు నిలువుటద్దం:

నాదెండ్ల భాస్కర రావు ఉదంతం దరిమిలా ముఖ్యమంత్రి ఎన్టీఆర్ శాసన సభ రద్దుకు సిఫారసు చేసి మళ్లీ ప్రజాతీర్పుకు వెళ్లారు. 1985అసెంబ్లీ ఎన్నికల ఫలితాలే ఎన్టీఆర్ పట్ల ప్రజాదరణకు నిలువుటద్దం. 250సీట్లకు పోటీచేసిన తెలుగుదేశం 202స్థానాల్లో ఘన విజయం సాధించింది. 46.21% ఓట్లను టిడిపి పొందగా కాంగ్రెస్ పార్టీ 37.25% ఓట్లకే పరిమితమైంది, 50స్థానాల్లో మాత్రమే గెలుపొందింది. కాంగ్రెస్ కన్నా తెలుగుదేశం పార్టీ 9% అధిక ఓట్లు సాధించింది (ఇప్పుడేదో 10% ఓట్ల తేడాకే కొందరు గప్పాలు కొట్టుకోవడం హాస్యాస్పదం). ఆ ఎన్నికలో టిడిపి పొత్తుతో పోటీ చేసిన సిపిఎం 11, సిపిఐ 11, బిజెపి 8, జనతా 3స్థానాల్లో గెలుపొందాయి. ఆ ఎన్నికల్లో తుని అసెంబ్లీ స్థానంలో పోల్ అయిన 86,362ఓట్లలో టిడిపి అభ్యర్థిగా యనమలకు 50,292 ఓట్లు రాగా కాంగ్రెస్ పార్టీ అభ్యర్థి విజయలక్ష్మీ దేవికి 33,988ఓట్లు వచ్చాయి.

జాతీయ భావాలు..
ప్రాంతీయ నేపథ్యం... తెలుగుదేశం

పుట్టుక ప్రాంతీయ నేపథ్యమైనా, జాతీయ స్థాయిలో కీలక భూమిక పోషించే పార్టీ తెలుగుదేశం...జాతీయ అంతర్జాతీయ సమస్యలపై ఎప్పటికప్పుడు స్పందించే సైద్ధాంతిక నేపథ్యమున్న పార్టీ. ప్రాంతీయంగా స్థానిక ప్రజలు ఎదుర్కొనే సమస్యలపై రాజీలేని పోరాటం చేస్తుంది. రైతు సమస్యలు, నీటిపారుదల, యువత ఉపాధి, మహిళా సాధికారత, పేదల ఇక్కట్ల పరిష్కారానికి పోరాడుతుంది. జాతీయ స్థాయిలో దేశాభ్యున్నతే లక్ష్యంగా పనిచేస్తుంది. సహచర పార్టీలకు మార్గదర్శకం చేస్తుంది.

ప్రతి ఏటా పార్టీ మహానాడులో రాజకీయ తీర్మానంలో సమకాలీన జాతీయ అంతర్జాతీయ అంశాలపై దృఢమైన అభిప్రాయాలను తెలియజేస్తుంది, తీర్మానం ఆమోదిస్తుంది, ఆయా అంశాలపై నాయకులు-కార్యకర్తలకు దిశానిర్దేశం చేస్తుంది . అది మండల్ కమిషన్ నివేదిక అయినా, స్వామినాథన్ కమిటీ రిపోర్ట్ అయినా, చైనా- భారత్ అంతర్జాతీయ సంబంధాలైనా...

దేశ సార్వభౌమాధికార పరిరక్షణ, రాష్ట్ర ప్రయోజనాల రక్షణలో ఏమాత్రం రాజీపడని పార్టీ..అందుకే తెలుగుదేశం పార్టీ జాతీయ భావాలున్న ప్రాంతీయ పార్టీ..

నేషనల్ ఫ్రంట్ ఏర్పాటులో ఎన్టీఆర్ దే కీలక భూమిక:

1984 లోక్ సభ ఎన్నికల్లో తెలుగుదేశం పార్టీ ఘన విజయం జాతీయ రాజకీయాల

చరిత్రనే మార్చేశాయి. 42లోక్ సభ స్థానాల్లో టిడిపి మిత్రపక్షాలు కలిసి 35సీట్లలో గెలుపొందడం ఒక చరిత్ర. కాంగ్రెస్ పార్టీ రాష్ట్రంలో కేవలం 6ఎంపి సీట్లకే పరిమితం చేసింది. ఇందిరాగాంధీ హత్య సానుభూతిని అధిగమించి టిడిపి ఘన విజయం సాధించడం తెలుగు ప్రజల్లో ఎన్టీఆర్ పట్ల అభిమానానికి ఉన్న నిదర్శనం. 30ఎంపి సీట్లతో తెలుగుదేశం లోక్ సభలో ప్రధాన ప్రతిపక్ష గ్రూప్ గా ఆవిర్భవించింది. ఆదిలాబాద్ ఎంపి సి మాధవరెడ్డి లోక్ సభలో అతిపెద్ద అపోజిషన్ గ్రూప్ నాయకుడిగా గుర్తింపు పొందారు. **"ఒక ప్రాంతీయపార్టీ లోక్‌సభలో ప్రధాన ప్రతిపక్షం కావడం మరో చరిత్ర".**

అప్పటి రాజీవ్ గాంధీ ప్రభుత్వం బోఫోర్స్ కుంభకోణంతో అప్రదిష్టపాలైంది. విశ్వనాథ్ ప్రతాప్ సింగ్, ఆరిఫ్ మహ్మద్ ఖాన్ తదితరులు కాంగ్రెస్ పార్టీకి రాజీనామా చేసి బైటకొచ్చి అవినీతి వ్యతిరేక పోరాటం ఆరంభించారు. గతంలో జనతా పార్టీలో పనిచేసిన పార్టీలన్నీ ఇప్పుడు జనతాదళ్ గా ఏర్పడ్డాయి. జనతాదళ్ కేంద్రంగా నేషనల్ ఫ్రంట్ ఆవిర్భావానికి ప్రధాన భూమిక ఎన్టీఆర్ దే.. 1988నవంబర్ లో కాంగ్రెసేతర పార్టీలను ఏకతాటిపైకి తెచ్చి ఎన్టీఆర్ ఛైర్మన్ గా, విపి సింగ్ కన్వీనర్ గా నేషనల్ ఫ్రంట్ ఏర్పాటు చేశారు.

వివిధ రాష్ట్రాలలో కాంగ్రెసేతర పార్టీలకు మద్దతుగా ఎన్టీఆర్ ప్రచారం:

జమ్ము-కాశ్మీర్ లో నేషనల్ ఫ్రంట్ కు, పశ్చిమ బెంగాల్ లో సిపిఎంకు, హర్యానాలో లోక్ దళ్ కు, అస్సాంలో ఏజిపికి అనుకూలంగా ఎన్టీఆర్ నిర్వహించిన ప్రచారం జాతీయ స్థాయిలో కాంగ్రెసేతర పార్టీల ఐక్యతకు నాంది పలికింది. ఫరూక్ అబ్దుల్లా(నేషనల్ ఫ్రంట్), జ్యోతిబసు(పశ్చిమ బెంగాల్), దేవీలాల్(హర్యానా), ప్రఫుల్ల కుమార్ మహంతా(అస్సాం) తదితరులంతా ఎన్టీఆర్ వెన్నంటి నిలిచారు. కలకత్తా, మద్రాసు, శ్రీనగర్, ఢిల్లీలలో నిర్వహించిన కాన్ క్లేవ్ లు కాంగ్రెసేతర పార్టీలన్నీ ఏకతాటిపైకి రావడానికి దోహదం చేశాయి. విపి సింగ్, దేవీలాల్ సారథ్యంలో ఢిల్లీలో బోట్స్ క్లబ్ వద్ద నిర్వహించిన కాన్ క్లేవ్ నేషనల్ ఫ్రంట్ ఆవిర్భావానికి కర్టెన్ రైజర్..

రాజీవ్ గాంధీ హయాంలో బోఫోర్స్ వంటి అవినీతి కుంభకోణాలతో కాంగ్రెస్ పార్టీ అప్రదిష్టపాలైంది. బోఫోర్స్ కు వ్యతిరేకంగా తెలుగుదేశం పార్టీ సహా 105 మంది ఎంపిలు మూకుమ్మడి రాజీనామాలు చేశారు. 1989లోక్ సభ ఎన్నికల్లో దేశవ్యాప్తంగా 192సీట్లకే పరిమితమైంది. విపి సింగ్ నేతృత్వంలోని జనతాదళ్ ఆధ్వర్యంలో నేషనల్ ఫ్రంట్ ప్రభుత్వానికి

బిజెపి, వామపక్షాలు బైటనుంచి మద్దతిచ్చాయి. విపి సింగ్ ప్రధాని అయ్యారు, దేవీలాల్ ను ఉప ప్రధానిని చేశారు. ఆ ఎన్నికల్లో టిడిపి 2సీట్లకే పరిమితం కావడంతో అప్పటి జాతీయ రాజకీయాల్లో ఎన్టీఆర్ కీలక పదవి పొందేందుకు ఆటంకమైంది. ఒకవేళ అప్పటి ఎన్నికల్లో టిడిపి అత్యధిక సీట్లు సాధించివుంటే ఎన్టీఆర్ దేశ ప్రధానిగానో, ఉప ప్రధానిగానో అయ్యేవారనేది నిర్వివాదాంశం.

1994ఎన్నికల్లో తెలుగుదేశం ఘన విజయం

తెలుగుదేశం పార్టీ సాధించిన విజయాల్లో కెల్లా ఘనమైనది 1994అసెంబ్లీ ఎన్నికల్లో గెలుపు. 294 అసెంబ్లీ స్థానాలలో 254సీట్లకు పోటీచేసిన టిడిపి 216 సీట్లలో ఘన విజయం సాధించింది. కాంగ్రెస్ పార్టీ కేవలం 26సీట్లకే పరిమితమై ప్రతిపక్ష పార్టీ హెూదాను కూడా కోల్పోయింది. టిడిపి పొత్తుతో పోటీచేసిన సిపిఐకి 19స్థానాలు, సిపిఎంకు 15స్థానాలు వచ్చాయి, బిజెపి 3స్థానాలు, ఎంబిటి 2, ఎంఐఎం 1సీటులో గెలుపొందాయి. మూడోసారి ముఖ్యమంత్రిగా ఎన్టీ రామారావు ప్రమాణ స్వీకారం చేశారు. తుని నుంచి వరుసగా ఐదోసారి ఎన్నికైన యనమలను శాసన సభాపతిగా ఏకగ్రీవంగా ఎన్నుకున్నారు. టెక్కలి, హిందూపూర్ రెండు స్థానాల నుంచి ఎన్టీఆర్ గెలుపొందారు. తెలుగుదేశం పార్టీకి 44.14% ఓట్లు రాగా, కాంగ్రెస్‌కు 33.85%ఓట్లు మాత్రమే వచ్చాయి, రెండింటి మధ్య ఓట్లశాతం తేడా 10.29% ఉండటం విశేషం. కమ్యూనిస్టులతో కలిపి టిడిపికి 50.49%ఓట్లు రావడం గమనార్హం. 10% ఓట్ల తేడా ఇప్పుడేదో కొత్తగా వైసిపికి వచ్చింది కాదు, గతంలోనే టిడిపి రెండుమూడు సార్లు సాధించిందే..

యునైటెడ్ ఫ్రంట్ ఏర్పాటులో చంద్రబాబే కీలకం:

1996 సాధారణ ఎన్నికల్లో ఏ పార్టీకి సాధారణ మెజారిటీ రాలేదు. 161సీట్లతో లార్జెస్ట్ పార్టీగా వచ్చిన బిజెపిని ప్రభుత్వం ఏర్పాటు చేయమని తొలుత ఆహ్వానించారు. అటల్ బిహారీ వాజ్ పేయి ప్రధానమంత్రిగా ఏర్పాటైన భాజపా ప్రభుత్వం సభలో మెజారిటీ నిరూపించుకోలేక 13రోజులకే పతనమైంది. 140సీట్లు ఉన్న కాంగ్రెస్ పార్టీ, సిపిఎం బైటనుంచి మద్దతివ్వడంతో జనతాదళ్ నేతృత్వంలోని 13రాజకీయ పార్టీలతో 'యునైటెడ్ ఫ్రంట్' ప్రభుత్వ ఏర్పాటులో తెలుగుదేశం పార్టీ అధ్యక్షుడు నారా చంద్రబాబు నాయుడు కీలక భూమిక పోషించారు. సమాజ్ వాదీ పార్టీ, డిఎంకె, అస్సాం గణపరిషత్, తమిళ మానిల కాంగ్రెస్,

సిపిఐ, టిడిపి తదితర పార్టీలన్నీ యునైటెడ్ ఫ్రంట్ గా ఏర్పాటయ్యాయి, దీనికి ఛైర్ పర్సన్ గా చంద్రబాబు వ్యవహరించారు.

ప్రధానిగా చంద్రబాబువైపు అన్ని పార్టీలు ఒత్తిడి చేసినా రాష్ట్ర రాజకీయాలకే మొగ్గుచూపిన చంద్రబాబు ఈ ప్రతిపాదనను మృదువుగా తిరస్కరించారు.

ప్రధాని పదవి స్వీకరించడానికి విపి సింగ్, జ్యోతిబసు కూడా నిరాకరించడంతో కర్ణాటక ముఖ్యమంత్రి హెచ్ డి దేవెగౌడను ప్రధానిగా చేశారు. 1జూన్ 1996నుంచి 21ఏప్రిల్ 1997వరకు దేవెగౌడ ప్రధానిగా చేశారు. తర్వాత దేవెగౌడతో విబేధాలతో కాంగ్రెస్ ఒత్తిళ్ల మేరకు ఐ కె గుజ్రాల్ ను ప్రధానిగా చేశారు. 21ఏప్రిల్ 1997నుంచి 19మార్చి 1998వరకు గుజ్రాల్ ప్రధానిగా వ్యవహరించారు. ఆ తర్వాత గుజ్రాల్ ప్రభుత్వం పడిపోవడంతో మళ్లీ తాజా ఎన్నికలకు వెళ్లడం జరిగింది. హెడ్ దేవెగౌడ, ఐకె గుజ్రాల్ లను ప్రధానులుగా చేయడంలో క్రియాశీల భూమిక చంద్రబాబుదే.

చంద్రబాబుతో సాన్నిహిత్యం యనమల రాజకీయాల్లో మరో మైలురాయి:

జిల్లాలో గ్రూపు రాజకీయాలు శ్రుతిమించి టిక్కెట్టు నిరాకరించే సమయంలో, చంద్రబాబు సాన్నిహిత్యం తోనే మళ్లీ తునినుంచి టిక్కెట్టు దక్కించుకోవడం యనమల రాజకీయ జీవితంలో ఇంకో మైలురాయి.

1989-94మధ్య అసెంబ్లీలో తనను అవమానించారన్న ఆగ్రహంతో ఎన్టీఆర్ అసెంబ్లీకి రాకపోయినా చంద్రబాబు నాయకత్వంలో ప్రతిపక్షంలో క్రియాశీలంగా వ్యవహరించారు. అప్పటి ప్రభుత్వ ప్రజా వ్యతిరేక నిర్ణయాలపై ధ్వజమెత్తారు, అవినీతి కుంభకోణాలను బట్టబయలు చేశారు. సంస్థాగతంగా అటు పార్టీలో, వ్యవస్థాగతంగా ఇటు అసెంబ్లీలో 3గురు ప్రధాన కార్యదర్శులు చంద్రబాబు, మాధవ రెడ్డి, యనమల రామకృష్ణుడు పోషించిన భూమిక ప్రశంసనీయం.

ఎన్టీఆర్ ద్వితీయ వివాహం దరిమిలా 1992-93లో పార్టీలో లక్ష్మీపార్వతి ప్రమేయం వివాదాస్పదమైన నేపథ్యంలో 1994లో ఎన్టీఆర్ కేబినెట్ ఏర్పాటులో కారణాలేవైనా మంత్రి పదవి యనమల రామకృష్ణుడుకు దక్కలేదు. అయితే శాసన సభ స్పీకర్ గా యనమల రామకృష్ణుడు ఎంపిక కావడం ఆయన రాజకీయ జీవితంలో మరో మైలురాయి.

ఉమ్మడి ఆంధ్రప్రదేశ్ శాసన సభ స్పీకర్ గా(1995-99) చెరగని ముద్ర..

పదవ శాసన సభ స్పీకర్ గా యనమల రామకృష్ణుడు బాధ్యతల నిర్వహణ ఉ మ్మడి ఆంధ్రప్రదేశ్ రాష్ట్ర చరిత్రలో సరికొత్త అధ్యాయం. అయ్యదేవర కాళేశ్వర రావు, బి వి సుబ్బారెడ్డి, పిడతల రంగారెడ్డి తదితరుల బాటలో 14వ స్పీకర్ గా యనమల ఎన్నిక కావడం కాకతాళీయమే.. మిత్రపక్షాలు, తెలుగుదేశం కలిసి 253 స్థానాలు గెలుపొందిన సభగా పదో శాసన సభ ప్రత్యేకత సంతరించుకున్న నేపథ్యంలో ప్రతిపక్ష హోదా కూడా పొందలేని స్థితికి కాంగ్రెస్ 26సీట్లకే పరిమితం కావడం గమనార్హం.

12జనవరి 1995న జరిగిన శాసన సభాపతి ఎన్నికలో యనమల రామకృష్ణుడు పేరును ముందుగా ముఖ్యమంత్రి ఎన్టీ రామారావు ప్రతిపాదించగా, తరువాత అప్పటి మంత్రులు చంద్రబాబు నాయుడు, అశోక్ గజపతి రాజు, పి ఇంద్రారెడ్డి, కాంగ్రెస్ పార్టీ ఎమ్మెల్యే డిఎల్ రవీంద్రారెడ్డి, ఆర్ దామోదర్ రెడ్డి, సిపిఐకి చెందిన పువ్వాడ నాగేశ్వర రావు, సిపిఎం బి వెంకటేశ్వర రావు, బిజెపి విద్యాసాగర్ రావు, మహమ్మద్ అమానుల్లా ప్రతిపాదించగా ఏకగ్రీవంగా ఎన్నికయ్యారు.

"సభా గౌరవాన్ని కాపాడాలని, ప్రజాస్వామ్యానికి వన్నె తేవాలని, ఒకరిని ఒకరు ద్వేషించుకోవడం గాని, ఈర్ష్యతో గాని, వేరే విధానంతో కించపర్చుకునేటట్లు జరగకూడదన్న" అప్పటి ముఖ్యమంత్రి ఎన్టీఆర్ ప్రసంగంలో ఆకాంక్షను నిలబెట్టడమే ధ్యేయంగా యనమల పని చేశారు.

చెన్నమనేని విద్యాసాగర్ రావు మాట్లాడుతూ, " అప్పటి సభలో ప్రతిపక్షం లేదు, ప్రతిపక్ష పార్టీలు కొన్ని గ్రూపులు మాత్రమే మిగిలాయంటూ, ఎంత చిన్న గ్రూపు అయినా, చిన్నచిన్న గ్రూపులైనా ప్రజల తీర్పు అది ఏవిధంగా ఉన్నా ప్రజాస్వామ్య మౌలిక విలువలను కాపాడుతూ సభాపతి ప్రజల్లో మరింత నమ్మకాన్ని పెంపొందిస్తారన్న" ఆకాంక్ష వ్యక్తం చేశారు.

ఆ మాటలే ప్రామాణికంగా 10వ శాసన సభ ఆద్యంతం యనమల తన విధులను నిష్పక్షపాతంగా నిర్వహించి అన్ని పార్టీల అభిమానం చూరగొనడం విశేషం. స్పీకర్ గా పార్టీ రాజకీయాలకు దూరంగా ఉంటూనే నియోజకవర్గ అభివృద్ధికి యనమల విశేష కృషి చేశారు.

1995ఆగస్ట్ 24-సెప్టెంబర్ 1 మధ్య పరిణామాలు-అసలు వాస్తవాలు

24ఆగస్టు 1995న వైస్రాయ్ హెూటల్ లో 144మంది ఎమ్మెల్యేలు సమావేశం అయ్యారు. రాజ్యాంగేతర శక్తిగా లక్ష్మీపార్వతి మారడం, పార్టీలో, ప్రభుత్వంలో ఆమె అనుచిత జోక్యాన్ని నిరసిస్తూ, ఎన్టీఆర్ నాయకత్వంపై వారందరిలో తీవ్ర అసంతృప్తి నెలకొంది.

24ఆగస్టు నుంచి 31 మధ్యాహ్నం వరకు మీడియా ప్రతినిధులు కూడా వైస్రాయ్‌లోనే ఉన్నారు. సీనియర్ పోలీసు అధికారులు వైస్రాయ్ సందర్శించి ఎమ్మెల్యేల వివరాలను ఎప్పటికప్పుడు విచారించడం, సిఎంవోకు, గవర్నర్ కార్యాలయానికి సమాచారం పంపే పనిలో నిమగ్నమైనారు.

మాజీ ప్రధాని విపి సింగ్, కర్ణాటక సిఎం ఎస్ ఆర్ బొమ్మై సహా జాతీయ పార్టీల ఇతర నాయకులు వైస్రాయ్ హెూటల్ సందర్శించి చంద్రబాబుకు సంఘీభావం తెలపడం విశేషం.

ఈ పరిణామాలతో తీవ్ర ఆగ్రహం చెందిన ఎన్టీఆర్ 25.8.1995న చంద్రబాబు మరో నలుగురిని(అశోక్ గజపతిరాజు, దేవేందర్ గౌడ్, మాధవ రెడ్డి, కోటగిరి విద్యాధర రావు) పార్టీనుంచి సస్పెండ్ చేశారు, 8మంది ఎమ్మెల్యేలను కూడా సస్పెండ్ చేయడం జరిగింది.

తన కేబినెట్ నుంచి పైన పేర్కొన్న 5గురు మంత్రులను బర్తరఫ్ చేయాలని గవర్నర్ ను ఎన్టీఆర్ కోరారు. దీనిపై సాధారణ పరిపాలన శాఖ(రాజకీయ వ్యవహారాలు) ద్వారా జీవో ఎంఎస్ నెం 360/ 25.8.1995న విడుదల చేశారు.

3రోజుల్లో బలం నిరూపించుకోవాలని ఎన్టీఆర్ ను 27.8.1995న గవర్నర్ తొలుత ఆదేశించారు. సెప్టెంబర్ 15 తర్వాత సభను సమావేశపర్చాలని ఎన్టీఆర్ లేఖ పంపగా, గడువు పొడిగించి 31.8.1995న విశ్వాసం పొందాలని గవర్నర్ నిర్ణయించారు. దీనితో ఎన్టీఆర్ హుటాహుటిన కేబినెట్ సమావేశం జరిపి అసెంబ్లీ రద్దుకు తీర్మానం చేశారు. ఆ తీర్మాన ప్రతిని గవర్నర్ కు పంపారు. అసెంబ్లీ రద్దు చేయవద్దని కోరుతూ 140మంది శాసనసభ్యులు 24.8.1995 ఉ 9.30గం కు గవర్నర్ కు లేఖ ఇచ్చారు. నారా చంద్రబాబు నాయుడును తమ నాయకుడిగా ఎన్నుకున్నట్లు తెలిపారు. ఆ లేఖను లెజిస్లేచర్ సెక్రటేరియట్ ప్రత్యేక ప్రధాన కార్యదర్శి వెంకటేశ్ కు పంపి స్పీకర్ యనమల సమక్షంలో సదరు ఎమ్మెల్యేల సంతకాలను నిర్ధారించమని గవర్నర్ కోరారు.

అసెంబ్లీ ఏర్పడి 9నెలలు కాకుండానే రద్దుకు, ఎన్టీఆర్ సిఫార్సును వ్యతిరేకించిన విపక్షాలు:

అసెంబ్లీ రద్దుకు విముఖత వ్యక్తం చేస్తూ సిపిఐ ఫ్లోర్ లీడర్ పువ్వాడ నాగేశ్వర రావు 25.8.1995న గవర్నర్ కు లేఖ ఇచ్చారు. అదే సారాంశంతో సిపిఎం నేత కొరటాల సత్యనారాయణ ఇంకో లేఖను గవర్నర్ కు ఇచ్చారు. తెలుగుదేశం పార్టీలో అంతర్గత పోరు నెలకొందని, అసెంబ్లీ రద్దుకు ఎన్టీఆర్ సిఫారసు అభ్యంతరకరం, అప్రజాస్వామికం, ప్రజావ్యతిరేక చర్యగా పేర్కొన్నారు. తెలుగుదేశంలో సంక్షోభానికి రాష్ట్రం, ప్రజలు మూల్యం చెల్లించరాదని కోరారు. 25.8.1995న తమ ఆఫీస్ బేరర్స్ మీటింగ్ లో అసెంబ్లీ రద్దు చేయరాదని తీర్మానించినట్లుగా బిజెపి ప్రెసిడెంట్ వి రామారావు లేఖను ఫ్లోర్ లీడర్ సిహెచ్ విద్యాసాగర్ రావు, ఎమ్మెల్యే బద్దం బాల్ రెడ్డి గవర్నర్ ను సాయంత్రం 7.30గంకు కలిసి తమ నిర్ణయాన్ని తెలియజేస్తారని లేఖ రాశారు.

1994 డిసెంబర్ లో ఎన్నికై, 9నెలలు కాకుండానే పదో శాసనసభను రద్దుచేసి రాష్ట్రాన్ని, ప్రజలను ఇబ్బంది పెట్టడం సరైందికాదని గవర్నర్ భావించారు.

సర్కారియా కమిషన్ సిఫారసులు, బొమ్మై కేసులో సుప్రీంకోర్టు తీర్పు అనుసరించి, సిపిఐ, సిపిఎం, బిజెపి మూడు పార్టీలతోపాటు, టిడిపి 140మంది ఎమ్మెల్యేల సంతకాలతో కూడిన లేఖలను బట్టి అసెంబ్లీని కొనసాగించాలని తన విచక్షణాధికారంతో గవర్నర్ నిర్ణయించారు. సభ విశ్వాసం పొందిన వ్యక్తి నేతృత్వంలో ప్రభుత్వాన్ని కొనసాగించాలని నిశ్చయించారు.

రాష్ట్ర ప్రయోజనాలు, రాజ్యాంగ లక్ష్యాలు, నిబంధనలు రాష్ట్రంలో పరిస్థితులు దృష్టిలో ఉంచుకుని గవర్నర్ తీసుకున్న నిర్ణయం సరైనదేనని తదనంతర పరిణామాలే తేల్చాయి.

ఈ పరిణామాల్లో స్పీకర్ యనమల పాత్రపై దుష్ప్రచారం:

25.8.1995న స్పెషల్ ఛార్టర్ ఫ్లైట్ లో తునినుంచి హైదరాబాద్ కు స్పీకర్ యనమల హుటాహుటిన వచ్చారనడం సత్యదూరం.

28.8.1995న చంద్రబాబు టిడిఎల్ పి నాయకుడిగా ఎన్నికయ్యారని స్పీకర్ బులెటిన్ ఇచ్చారని, తనకు కనీసం నోటీసు ఇవ్వలేదని, 24.8.1995న వైస్రాయ్ హోటల్ లో టిడిఎల్ పి మీటింగ్ జరగలేదని, జరిగినా అది అధికారిక సమావేశం కాదని అఫిడవిట్ లో ఎన్టీఆర్ పేర్కొన్న అంశాలేవీ కోర్టులో నిలబడలేదు. 29.8.1995న బీఏసి సమావేశానికి తన అనుమతి తీసుకోలేదని, తనను దానికి ఆహ్వానించలేదని, చంద్రబాబు ఇతర ప్రతిపక్ష నేతలను దానికి పిలిచారన్న ఎన్టీఆర్ ఆరోపణలు పసలేనివని నిర్ధారణైంది.

తన సహచరుల సలహాతో 31.8.1985 ఉదయాన్నే సిఎంగా రాజీనామా లేఖ తయారు చేశానని, ఆ వెంటనే 9.00గం కు తన ఆఫీసులో స్పృహ లేకుండా పడిపోయానని, సాయంత్రం 6.00 గంకు స్పృహలోకి వచ్చేసరికి మెడిసిటి ఆస్పత్రిలో ఉన్నట్లు, స్పృహలో లేని ఆ సమయంలో నా రాజీనామా లేఖ గవర్నర్ కృష్ణకాంత్‌కు ఎలా ఇచ్చానో తెలియదని ఎన్టీఆర్ పేర్కొనడాన్ని కోర్టు పరిగణలోకి తీసుకోలేదు.

సీఎంగా రాజీనామా లేఖను స్వయంగా తన చేతులతో ఎన్టీఆర్ అందించారు...

ఎన్టీఆర్ సెక్రటరీ జయప్రకాశ్ నారాయణ 31.8.1995న గవర్నర్ పిఎస్ ఏ ఎన్ తివారికి, ఏడిసి ఆర్ కె సింగ్ కు ఫోన్ చేశారు.. ఉదయం 11.00గం కు గవర్నర్ తో ఎన్టీఆర్ కు మీటింగ్ ఏర్పాటు చేయాలని, రాజీనామా లేఖను ఎన్టీఆర్ సమర్పిస్తారని ఆయన తెలిపారు. ప్రభుత్వ ప్రధాన కార్యదర్శి రాజాజీ ఉదయం 11.00గం కు ఫోన్ చేసి ఎన్టీఆర్ అనారోగ్యం పాలయ్యారని, మెడిసిటి హాస్పటల్ లో చేరారని గవర్నర్ కు వివరించారు. ఎన్టీఆర్ ను పరామర్శించడానికి గవర్నర్ మధ్యాహ్నం 1.00గంకు మెడిసిటికి రావచ్చని హాస్పటల్ సెక్రటరీ జనరల్ డా పిఎస్ రెడ్డి, గవర్నర్ పిఎస్ కు సమాచారం ఇచ్చారు. గవర్నర్ ను మెడిసిటీకి తోడ్కొని వెళ్లేందుకు మధ్యాహ్నం 1.00గం కు ఛీఫ్ సెక్రటరీ రాజాజీ, సిఎం సెక్రటరీ జయప్రకాశ్ నారాయణ రాజ్ భవన్ కు వచ్చారు. తాను రాజ్ భవన్ కు రాలేని స్థితిలో

ఉన్నందువల్ల హాస్పటల్ కు వచ్చి రాజీనామా లేఖ తీసుకోవాలని సిఎం కోరినట్లుగా వారు గవర్నర్ కు తెలిపారు. 1.20గం కు ఛీఫ్ సెక్రటరీతో కలిసి గవర్నర్ మెడిసిటి హాస్పటల్ కు వెళ్లారు. పుష్పగుచ్ఛం ఎన్టీఆర్ కు అందించి పరామర్శించారు. ఎన్టీఆర్ ముకుళిత హస్తాలతో నమస్కరించి తన సెక్రటరీ జయప్రకాశ్ నారాయణ ఇచ్చిన లేఖను గవర్నర్ కు తన చేతులతో స్వయంగా ఎన్టీఆర్ అందజేశారు. రాజ్ భవన్ కు తిరిగివచ్చాక ఆ కవర్ తెరిచి రాజీనామా లేఖను చదివిన గవర్నర్ లాంఛనంగా దానిని ఆమోదించారు. ప్రత్యామ్నాయ ప్రభుత్వం ఏర్పడేవరకు ముఖ్యమంత్రిగా కొనసాగాలని కోరుతూ ఎన్టీఆర్ కు లేఖను పంపారు. దానిని ఎన్టీఆర్ సెక్రటరీ జయప్రకాశ్ నారాయణ్ ధ్రువీకరించారు కూడా..ఎన్టీఆర్ రాజీనామా లేఖను, దానిని ఆమోదిస్తూ గవర్నర్ రాసిన లేఖను లెజిస్లేచర్ సెక్రటేరియట్ కు మధ్యాహ్నం 2.30గం కు పంపారు(ఆ రోజు సాయంత్రం 4.00గంకు అసెంబ్లీ సమావేశం నేపథ్యంలో..).

ఎన్టీఆర్ రాజీనామాకు, రాజీనామా లేఖపై ఆయన సంతకానికి, స్వయంగా ఆయన చేతులతో గవర్నర్ కు అందజేసినప్పుడు ప్రత్యక్ష సాక్షి ఆయన సెక్రటరీ జయప్రకాశ్ నారాయణే.. అదే అంశాన్ని ఆయన అఫిడవిట్ లో ధ్రువీకరించారు కూడా..

టిడిఎల్పి నాయకుడిగా చంద్రబాబు ఎన్నిక...

31.8.1995న 188మంది శాసన సభ్యుల సంతకాలతో కూడిన లేఖను అశోక్ గజపతి రాజు, దేవేందర్ గౌడ్, కోటగిరి విద్యాధర రావులు గవర్నర్ కు అందజేశారు. తెలుగుదేశం శాసనసభా పక్ష(టిడిఎల్పీ)నాయకుడిగా ఎన్నికైన చంద్రబాబు నాయుడును ముఖ్యమంత్రిగా ప్రమాణ స్వీకారానికి ఆహ్వానించాలని కోరారు.

1.9.1995న సాయంత్రం 6గం కు ముఖ్యమంత్రిగా ప్రమాణ స్వీకారానికి చంద్రబాబును గవర్నర్ ఆహ్వానించారు. 8మంది మంత్రులు, ఇద్దరు సహాయ మంత్రులతో కూడిన చంద్రబాబు ప్రభుత్వం ఏర్పాటైంది.

7.9.1995న మధ్యాహ్నం 12గం కు ఆంధ్రప్రదేశ్ శాసన సభ చంద్రబాబు నాయకత్వం పట్ల విశ్వాసం ప్రకటించింది.

స్పీకర్గా యనమల రామకృష్ణుడు రాజ్యాంగ విధులనే పోషించారని, గవర్నర్ అభ్యర్ధన మేరకే ఎమ్మెల్యేల సంతకాల ధ్రువీకరణ చేశారని అఫిడవిట్ లో పేర్కొనడం గమనార్హం.

పార్టీలో, ప్రభుత్వంలో లక్ష్మీపార్వతి జోక్యం పెరిగిపోవడంపై తీవ్ర అసంతృప్తి నెలకొన్న పరిస్థితుల్లో ఆమె బారినుంచి పార్టీని కాపాడుకోవాలన్న ఆరాటం ఎమ్మెల్యేలలో, స్థానిక నాయకుల్లో, కార్యకర్తల్లో నెలకొంది కాబట్టే మెజారిటీ ఎమ్మెల్యేలు చంద్రబాబు వైపు మొగ్గు చూపారు. అసెంబ్లీ రద్దుకు తీర్మానం నేపథ్యంలో మరింతమంది ఎన్టీఆర్ కు దూరం అయ్యారు.

ముఖ్యమంత్రి పదవి చేపట్టాలని చంద్రబాబుకు ఏ కోశానా లేదు. గత్యంతరం లేని పరిస్థితిలోనే అందరి ఒత్తిడిమేరకే నాయకత్వ బాధ్యత చేపట్టాల్సిన పరిస్థితి వచ్చింది. తదనంతర పరిణామాలను బట్టి అప్పటికదే సరైన నిర్ణయమనేది ప్రజాతీర్పే వెల్లడించింది..

శాసన సభలో ఎన్టీఆర్‌ను మాట్లాడనివ్వలేదనే ఆరోపణ నూటికి నూరుపాళ్లు సత్యదూరం

1995ఆగస్ట్ లో తెలుగుదేశం పార్టీలో నెలకొన్న పరిణామాలు, నాయకత్వ మార్పిడి సందర్భంగా ఎన్టీ రామారావు అసెంబ్లీలో మాట్లాడనివ్వడానికి అప్పటి స్పీకర్ యనమల అనుమతి ఇవ్వలేదనే ఆరోపణల్లో ఇసుమంతైనా నిజం లేదు. మాట్లాడమని 10-15సార్లు కోరినా, తానేది మాట్లాడాలనుకుంటే అది మాట్లాడవచ్చుని అనుమతి ఇచ్చినా ఎన్టీఆర్ మాట్లాడలేదని అసెంబ్లీ రికార్డులలో నమోదై ఉన్న అక్షర సత్యం. ఎన్టీఆర్ ను మాట్లాడనీకుండా యనమల అడ్డుకున్నారనేది సత్యదూరంగా ఈ కింది అసెంబ్లీ రికార్డులే సాక్ష్యం.

ఆ రోజు(06 సెప్టెంబర్ 1995)న సభ ప్రారంభం కాగానే సభాపతి స్థానంలో ఉన్న యనమల ముందుగా గవర్నర్ గారికి ఎన్టీఆర్ పంపిన రాజీనామా లేఖను, దానిని ఆమోదిస్తూ గవర్నర్ కృష్ణకాంత్ ఎన్టీఆర్ కు రాసిన లేఖను సభ్యులందరికీ చదివి వినిపించారు.

31ఆగస్ట్ 1995న గవర్నర్ గారికి ఎన్టీఆర్ పంపిన రాజీనామా లేఖ

Sri Krishan kanthji,

I hereby tender my resignation to the office of the Chief Minister. I thank you for the kindness and courtesies extended to me and my council of ministers.

With warm personal regards.

దానిని ఆమోదిస్తూ ఎన్టీఆర్ కు కృష్ణకాంత్ పంపిన లేఖ

Dear Sri N.T. Ramarao garu,

When I went to see you in the Medicity Hospital this afternoon, you handed over to me your letter resigning from the Office of the Chief Minister of Andhra Pradesh. I accept the resignation. I request you and other members of the Council of Ministers to continue in office till the new Government takes office.

I thank you and other members of the Concil of Ministers for the courtesies observed and cooperation extended to me.

With regards.

ఈ రెండు లేఖలను సభలో చదివి వినిపించి, "ఎన్టీ రామారావు నాయకత్వంలోని మంత్రిమండలిపై సభా విశ్వాస తీర్మానం" గురించిన అంశంపై స్పీకర్ యనమల మాట్లాడుతూ ఇక విశ్వాస పరీక్ష చేపట్టాల్సిన అవసరం లేనందున సభ ఆమోదంతో అడ్జర్న్ చేస్తున్నట్లు ప్రకటించారు.

మరుసటి రోజైన 07సెప్టెంబర్ 1995న " శ్రీ చంద్రబాబు నాయుడుగారి నాయకత్వంలోని మంత్రిమండలిపై సభ విశ్వాసం ప్రకటించడం గురించి" అంశాన్ని చేపట్టారు.

సభ ప్రారంభం కాగానే శ్రీ ఎన్టీ రామారావు మాట్లాడుతూ తనను పదవినుంచి తొలగించడంపై సభ ద్వారా రాష్ట్ర ప్రజలకు తెలియజేయాలని అనుకుంటున్నట్లు అందుకు అవకాశం ఇవ్వాలని కోరారు. దీనిపై సభాపతి యనమల మాట్లాడుతూ ముందుగా మంత్రిమండలిపై సభ విశ్వాసం తీర్మానాన్ని ముఖ్యమంత్రి ప్రవేశపెట్టిన తర్వాత ఎన్టీ రామారావు మాట్లాడవచ్చని సూచించారు. దీనిపై కొందరు సభ్యుల అంతరాయాల నడుమ ముఖ్యమంత్రి చంద్రబాబు తీర్మానం ప్రవేశ పెట్టారు.

అనంతరం శ్రీ ఎన్టీ రామారావును మాట్లాడాల్సిందిగా సభాపతి యనమల కోరారు. అనేకమార్లు మాట్లాడాలని కోరినప్పటికీ ఎన్టీఆర్ మాట్లాడక పోవడం సభా రికార్డులే ప్రత్యక్ష సాక్ష్యం. ఎన్టీఆర్ మాట్లాడాలని, ఆయనను తప్ప ఇంకెవరినీ అనుమతించేది లేదని కూడా ప్రకటించారు. ఆయన తర్వాత మిగిలిన సభ్యులు కూడా తీర్మానంపై మాట్లాడవచ్చని తెలిపారు. ఎన్టీఆర్ ను మాట్లాడకుండా ఆయన అనుచరులే అడ్డు పడుతున్నారని కూడా అన్నారు.

"Iam requesting Sri N.T.Ramarao to speak" అని నాలుగైదు సార్లు సభాముఖంగా స్పీకర్ యనమల ప్రకటించడం గమనించాల్సిన అంశం. "Iam permitting him to speak..Iam requesting him to speak on the subject..Yes that is why we are respecting him, we have allotted him a seat in the front row since he is the former chief minister. Iam permitting him to speak on the motion. Iam requesting Sri Ramarao garu to speak on the motion. Whatever he wants to speak he can speak" అంటూ ఒకటికి నాలుగైదు సార్లు సభాపతిగా యనమల కోరడం విశేషం.

ఎన్టీ రామారావుతో సహా ఇతర సభ్యులు ఎవరైనా కూడా మాట్లాడవచ్చని కోరారు. "If Sri N T Ramarao wants to speak on the motion he can speak otherwise he can speak after the motion is completed" అని కూడా చెప్పడం జరిగింది. "As per procedure I have to start from this side(Treasure benches), but still I am preferring N T Ramarao to speak first on the motion" అని మరోసారి ప్రకటించారు. "Iam allowing N T Ramarao to speak on the issue or he can speak whatever he wants" అని పదేపదే అనేకమార్లు విజ్ఞప్తి చేశారు.

శ్రీ అశోక్ గజపతి రాజు మాట్లాడుతూ, "Sri N T Ramarao can always speak on the motion. There is no question of denying opportunity to speak. You are kind enough in allowing Sri Ramarao garu to speak first" అని పేర్కొన్నారు.

సిహెచ్ విద్యాసాగర్ రావు మాట్లాడుతూ, "అధ్యక్షా మాజీ ముఖ్యమంత్రి ఎన్టీ రామారావు గారు మాట్లాడాలని లేస్తున్నారు. వారు చెప్పేది వినాలని మేమంతా ఉత్సాహంతో ఉన్నాము. కానీ సోదరులందరూ (ఆయన పక్షాన ఉన్నవారే) ఇలా అడ్డు తగలడం బాగుండ లేదు" అనడాన్ని బట్టి అసలు వాస్తవం వెల్లడి అవుతుంది.

తానింకా టిడిఎల్ పి లీడర్ నేనని, ఈ తీర్మానాన్ని తాను అంగీకరించేది లేదని కాబట్టి అసలు ఏం జరిగిందో చెప్పేందుకు తనకు అవకాశం ఇవ్వాలని మంకుపట్టుతో ఎన్టీఆర్ మాట్లాడారు.

“అజెండాలో ఉన్నటువంటి అంశం విశ్వాస తీర్మానం ప్రతిపాదన, అజెండాకు భిన్నంగా మరోదానికి పోవడానికి వీల్లేదు, సభాపతి రూలింగ్ ఇచ్చిన తరువాత తీర్మానం మువ్ చేయబడింది, అది వెనక్కిపోదు కాబట్టి దానిమీద మాట్లాడుకోవచ్చు ” అని సిపిఎం ఫ్లోర్ లీడర్ బోడేపూడి వెంకటేశ్వర రావు పేర్కొన్నారు.

సభాపతిగా యనమల మాట్లాడుతూ.. “Here, it is a vote of confidence motion moved by the Chief Minister. How can the issue of the president of the party be decided on the floor of the house..?” అని ప్రశ్నించడం జరిగింది. “After voting on confidence motion, I will permit discussion on the resignation of the former Chief Minister” అని స్పష్టంగా ప్రకటించారు.

పి జనార్ధన్ రెడ్డి(కాంగ్రెస్) మాట్లాడుతూ, “ప్రజాస్వామ్యం అన్నది ఇంటర్నల్ గా జరగాలి, పార్టీ సమావేశాలలో ఇంటర్నల్ గా తేల్చుకోవాలి. స్పీకర్ గారిమీద తేల్చుకునేది కాదు. మీ రూలింగ్ కు మేము కట్టుబడి ఉంటాము” అని చెప్పారు.

అసదుద్దీన్ ఒవైసి(ఎంఐఎం) మాట్లాడుతూ, “Whatever the differences they have with the other party or the other group, that should not include the Speaker. The Speaker is an impartial person here” అంటూ పేర్కొనడం జరిగింది.

సభకు పదేపదే అంతరాయం కలిగించి పోడియం చుట్టుముట్టి గలభా సృష్టించిన 28 మంది సభ్యులను సస్పెండ్ చేయడం జరిగింది.

అనంతరం జరిగిన ఓటింగ్ లో 227 మంది సభ్యులు తీర్మానానికి అనుకూలంగా ఓట్ వేశారు, 31 మంది న్యూట్రల్‌గా, వ్యతిరేకంగా నిల్ .

(పదవ శాసన సభ 4వ సమావేశం 2వ రోజు చర్చ పేజి 3-47 మధ్య రికార్డులలో నమోదైన అంశాలివి. అంతే తప్ప ఎన్టీఆర్ ను మాట్లాడనివ్వలేదని, మాట్లాడే అవకాశం కూడా ఇవ్వలేదనే ఆరోపణలు సత్యదూరమనేది దీనినిబట్టే తెలుస్తోంది).

ఈ మొత్తం అంశంపై కేసు కోర్టుకెళ్లింది. ఆ సందర్భంలోనే శాసనసభలో జరిగిన అంశంపై కోర్టు వ్యాఖ్యలు చేయడం సబబు కాదని యనమల రూలింగ్ ఇచ్చారు.

వాజ్‌పేయి ప్రధానిగా, చంద్రబాబు సీయంగా ఏపీ ప్రగతి పరుగులు (1999-2004)

ప్రధాని అటల్ బిహారీ వాజ్ పేయి నేతృత్వంలోని ఎన్డీఏ-1 ప్రభుత్వ హయాంలో ఆంధ్రప్రదేశ్ ప్రగతి పరుగులు తీసింది. దేశంలో ప్రతి అభివృద్ధి కార్యక్రమం ఏపి నుంచే అంకురార్పణ జరిగేదంటే అతిశయోక్తి కాదు. ముఖ్యమంత్రి చంద్రబాబు నాయకత్వంలో పలు కమిటీలను ఏర్పాటు చేశారు. టెలికం రంగంలో సంస్కరణలు, ఇన్సూరెన్స్ రంగం, మైక్రో ఇరిగేషన్, నదుల అనుసంధానం తదితరాలన్నింటిలో ఏపి సిఎం చంద్రబాబు పాత్ర గణనీయం. పనికి ఆహార పథకం కింద రూ 5వేల కోట్లతో పల్లెపల్లెనా సిమెంట్ రోడ్లు, డ్రెయిన్ల నిర్మాణం చేపట్టడం జరిగింది.

వాజ్ పేయి చేతులతోనే సైబర్ టవర్స్, ఐఎస్ బి, క్యాన్సర్ ఆసుపత్రుల ప్రారంభం..

1998 నవంబర్ 22న ప్రధాని అటల్ బిహారీ వాజ్ పేయి హైదరాబాద్ లో సైబర్ టవర్స్ ప్రారంభించారు. హైటెక్ సిటీ అభివృద్ధికి అంకురార్పణ చేశారు. హైదరాబాద్ ఇన్ ఫర్మేషన్ టెక్నాలజీ అండ్ ఇంజనీరింగ్ కన్సల్టెన్సీ(హైటెక్) ఆ తర్వాత సైబరాబాద్ నగరంగా అభివృద్ధి చెందింది. జంటనగరాలుగా పేరొందిన హైదరాబాద్, సికింద్రాబాద్ లకు అనుబంధంగా సైబరాబాద్ కూడా చేరి ట్రైసిటీగా మారింది.

పని ప్రారంభించిన 14నెలల్లోనే సైబర్ టవర్స్ పూర్తిచేయడం అప్పటి ముఖ్యమంత్రి శ్రీ నారా చంద్రబాబు నాయుడు పట్టుదల, దీక్షాదక్షతలకు నిదర్శనం. 67ఎకరాల్లో అభివృద్ధి చేసిన హైటెక్ సిటి ఎన్నో ఐటి కంపెనీలకు కార్యక్షేత్రం అయ్యింది. లక్షలాదిమందికి ఉపాధి

అవకాశాలను కల్పించింది, మరో సిలికాన్ సిటీగా మారింది. తెలంగాణ ఇప్పుడు దేశంలోనే సంపన్న రాష్ట్రం అయ్యిందంటే ఐటీ రంగంలో 9 లక్షల మంది ఉపాధి పొందుతున్నారంటే ఏటా 50 వేల ఉద్యోగాల అదనపు కల్పన సాధ్యమైందంటే దానికి బీజం వేసింది చంద్రబాబే.

పేదలకు నివాసయోగ్యం కల్పించేందుకు ఏర్పాటు చేసిన వాంబే(వాల్మీకి అంబేద్కర్ యోజన) స్కీమ్ ను ఇక్కడే ప్రారంభించారు. అనంతరం ఎల్ బి స్టేడియంలో జరిగిన బహిరంగ సభలో పాల్గొన్నారు.

హైదరాబాద్‌లో **ఇండియన్ స్కూల్ ఆఫ్ బిజినెస్**కు ఆయనే శంకుస్థాపన చేశారు. 260 ఎకరాల్లో దీనిని అభివృద్ధి చేశారు. 2001డిసెంబర్ 2న జాతికి అంకితం చేశారు. 2002లో తొలిబ్యాచ్ 128మంది విద్యార్థుల ఫస్ట్ గ్రాడ్యుయేషన్ ప్రోగ్రామ్ కు రాష్ట్రపతి అబ్దుల్ కలామ్ ముఖ్య అతిథిగా హాజరయ్యారు. గత 21ఏళ్లలో వేలాది మంది బిజినెస్ లీడర్లు ఐఎస్‌బి నుంచే బైటకు వచ్చారు. 20వ వార్షికోత్సవం సందర్భంగా మళ్ళీ చంద్రబాబునే ముఖ్య అతిధిగా ఆయన ప్రతిపక్షంలో ఉన్నప్పటికీ ఆహ్వానించడం, ఐఎస్‌బిలో 20 ఏళ్ల క్రితం నాటికి చిన్న మొక్క వటవృక్షంగా ఎదగడం ఐఎస్‌బి సాధించిన ప్రగతికి నిలువెత్తు నిదర్శనం.

ఐఎస్‌బి హైదరాబాద్ రావడం వెనుక ఆసక్తిదాయకమైన కథనం ఉంది. అప్పటి ముఖ్యమంత్రి చంద్రబాబు నాయుడుకు సెక్రటరీ రణ్ దీప్ సుడాన్ ద్వారా అంతర్జాతీయ స్థాయిలో ఐఎస్ బి ఏర్పాటు చేయాలని పారిశ్రామికవేత్తలు ఆలోచిస్తున్నట్లు తెలిసింది. ఏపిలో ఏర్పాటు చేస్తే మంచిదని ఆయన సూచించగా పారిశ్రామిక వేత్తల బృందాన్ని తేనీటి విందుకు చంద్రబాబు ఆహ్వానించారు. అప్పటికే వారందరికీ రాష్ట్ర ప్రభుత్వం తరఫున లేఖలు పంపారు. దానికి వారు సమాధానం ఇస్తూ హైదరాబాద్ వారి పరిశీలనలో లేదని, చెన్నై, ముంబై, బెంగళూరు పరిశీలిస్తున్నట్లుగా తెలిపారు. అయినా చంద్రబాబు పట్టువిడవకుండా వారిని తేనీటి విందుకు ఆహ్వానించారు. అందుకు వారు అంగీకరించడం జరిగింది. ఐఎస్ బి బృందాన్ని ఆహ్వానించడానికి మంత్రుల బృందాన్ని ఎయిర్ పోర్టుకు పంపారు. అల్పాహారం సందర్భంగా వారికి ప్రజెంటేషన్ కూడా ఇచ్చారు. లాభాపేక్ష లేకుండా నడిపే సంస్థ కాబట్టి ప్రభుత్వపరంగా ఇచ్చే ప్రోత్సాహకాల గురించి వారు అడిగారు.మీరు ఇతర రాష్ట్రాలకు కూడా వెళ్తున్నారు కాబట్టి వారిచ్చే దానికి అదనంగా మరో ప్రోత్సాహకాన్ని ఇస్తామని సిఎం చంద్రబాబు తెలిపారు. వారి మొదటి ప్రాధాన్యంగా భావించిన నగరాలలో ఒక రాష్ట్ర

ముఖ్యమంత్రి కనీసం ఇంటర్వ్యూ ఇవ్వక పోవడం, మరో రాష్ట్రంలో అక్కడి వారికి రిజర్వేషన్లు కోరిన కారణంగా ఐఎస్ బి బృందం హైదరాబాద్ కే మొగ్గు చూపడం జరిగింది. సిఎం చంద్రబాబు చొరవ, పట్టుదల, ప్రేరణ కారణంగానే ఐఎస్ బి హైదరాబాద్ కు వచ్చింది. దాదాపు రూ 600కోట్లతో భవన సముదాయాల అభివృద్ధి జరిగింది కాబట్టే దీనిని "కార్పోరేట్ సెక్టార్ గిఫ్ట్" గా ప్రధాని వాజ్ పేయి పేర్కొన్నారు.

2000జూన్ 22న "బసవతారక ఇండో అమెరికన్ క్యాన్సర్ ఇనిస్టిట్యూట్ రీసెర్చ్ ఇనిస్టిట్యూట్" కు ప్రధాని అటల్ బిహారీ వాజ్ పేయి గారే ప్రారంభోత్సవం చేశారు. కాన్సర్ వ్యాధితో మృతి చెందిన ఎన్టీ రామారావు సతీమణి బసవతారకంగారి పేరుతో దీనిని అభివృద్ధి చేశారు. కాన్సర్ వ్యాధికి అధునాతనమైన వైద్యాన్ని పేదలకు చేరువ చేయాలన్న లక్ష్యంతో దీనిని నెలకొల్పారు. ఈ వ్యాధికి బలైన తన భార్య పడ్డ బాధ ఏ తెలుగింటి ఆడబిడ్డకు, మరే వ్యక్తికి రాకూడదనే సదుద్దేశంతో 1988లో అప్పటి ముఖ్యమంత్రి ఎన్టీఆర్ తన భార్యపేరిట "బసవతారక రామారావు మెమోరియల్ కాన్సర్ ఫౌండేషన్" ను స్థాపించారు. ఇండియన్ అమెరికన్ క్యాన్సర్ ఆర్గనైజేషన్ సహకారంతో దీనిని "బసవతారక ఇండో అమెరికన్ క్యాన్సర్ ఇనిస్టిట్యూట్ రీసెర్చ్ ఇనిస్టిట్యూట్" గా అభివృద్ధి చేశారు. 2000జూన్ 22న దీనికి ప్రధాని వాజ్ పేయి గారే ప్రారంభోత్సవం చేశారు. రెండు దశాబ్దాలలో రెండున్నర లక్షల మందికి వైద్యసేవలు అందించిన అద్భుత మందిరం ఇది. "అన్నగారి మానస పుత్రిక" ఈ ఆసుపత్రి పేద, బలహీనవర్గాలకు సంజీవనిగా మారింది. పొరుగు రాష్ట్రాలకు వెళ్లి లక్షలాది రూపాయలు ఖర్చుపెట్టుకునే దుస్థితిని నివారించింది. దేశంలోనే అత్యుత్తమ క్యాన్సర్ ఆసుపత్రిగా అనేక అవార్డులు దక్కడం విశేషం.. 2020లో 6వ ర్యాంక్ సాధించడం మేనేజింగ్ ట్రస్టీ నందమూరి బాలకృష్ణకు, డైరెక్టర్లకు, దాతలకు, వైద్యులకు, సిబ్బందికి దక్కుతుంది.

బిల్ క్లింటన్ సాక్షిగా "విజన్ 2020" కాన్సెప్ట్ వివరించిన చంద్రబాబు

"ఇండియా అండ్ ద యూఎస్ వరల్డ్ లీడర్స్ ఇన్ సైన్స్ అండ్ టెక్నాలజీ" సెమినార్ హైదరాబాద్ లో 24మార్చి 2000న నిర్వహించారు. అప్పటిదాకా అమెరికా అధ్యక్షులు భారత పర్యటనకు వచ్చినప్పటికీ ఎవరూ సౌత్ ఇండియా సందర్శించలేదు. దక్షిణభారతం సందర్శించిన తొలి అమెరికా అధ్యక్షుడు విలియం జెఫర్సన్ క్లింటన్. సిఐఐ ప్రెసిడెంట్ రాహుల్ బజాజ్, సత్యం కంప్యూటర్స్ అధినేత రామలింగరాజు కూడా ఈ వేదిక పంచుకున్నారు.

క్లింటన్ సాక్షిగా విజన్ 2020ని ముఖ్యమంత్రి చంద్రబాబు నాయుడు వివరించారు. పేదరిక నిర్మూలనకు చేస్తున్న కృషిని తెలియజేశారు. పారిశ్రామికీకరణ, ఐటి అభివృద్ధి ప్రగతిని సోదాహరణంగా తెలిపారు. 23%సాఫ్ట్ వేర్ ఇంజనీర్లు ఆంధ్రప్రదేశ్ వాళ్లే అన్నారు. డ్వాక్రా స్వయం సహాయ బృందాల పొదుపు ఉద్యమం, సాగునీటి సంఘాలు, వన సంరక్షణ సమితులు, జన్మభూమి ద్వారా గ్రామీణాభివృద్ధి, క్లీన్ అండ్ గ్రీన్(పచ్చదనం-పరిశుభ్రత)తో పర్యావరణ ప్రగతి నివేదించారు..

ఐటి అంటే "ఇడియా ట్రాన్స్ ఫర్ టు కామన్ మేన్" అని చంద్రబాబు నిర్వచనం అప్పట్లోనే అందరినీ ఆకట్టుకుంది. 29వేల గ్రామాలకు ఇంటర్ నెట్ యాక్సిస్ కల్పించడం, నాలెడ్జ్ సొసైటీ ద్వారా పేదరిక నిర్మూలన, సుపరిపాలనపై చంద్రబాబు ప్రసంగం హైలెట్ అయ్యింది. సామాన్యుడి పురోగతికే ఐటి అంటూ, వందలాది ఇంజనీరింగ్ కాలేజీల స్థాపన ఐటి విప్లవానికి నాంది పలికిందన్నారు.

స్మార్ట్ పాలన అంటే "సింపుల్ మోరల్ అకౌంటబుల్ రెస్పాన్సిబుల్ టెక్నికల్"గా ఉండటమే అన్నారు. ఇండియా నుంచి యూఎస్ "బ్రెయిన్ ట్రెయిన్", యూఎస్ నుంచి ఇండియా "బ్రెయిన్ గెయిన్" కావాలని చంద్రబాబు ఆకాంక్షించారు. అప్పుడే "డేర్ టు డ్రీమ్-స్ట్రైవ్ టు అచీవ్" ను సూత్రీకరించారు.

శాసన సభ స్పీకర్‌గా యనమల హయాంలోనే పలు కీలక నిర్ణయాలు

ప్రజాస్వామ్యంలో శాసనసభ్యులకు నైతిక విలువలు ఉండాలన్న భావనను చేసి, తొలిసారిగా దానికి నియమ, నిబంధనలను రూపొందించిన ఘనత యనమలదే.. సీనియర్ శాసన సభ్యుడైన గాదె వెంకటరెడ్డి నాయకత్వంలో శాసన సభ్యుల నైతిక ప్రవర్తనపై స్టడీ గ్రూప్ ను యనమల ఏర్పాటు చేశారు. ప్రజా ప్రతినిధుల ప్రవర్తనను సమాజంలో ప్రజలంతా గమనిస్తారనే ఉద్దేశంతో, అందరికీ స్ఫూర్తిదాయకంగా ప్రజా ప్రతినిధులు ఉండాలనే సదుద్దేశంతో "ఎథిక్స్ కమిటీ"ని తెచ్చారు.

శాసన సభ్యుల ఆస్తులు, అప్పుల(అసెట్స్ అండ్ లయబులిటీస్) జాబితా ప్రతి ఏడాది వెల్లడించాలని, వాటిని తెలుసుకునే హక్కు ఓట్లువేసి గెలిపించిన ప్రజలకుండాలని నిర్ణయం తీసుకున్నారు. ప్రతి ఏడాది ప్రజా ప్రతినిధుల ఆస్తుల వృద్ధి ఎలా పెరుగుతుందో తెలుసుకోడానికి ఆస్తుల ప్రకటన నిర్ణయం..అవినీతికి చెక్ పెట్టడం దీని ఉద్దేశం.

యనమల ఆలోచన కార్యరూపం దాల్చి అప్పటి సిఎం చంద్రబాబు, ప్రతిపక్ష నాయకుడు సహా ఇతర ఎమ్మెల్యేల ఆస్తుల జాబితాను పబ్లిక్ డొమైన్ లో ఉంచడం జరిగింది.

మరో ముఖ్యాంశం "శాసనసభా సమావేశాల ప్రత్యక్ష ప్రసారాలు" కూడా యనమల హయాంలోనే ప్రారంభం అయ్యాయి. చట్టసభల్లో ఏం జరుగుతుందో ఎన్నుకున్న ప్రజలు తెలుసుకోవాలనే సదుద్దేశంతో లైవ్ టెలికాస్ట్ ను యనమల ప్రారంభించారు. తొలుత ప్రయోగాత్మకంగా ప్రశ్నోత్తరాల సమయాన్ని లైవ్ టెలికాస్ట్ చేస్తున్నట్లుగా 1996 డిసెంబర్

4న అసెంబ్లీ సమావేశాలలో అధికారికంగా ప్రకటించారు. తమ ప్రతినిధి చట్టసభలో ఎలా ఉన్నాడు, ఏవిధంగా మాట్లాడుతున్నాడో ఓట్లు వేసిన ప్రజలు తెలుసుకోడానికే లైవ్ టెలికాస్ట్ ప్రక్రియ ప్రారంభించారు.

స్పీకర్ గా అత్యధిక రోజులు సభ జరిపిన రికార్డు కూడా యనమలదే. అర్ధరాత్రి 3గం వరకు బడ్జెట్ పై చర్చ జరగడం విశేషం. సభ్యులడిగిన ప్రతి ప్రశ్నకు, లేవనెత్తిన ప్రతి అంశానికీ ప్రభుత్వంతో సమాధానం ఇప్పించడం సభ్యులకు యనమల ఇచ్చిన ప్రాధాన్యతకు నిదర్శనం..

అప్పట్లో కొన్ని అసెంబ్లీలలో చోటుచేసుకున్న ఘర్షణల నేపథ్యంలో, చట్టసభలో చోటు చేసుకునే తీవ్ర నేరాలకు "స్పీకర్ అనుమతితో ఐపిసి వర్తిస్తుందనే" కీలక నిర్ణయం తీసుకుంది కూడా యనమల పీరియడ్ లోనే. అదే అంశాన్ని ఆ తర్వాత సుప్రీంకోర్టు తీర్పుగా వెలువడటం యనమల న్యాయదృష్టిని, పరిజ్ఞానానికి అద్దంపట్టింది.

ఎథిక్స్ కమిటీ ఏర్పాటు దేశంలోనే ప్రప్రథమంగా ఏపిలో...

ఆంధ్రప్రదేశ్ లో ఎథిక్స్ కమిటీని ఏర్పాటు చేస్తున్నట్లుగా 1998 ఏప్రిల్ 18న యనమల రామకృష్ణుడు ప్రకటించారు. సీనియర్ శాసనసభ్యుడు యతి రాజారావు అధ్యక్షతన ఎథిక్స్ కమిటీని 29.4.1998న ఏర్పాటు చేశారు. సిహెచ్ రాజేశ్వర రావు, నర్రా రాఘవ రెడ్డి, గాదె వెంకట రెడ్డి, బషీరుద్దీన్ బాబూఖాన్, డా విజయ రామారావు, జి. అప్పల సూర్యనారాయణలను సభ్యులుగా నియమించారు. శాసనసభ స్పెషల్ సెక్రటరీ సి వెంకటేశం దీనికి కన్వీనర్. కమిటీకి తోడ్పాటుగా అడ్వకేట్ జనరల్ వెంకట రమణయ్య, రిటైర్డ్ జస్టిస్ పాండు రంగారావు, లా సెక్రటరీ సీనియర్ భవానీ ప్రసాద్, జర్నలిస్ట్ పొత్తూరి వెంకటేశ్వర రావులతో ఒక స్టడీ గ్రూప్ ను ఏర్పాటు చేశారు. చీఫ్ విప్ చంద్రశేఖర రెడ్డి, పివి రంగారావులు ప్రత్యేక ఆహ్వానితులుగా ఉండేవారు. ఈ ఎథిక్స్ కమిటీ సభ్యులు ఢిల్లీ వెళ్లి లోక్ సభ స్పీకర్ బాలయోగి, మాజీ స్పీకర్లు బలరామ్ జక్కర్, శివరాజ్ పాటిల్ ను, రాజ్యసభ డిప్యూటీ స్పీకర్ నజ్మాహెప్తుల్లా, లోక్ సభ మాజీ సెక్రటరీ జనరల్ షక్దర్ గారిని, సుభాష్ కశ్యప్ తదితర న్యాయశాస్త్ర పండితులను, సీనియర్ పార్లమెంటేరియన్లను, జర్నలిస్టల సలహాలు, సూచనలు సేకరించారు. విశాఖ, విజయవాడ, వరంగల్, తిరుపతి ప్రాంతాలలో ప్రజలు, వివిధ రంగాల ప్రతినిధుల అభిప్రాయాలు తీసుకున్నారు. సుప్రీంకోర్టు, హైకోర్టు న్యాయమూర్తులు, రిటైర్డ్ ఛీఫ్ సెక్రటరీలు,

స్వాతంత్ర్య యోధులు, మేధావులు ముందుకొచ్చి సూచనలు ఇచ్చారు. మొత్తం 27 సిట్టింగులు వేసి, 118 మందితో ఎవిడెన్స్ రికార్డు చేసి, వీటన్నింటినీ క్రోడికరించి తయారుచేసిన 18 ఛాప్టర్ల రిపోర్టును 16నవంబర్ 1998న అసెంబ్లీలో ప్రవేశపెట్టారు.

అది ప్రవేశపెట్టే రోజునే శాసనసభలో జరిగిన పరిణామాలతో యనమల కలత చెందారు. తమ నాయకుడి మైక్ కట్ చేశారనే ఆగ్రహంతో కాంగ్రెస్ పార్టీ ఎమ్మెల్యే ఇంద్రారెడ్డి కుర్చీ ఎక్కి నిరసన తెలపడంపై సభ్యుడు క్షమాపణ చెప్పాల్సిందేనని యనమల పట్టుబడ్డారు. 7సార్లు ఎమ్మెల్యే అయిన ఎన్ యతి రాజారావు, సిహెచ్ రాజేశ్వర రావు, పివి రంగారావుతో సహా ఎథిక్స్ కమిటి సభ్యులంతా ఈ సంఘటనను ఖండించారు.

అనంతరం యనమల మాట్లాడుతూ, “If your behaviour is in proper way I will protect you. I will protect you as far as your parliamentary behaviour is concerned. But I do not protect you for your unparliamentary behaviour. You stood on the bench for which you have to appologise” అని పేర్కొనగా ఇంద్రారెడ్డి జరిగిన దానికి చింతిస్తున్నట్లు చెబుతూ సారీ చెప్పడం గమనార్హం.

ఎథిక్స్ కమిటీ ఇచ్చిన నివేదికను శాసనసభలో 28నవంబర్ 1998న ప్రవేశపెట్టారు. కమిటి సిఫారసులపై చర్చ జరిగింది. ఈ సందర్భంగా యనమల మాట్లాడుతూ, “ఈ చర్చకు చారిత్రాత్మక ప్రాముఖ్యం ఉంది. ప్రజలు ఎన్నుకున్న ప్రతినిధులుగా, శాసనకర్తలుగా మనం పాటిస్తున్న నైతిక విలువలను, నియమాలను, సభామర్యాదలను మరింత ఆదర్శప్రాయంగా తీర్చిదిద్దుకోడానికి మనం తీసుకునే నిర్ణయం కోసం రాష్ట్రంలోనేగాక ఇతర రాష్ట్రాలలోనూ ఎదురు చూస్తున్నారు. 1997అక్టోబర్ లో సిమ్లాలో జరిగిన ప్రిసైడింగ్ ఆఫీసర్ల సమావేశం దేశ కాల పరిస్థితులను దృష్టిలో పెట్టుకుని అన్ని చట్టసభలలోనూ సభ్యుల ప్రవర్తనకు సంబంధించి ఒక నైతిక నియమావళి అవసరమని భావించింది. ఇందుకోసం ఎథిక్స్ కమిటీలను నియమించాలని సూచించింది. ఆ సూచన మేరకు మిగతా రాష్ట్రాలకంటే ముందు మన రాష్ట్రంలో ఎథిక్స్ కమిటీని నియమించుకున్నాం.

మన రాజ్యాంగం ప్రకారం ప్రభుత్వం శాసనసభకు జవాబుదారీగా ఉండాలి. శాసనసభ్యులు తమను ఎన్నుకున్న ప్రజలకు జవాబుదారీగా ఉండాలి. మనలను ఎన్నుకున్న క్షణం నుంచి మన జవాబుదారీతనం మొదలవుతుంది. శాసనసభ్యులుగా ఉన్నంత కాలం

మన ఈ బాధ్యత కొనసాగుతుంది. మన బాధ్యతలను నిర్వర్తిస్తూనే మనలను గురించి ప్రజలు ఏమనుకుంటున్నారో కూడా తెలుసుకోవలసిన అవసరం ఉంది.

1938లో శాసనసభ్యులను,మంత్రులను గురించి గాంధీజి హరిజన్ పత్రికలో రాసిన వ్యాసంలో "This office holding is either a step towards greater prestige or its total loss, if it is not to be total loss, the ministers and legislators have to be watchful of their own personal and public conduct. They have to be like Caesar's wife, above suspicion in every thing. They may not make private gains either from themselves or for their relatives or for their friends" అన్నారు. 60ఏళ్ల క్రితమే గాంధీజీ చేసిన హెచ్చరికను ఎవరూ మరువరాదు.

50ఏళ్ల పైబడిన ప్రజాస్వామ్యం పదిలంగానే ఉన్నప్పటికీ అక్కడక్కడా కొన్ని అపశ్రుతులు వినబడుతున్న మాట నిజం. రాజకీయాలు కలుషితం కావడం, అవినీతి, బంధుప్రీతి మొదలైన ఆరోపణలు వస్తుండటం, నేర ప్రవృత్తి కలిగిన వ్యక్తులు చట్టసభల్లోకి ప్రవేశిస్తుండటం ప్రజాస్వామ్య విలువలకు హాని కలిగిస్తున్నాయి. 60ఏళ్లనాడు మహాత్మాగాంధీ చేసిన హెచ్చరికను ఇప్పుడు అందుకే గుర్తుచేసుకోవలసి వస్తున్నది. ఉన్నత ప్రజాస్వామ్య విలువలను కాపాడుకోవడానికి కొన్ని జాగ్రత్త చర్యలు తీసుకోవలసిన అవసరమని కొన్ని శాసనసభలలో జరుగుతున్న సంఘటనలు మనకు గుర్తుచేస్తున్నాయి. సిమ్లా ప్రిసైడింగ్ ఆఫీసర్ల సమావేశం ఈ నేపథ్యంలోనే ఎథిక్స్ కమిటీ నియామకం ప్రతిపాదన చేసింది.

ప్రజాస్వామ్యాన్ని పటిష్టం చేసుకోడానికి తీసుకోవలసిన చర్యల గురించి ప్రపంచ వ్యాప్తంగా ఆలోచనలు జరుగుతున్నాయి. ఇంగ్లండులోనూ ఇంకా కొన్నిదేశాలలోనూ ఇప్పటికే వివిధ రంగాలలో ఉన్నత ప్రమాణాలను నెలకొల్పుకునే కృషి ప్రారంభం అయ్యింది. లార్డ్ నోలాన్ కమిటీ చేసిన సిఫారసుల ఆధారంగా బ్రిటిష్ పార్లమెంటు ఇటీవల కాలంలోనే కొన్ని నైతిక నియమాలను కొత్తగా ఏర్పరుచుకుంది. చట్టసభల ప్రతినిధుల పట్ల జనసామాన్యంలో ఉండవలసిన గౌరవం ఉండటం లేదన్నది ఒక చేదు నిజం. ప్రజలలో గౌరవం లేకపోతే వారిపట్ల మనం నిర్వర్తించవలసిన బాధ్యతను సంతృప్తికరంగా చేయలేము.

రాజ్యాంగం ప్రకారం మనకు కొన్ని ప్రివిలేజెస్ ఉన్నాయి. అందులో ఒకటి శాసనసభలో నిర్భయంగా నిజం మాట్లాడటానికి మనకు ఉన్న హక్కు. మనం మాట్లాడేదానిపై ఎవరూ

కోర్టుకు పోవడానికి వీలులేదు. కొద్ది మినహాయింపులతో మనం ఎవరినైనా విమర్శించవచ్చు, ఎవరిపైనైనా ఆరోపణలు చేయవచ్చు. అలాగని మనసులో ఏదో పెట్టుకుని ఆధారంలేని ఆరోపణలు చేయడం న్యాయంకాదు. చట్టరీత్యా ఒప్పు కావచ్చుగాని నైతికంగా అది తప్పు అవుతుంది. ఇక్కడే మనకు ఒక నైతిక నియమావళి అవసరం కలుగుతుంది.

"One's freedom to swirl his handstick stops at the tip of the others nose". చేతికర్ర ఊపుకుంటూ వాహ్యాళికి వెళ్లడానికి ఎవరికైనా స్వేచ్ఛ ఉంటుంది కానీ అది ఎవరి ముక్కుకో తగలకూడదు. అందువల్ల మన స్వేచ్ఛకు మనమే కొన్ని హద్దులు ఏర్పరచుకోవాలి. శాసనకర్తలుగా అది మన బాధ్యత. బ్రిటిష్ రాజనీతివేత్త ఎడ్మండ్ బర్క్ "It is ordained in the eternal constitution of things of men of intemperate habits can not be free. Their passions forge fetters."

శాసనసభలోనే కాదు సభ వెలుపల కూడా మన ప్రవర్తన నీతిమంతంగా, నియమబద్ధంగా, ఆదర్శప్రాయంగా ఉండాలి. మనం శాసనకర్తలమైనా శాసనాలకు అతీతం కాము. చట్టాలను చేసే మనమే చట్టాలను పాటించడం లేదనే అభిప్రాయం కలిగితే ప్రజలకు చట్టబద్ధమైన పాలన పట్ల గౌరవం ఎలా ఉంటుంది..? చట్టసభల సభ్యులుగా మనకు విధులు, బాధ్యతలు రెండూ ఉన్నాయి. ప్రివిలేజెస్, ఇమ్యునిటీస్ ఏమిటనేది రాజ్యాంగ నిర్మాతలు మనకు జాబితాకట్టి రాయలేదని" ప్రస్తావించారు.

పివి రంగారావు మాట్లాడుతూ "I always derive my politics from ethics. Politics without ethics is like a body without soul" అని గాంధీజీ చెప్పిన మాటలు గుర్తుచేశారు.

ఎన్నికైన ప్రతి ఒక్క సభ్యుడు 30రోజుల్లో ఆస్తులు ప్రకటించడం, ప్రొటోకాల్, కోడ్ ఆఫ్ కాండక్ట్ గురించి, క్రిమినలైజేషన్ ఆఫ్ పాలిటిక్స్ గురించి యతి రాజారావు వివరించారు. "సభ్యుల నైతికతే సభ విశ్వసనీయతకు పునాదిగా" రామోజీరావు పేర్కొనడాన్ని జ్యోతి దేవి ఉదహరించారు.

సింపోజియంలో "కౌల్ అండ్ షక్దర్, కృష్ణయ్యర్" ప్రసంగాలు

స్పీకర్‌గా యనమల ఆధ్వర్యంలో 1997లో శాసన సభ్యులకు "పార్లమెంటరీ బిహేవియర్" పై సింపోజియం నిర్వహించారు. గవర్నర్ కృష్ణకాంత్ చేతులమీదుగా ప్రారంభమైన

సదస్సులో లోక్ సభ సెక్రటరీ జనరల్ గా పనిచేసిన ఎంఎన్(మహేశ్వర్ నాథ్) కౌల్, ఛీఫ్ ఎలక్షన్ కమిషనర్ గా కూడా సేవలందించిన ఎస్ ఎల్(శ్యామ్ లాల్) షక్దర్, సుప్రీంకోర్టు జడ్జిగా సేవలందించిన జస్టిస్ విఆర్ కృష్ణయ్యర్ తదితరులు ప్రధాన వక్తలుగా హాజరయ్యారు.

భారత ప్రజాస్వామ్య పునాదులైన "పార్లమెంటరీ ప్రొసీజర్స్" రూపకల్పకులైన కౌల్ అండ్ షక్దర్ ప్రసంగాలు ఎంతో స్ఫూర్తి దాయకం. వారిద్దరి సంకలనం "ప్రాక్టీస్ అండ్ ప్రొసీజర్ ఇన్ పార్లమెంట్" చట్టసభలకే ప్రామాణిక గ్రంథం "కౌల్ అండ్ షక్దర్" గా పేరొందింది.

భూసంస్కరణలు, కార్మిక చట్టాలు, హక్కులు, సామాజిక న్యాయం, సివిల్ రైట్స్, సోషల్ రైట్స్, పొలిటికల్ రైట్స్, స్వేచ్ఛా స్వాతంత్ర్యాలపై దాదాపు 100పుస్తకాలు రచించిన సుప్రీంకోర్టు న్యాయమూర్తి, లా కమిషన్ మెంబరుగా సేవలందించిన విఆర్ కృష్ణయ్యర్ ప్రసంగం అందరికీ స్ఫూర్తి దాయకం.

ఒకవైపు శాసనసభా సమావేశాల నిర్వహణ, మరోవైపు శాసనసభ్యులకు శిక్షణా తరగతులు, ఇంకోవైపు కామన్ వెల్త్ సదస్సులలో భాగస్వామ్యంతో స్పీకర్ గా త్రికరణశుద్ధిగా విధుల నిర్వహణ యనమల ప్రత్యేకత.

యనమల చొరవతోనే ఏపీ అసెంబ్లీలో (హైదరాబాద్) గాంధీ విగ్రహం ఏర్పాటు

జాతిపిత మహాత్మా గాంధీ విగ్రహాన్ని పార్లమెంటు తరువాత ఒక రాష్ట్ర చట్టసభలో తొలిసారిగా ఏపిలోనే ఏర్పాటు చేసిన క్రెడిట్ కూడా యనమలకే దక్కుతుంది. ప్రారంభోత్సవ వేడుకను గ్రాండ్ గా చేశారు. చట్టసభ, న్యాయవ్యవస్థ, అడ్మినిస్ట్రేషన్ మరియు రాష్ట్రాధినేతలు నలుగురు హాజరయ్యారు(సీఎం చంద్రబాబు, గవర్నర్ కృష్ణకాంత్, స్పీకర్ యనమల, జస్టిస్ సుబ్బారెడ్డి). వావిలాల గోపాలకృష్ణయ్య తదితర సమరయోధులు పాల్గొన్నారు. తరువాత ఏదైనా నిరసన తెలపాలంటే ప్రతిపక్షాలకు అదే వేదిక అయ్యింది. మొదట్లో దీనిపై నిధుల దుబారాగా విమర్శలు చేసిన ప్రతిపక్ష నేతలకు ఆ తరువాత అదే ఆశ్రయంగా మారింది. పార్లమెంటులో విగ్రహం రూపొందించిన శిల్పుల చేతనే దీనిని కూడా రూపొందించడం జరిగింది. పంచాయితీ రాజ్ శాఖామంత్రిగా తనపై కాంగ్రెస్ సభ్యులు చేసిన ఆరోపణలపై శ్రీ కోడెల శివ ప్రసాదరావు ఛాలెంజ్ చేస్తూ 25మార్చి 1999న 12గంటల నుంచి గాంధీ విగ్రహం వద్ద నిరాహార దీక్షకు కూర్చుంటున్నట్లు సవాల్ చేయడం విశేషం.

శాసనసభ 2వ కమిటీ హాలులో అల్లూరి సీతారామ రాజు, తెన్నేటి విశ్వనాథం, ఎన్జీ రంగాల చిత్రపటాలను ఆవిష్కరించారు.

సభా కమిటీల నివేదికల జాప్యంపై యనమల లేఖలు:

శాసన సభా కమిటీలు సకాలంలో నివేదికలు సమర్పించడంలో విఫలం కావడంపై స్పీకర్ గా యనమల తీవ్ర అసంతృప్తి వ్యక్తం చేశారు. దీనివల్ల కమిటీల ఏర్పాటు లక్ష్యమే దెబ్బతింటుందని ఆందోళన చెందారు. ఆయా కమిటీలలో సభ్యులైన ఎమ్మెల్యేలు అందరికీ సభాపతి హెూదాలో యనమల లేఖలు రాయడం విశేషం. శాశ్వత ప్రాతిపదికన ఉండే కమిటీలు 16కాగా, సభాసంఘాలు 20పైగా ఉన్నాయి. ఏ ఉద్దేశంతో కమిటీలు ఏర్పాటయ్యాయో దానిని నెరవేర్చాలి. సభ్యుల డిమాండ్ మేరకు ఏర్పాటయ్యే సభా సంఘాలు నిర్దిష్టకాల పరిమితిలో నివేదికలు ఇవ్వాలని యనమల పట్టుబట్టేవారు.

శాసనసభ్యుల నుంచి అర్జీల స్వీకరణ:

స్పీకర్ గా ఉంటూ శాసనసభ్యులు అందజేసిన అర్జీలను యనమల స్వీకరించి వాటి సత్వర పరిష్కారానికి ఆయాశాఖలకు పంపించేవారు. జీరో అవర్, క్వశ్చన్ అవర్ తరహాలోనే సభలో అర్జీల సమయం కూడా కొంత తడవు అప్పట్లో సాగేది. స్పీకర్ అర్జీల స్వీకరణ కూడా యనమల హయాం నుంచే...

తన రాజకీయ గురువుగా యనమలను పేర్కొన్న బాలయోగి

లోక్ సభ స్పీకర్ గా జీవీఎంసీ బాలయోగి, అసెంబ్లీ స్పీకర్ గా యనమల రామకృష్ణుడు ఇద్దరూ తూర్పు గోదావరి జిల్లాకే చెందినవారు కావడం కాకతాళీయమే కాదు ఒక అరుదైన ఘట్టం కూడా..

తాను ఏ స్థాయిలో ఉన్నప్పటికీ తన రాజకీయ గురువు యనమల రామకృష్ణుడే అని లోక్ సభ స్పీకర్ హోదాలో జివిఎంసి బాలయోగి పేర్కొనడం విశేషం. తూర్పుగోదావరి జిల్లాలో జరిగిన ఒక సన్మాన సభకు హాజరైన సందర్భంలో ప్రజల సాక్షిగా యనమలను తన రాజకీయ గురువుగా బాలయోగి చెప్పడం వారివురి మధ్య ఉన్న అనుబంధానికి అద్దం పట్టింది.

రాజకీయాలంటే బాలయోగి మొదట్లో అయిష్టంగా ఉండేవారు. అలాంటి వ్యక్తిని రాజకీయంగా తొలినుంచి యనమల ప్రోత్సహించారు. 1987లో తూర్పుగోదావరి జిల్లాపరిషత్ ఛైర్మన్ పదవి ఎస్సీలకు రిజర్వ్ అయ్యింది. ఈ నేపథ్యంలో బాలయోగిని ఛైర్మన్ అభ్యర్థిగా నిర్ణయించడంలో కీలకభూమిక యనమలదే. ఛైర్మన్ పదవిలో కొనసాగుతుండగా 1991లోక్ సభ ఎన్నికల్లో అమలాపురం ఎంపి అభ్యర్థిగా ఎంపిక చేయడంలో కూడా యనమల ప్రోత్సాహంతోనే జరిగింది. మళ్లీ 1996లో ముమ్మిడివరం అసెంబ్లీకి ఉపఎన్నిక రావడంతో బాలయోగిని ఎమ్మెల్యే అభ్యర్థిగా నిర్ణయించి గెలిచిన తర్వాత రాష్ట్ర మంత్రి కావడం వెనుక యనమల పాత్ర కీలకం. తర్వాత పరిణామాలలో బాలయోగి లోక్ సభ స్పీకర్ గా ఎన్నిక కావడం, ఒక ఓటు తేడాతో వాజ్ పేయి ప్రభుత్వం కూలిపోవడం.. తర్వాత వాజ్ పేయి మళ్లీ

ప్రధాని కావడం, ఆయన నేతృత్వంలోనే లోక్ సభ స్పీకర్ గా బాలయోగి అందరి ఆమోదం పొందడం తెలిసిందే.

హెలికాప్టర్ ప్రమాదంలో బాలయోగి మరణంతో తన సన్నిహిత మిత్రుడిని యనమల కోల్పోయారు. బాలయోగి మరణం యనమలను తీవ్ర దిగ్భ్రాంతికి గురిచేసింది. సుదీర్ఘకాలం అత్యంత సన్నిహిత స్నేహితుడు, రాజకీయ సహచరుడిని కోల్పోవడం తీరనిలోటని యనమల గుర్తు చేసుకుంటుంటారు. ప్రమాద స్థలి నుంచి హైదరాబాద్ తీసుకొచ్చిన బాలయోగి మృతదేహాన్ని చూసి చలించిన సందర్భంలోనే యనమల కంటతడి పెట్టింది జీవితంలో..

స్పీకర్ గా పనిచేస్తూ పోటీచేసి గెలిచిన ఎమ్మెల్యేగా యనమల రికార్డ్:

స్పీకర్ గా పనిచేసిన అందరూ ఆ తర్వాత ఎన్నికల్లో ఓడిపోవడం కాకతాళీయమే అయినా అదొక ఆనవాయితీగా, పోటీచేసిన వారు ఓడిపోవడం జరిగేది. దానిని బ్రేక్ చేసి 2004లో మళ్లీ ఎమ్మెల్యేగా యనమల గెలుపొందడం విశేషం. శాసన సభ్యుడిగా పలు హావుస్ కమిటీలలో, సెలెక్ట్ కమిటిలలో యనమల పని చేశారు. పియూసి ఛైర్మన్ గా, పిఏసి ఛైర్మన్ గా పని చేశారు. స్పీకర్ గా పనిచేశారు. చంద్రబాబు ముఖ్యమంత్రి అయ్యాక యనమలను మంత్రిగా రమ్మని కోరగా తిరస్కరించి స్పీకర్ గా కొనసాగడం చట్టసభలపై ఆయనకున్న ఆసక్తికి, గౌరవానికి నిదర్శనం.

శాసనసభలో ఖచ్చితంగా నిబంధనలకు లోబడి పనిచెయ్యక తప్పదు. అగౌరవంగా వ్యవహరించరాదు. శాసన సభ గౌరవాన్ని, సభాపతి గౌరవాన్ని, సభ్యుల గౌరవాన్ని కాపాడాల్సిన బాధ్యత ప్రజాప్రతినిధులుగా అందరిపై ఉందని యనమల ప్రగాఢ విశ్వాసం.

సభలో సభ్యులుగాని వ్యక్తుల పేర్లను ప్రస్తావించి విమర్శలు చేయడాన్ని, కించపర్చడాన్ని ఎన్నడూ అనుమతించేవారు కాదు, వెంటనే రికార్డులనుంచి ఆ పదాలను తొలగించాలని ఆదేశించేవారు.

అసెంబ్లీ నిబంధనల్లో రూల్ 281 ప్రకారం, "No allegation of defamatory or incriminatory nature shall be made by a member against any person unless the member has given intimation to the speaker and also to the minister concerned..provided, the speaker may, at any time prohibit any member from making such allegation if he is of the opinon that such allegation is derogatory to the dignity of the house or that no public interest is served by making such allegation.

యనమల ఇంటివద్ద బాంబులు

1995డిసెంబర్ 5న సభాపతి ఇంటి వద్ద ధర్నా చేయడం, ఆయనపై దాడి చేసేందుకు ప్రయత్నించడం, ఫర్నిచర్ విరగ్గొట్టడం, హిమాయత్ నగర్ లో, ఓల్డ్ ఎమ్మెల్యే క్వార్టర్స్ వద్ద బస్సులు ఆటోల మీద రాళ్లు వేసి భీభత్సం చేయడంపై వక్తలు మాట్లాడుతూ ఇది శాసనసభకే కాదు మొత్తం డెమోక్రసీకే అవమానం అని,

The attack on the speaker is attack on the house 'n', speaker is the symbol of the house , He is the custodian of the legislature.

స్పీకర్ చాలా శక్తివంతుడనే అభిప్రాయం ఉంది, ఎంత శక్తివంతుడో అంత నిస్సహాయుడు, 194ఆర్టికల్ ప్రకారం ప్రివిలేజెస్ ప్రకారం స్పీకర్ గారికి సభ మద్దతుగా నిలబడితేనే శక్తివంతం అవుతాడు లేకపోతే వారికి అధికారం పరిమితంగానే ఉంటుంది.

ఈ సందర్భంగా శాసనసభలో చంద్రబాబు ప్రసంగం:

నేను ఎప్పుడూ ముఖ్యమంత్రి పదవి కావాలని కోరుకోలేదు. వాస్తవంగా చెబుతున్నాను, మనస్ఫూర్తిగా చెబుతున్నాను. ఎన్టీ రామారావు బతికి ఉన్నంతకాలం ఆయనే ముఖ్యమంత్రిగా ఉండాలని కోరుకున్నవాడిని. మొన్నటివరకు నా స్టాండ్ అదే. కానీ ఎప్పుడైతే రాష్ట్ర ప్రయోజనాలు దెబ్బతిన్నాయో, పార్టీ మొత్తం నష్టపోయే పరిస్థితి వచ్చిందో ఎమ్మెల్యేలు అందరూ కలిసి నాపై ఒత్తిడి తెచ్చినప్పుడు విధిలేని పరిస్థితిలో ఒప్పుకున్నాను. వెన్నుపోటు పొడిచే తత్వం నా రక్తంలో లేదు. ఆనాడు మేము పోరాడి, చెప్పిచెప్పి విసిగిపోయి తిరుగుబాటు చేసి ప్రభుత్వాన్ని, పార్టీని నిలబెట్టుకున్నాము. ఆయన ఎన్ని శాపనార్థాలు పెట్టినా వాటిని ఆశీర్వచనాలుగానే

నేను తీసుకుంటాను. ఇంతకు ముందు స్పీకర్ ఇంటిపైన గాని, దగ్గుబాటి వెంకటేశ్వర రావు ఇంటిపై గాని దాడులు చేసిన వాళ్లను, బాంబులు వేసినవాళ్లను, ఈ రోజు మళ్లీ దాడికి పాల్పడిన వారిపై అందరిపైనా కఠిన చర్యలు తీసుకుంటామని తెలియజేస్తున్నానంటూ" తీర్మానాన్ని ప్రవేశపెట్టారు.

That this house unanimously resolved to condemn action of certain undemocratic and unsocial elements who have acted at the behest of a group belonging to the former Chief Minister Sri N T Rama Rao, to prevent the Honble speaker of the Assembly from attending the session of the Assembly on 5.12.1995. The attempt in preventing the Honble Speaker from discharging his Constitutional obligations is nothing but the contempt of the house. It is an act of denigrating the high office of the Speaker which is highly reprehensible and irresponsible to be condemned by all sections of the society.

The resolution was adopted unanimously.

స్పీకర్‌గా యనమల రూలింగ్స్
సభా నిర్వహణలో గీటురాళ్లు

పి జనార్ధన్ రెడ్డి, మాధవ రెడ్డి ఒకరిపై ఒకరు 16.3.1999న చేసుకున్న వ్యక్తిగత ఆరోపణలను రికార్డులనుంచి తొలగించుట గురించి, 31మార్చి 1999న యనమల రూలింగ్ ఇస్తూ,..

"As debate, discussion, persuation are the chief means of democratic process, I think there would be no occasion for anybody to obstruct the course of debate to have his own sway nor for hurling mutual accusations tending to undermine the dignity, honour ,authority of the house in the estimation of the public. A member while speaking in the house shall not make personal charges against another member unless the latter%µ%s conduct is in issue. With the dissemination of the floor activity to the drawing rooms of the constituents through telecasting our responsibility to maintain the decency and decorum in our parliamentary conduct has increased several fold."

అదేవిధంగా జీరో అవర్ లో సభ్యులు వ్యక్తిగత ఆరోపణలను నిషేధించుట గురించి కూడా రూలింగ్ ఇచ్చారు.

%As there is no right of reply in zero our, I forbid Members making allegations in the said occasion either with or without notice. In spite of this directive charges were being hurled freely against one another during zero hour causing serious disorder.

There are occasions in our parliament where adhoc committees have been constituted namely Mudgal committee and committee to investigate conduct of certain members in President's address. There were also occasions where commission of enquiries have been constituted to investigate into the conduct of the members in pursuance of discussion in the House. We have recently constituted an Ethics Committee to enquiry into un-ethical conduct of members both within and outside the house. The new rule 258(2) inserted in our rules provides for the reference of a complaint of un-ethical conduct of a member to the committee on a motion made by the House for enquiry and report. The expression any person occurring in Rule 258(1) includes a member as well as such a member is also entitled to make a complaint against another member or Minister about his un-ethical behaviour.

To maintain decency, decorum and order in the House and also to prevent the possible misuse of floor for raising un substantiated allegation, I Rule that no member should make allegation of incriminatory nature against a Member or Minister without giving advance notice to the speaker setting therein the gist of the allegations proposed to be made accompanied by documentary or other evidence in support thereof" అంటూ యనమల ఇచ్చిన రూలింగ్ ను అందరూ స్వాగతించడం జరిగింది.

25నవంబర్ 1998న ఇచ్చిన రూలింగ్:

ముఖ్యమంత్రి మరియు మంత్రుల స్టేట్ మెంట్స్ గురించి రూలింగ్ ఇవ్వడం జరిగింది. %My ruling is that Chief Minister or any of the Ministers is entitled to make statements, on the floor of the House, under the rules. There are conventions that even after the statements were made, discussions were held on such statements. If you want to change this convention I would refer the same to Rules Committee wherein you can discuss the issue and suggest modifications.But at present Chief Minister is entitled to make his statement.

27నవంబర్ 1998న ఇచ్చిన రూలింగ్:

హైకోర్టు జడ్జిల ఖాళీల భర్తీకై సిఫారసుల గురించి ఒక సభ్యుడు లేవనెత్తిన అంశంపై యనమల ఇచ్చిన రూలింగ్ సారాంశం క్లుప్తంగా ఆయన మాటల్లోనే.. As you are aware judiciary has been assigned an important place in our constitutional scheme. Inorder to secure the independence of judges the constitution prohibits discussion in the legislature on the conduct of judges of Supreme court or High court in discharge of their duties. Therefore judicial conduct of a Judge can not be raised on the floor of the house in any debate or by way of a question or adjournment motion etc. It is the respect that is accorded by one organ of the state to the others that ensures healthy working of our constitution. Article 211 of the constitution of India states that no discussion shall takes place in the legislature of a state with respect to the conduct of any judge of the Supreme Court or High Court in the discharge of his duties. I therefore rule that no member should raise such matters on the Floor of the House.

కౌల్ అండ్ షక్దర్, అసెంబ్లీ మాన్యువల్.. యనమలకు కరతలామలకం:

సొసైటీల యాక్ట్ (అమెండ్ మెంట్) బిల్లుపై అసెంబ్లీలో 8జనవరి 1987న చర్చ సందర్భంగా ఆర్టికల్ 200 కింద రిఫర్ చేయవలసి ఉంటుందని అమరనాథ్ రెడ్డిగారు ప్రస్తావించినప్పుడు, అప్పటి సహకార శాఖమంత్రిగా యనమల ఆర్టికల్ 200లో ప్రొవిజో చదివి వినిపించి, దానికింద స్టేట్ కు పవర్స్ ఉన్నాయని, స్టేట్ లెజిస్లేషన్ చేయవచ్చని సోదాహరణంగా వివరించారు.

The Proviso to Article 200 : Provided further that the Governor shall not assent to, but shall reserve for the consideration of the President, any bill which in the opinion of the Governor would, if it became law, so derogate from the powers of High Court as to endanger the position which the court is by this constitution designed to fulfil అంటే ఏవయితే హైకోర్టుకు పవర్స్ ఇవ్వడం జరిగిందో అవి హైకోర్టు పవర్స్ గాని ఏవయినా పవర్స్ గాని తీసి ఒక్క లోయర్ కోర్టులకు ఇచ్చినట్లయితే, అలాంటి లెజిస్లేషన్ మనం తీసుకువచ్చినట్లయితే అదిమాత్రం అక్కడికి పంపించవలసిన అవసరం ఉంటుంది తప్ప మామూలుగా అయితే ఆర్టికల్ 200కింద ఏ లెజిస్లేషన్ కు పంపించవలసిన అవసరం లేదు అని యనమల ససాక్ష్యాధారంగా బదులివ్వడం విశేషం.

వాటర్ డే సందర్భంగా సిఎం శ్రీ నారా చంద్రబాబు నాయుడు స్టేట్ మెంట్ ఇస్తుంటే మధ్యలో ప్రతిపక్ష నాయకుడు జగన్మోహన్ రెడ్డి పాయింట్ ఆఫ్ ఆర్డర్ అనగా, యనమల స్పందిస్తూ " ప్రభుత్వం స్టేట్ మెంట్ ఇచ్చేటప్పుడు పాయింట్ ఆఫ్ ఆర్డర్ ఉండదు, అదేవిధంగా క్వశ్చన్ అవర్ లో పాయింట్ ఆఫ్ ఆర్డర్ ఉండదు. ఇవన్నీ పార్లమెంటరీ సిస్టమ్స్, ఫస్ట్ టైమ్ ఎమ్మెల్యేలుగా వాటన్నింటినీ తెలుసుకోవాల్సివుంది. "The Rule is clear" అంటూ రూల్ నెం 365 చదివి వినిపించారు. "When a Member deliberately causes damage to the property of House or the value there off as determined by the Speaker or an officer authorised by him shall be recovered from the Member". ఒక "damage property" అంటే బల్లో, మైకో, కెమెరాయే కావాల్సిన అవసరంలేదు అధ్యక్షా, "Time of the House is property of the House".. ఈ 5గంటలు టైమ్ ఏదైతే ఉందో అది హవుస్ ప్రాపర్టీ అధ్యక్షా, మనందరి ప్రాపర్టీ. ఈ టైమ్ ను మీరు డేమేజి చేసినట్లయితే, ఎవరైతే వెల్ లో ఉన్నారో ఆ మెంబర్స్ అందరి దగ్గరనుంచి కూడా ఈ డేమేజి టైమ్ ఎంత అవుతుందో అంత కూడా వాళ్లదగ్గర నుంచి వసూలు చేయాల్సిన అవసరం వుంటుంది. ఇంతకుముందు నేను స్పీకర్ గా ఉన్నప్పుడు చేశాం. మైక్ పగలగొడితే మైకుకు అయ్యే ఖర్చు రికవరీ చేశాం.. ఇది మనందరి టైమ్, పబ్లిక్ టైమ్.. మీకు పబ్లిక్ ఇస్యూస్ అక్కరలేదు, మీకు కావలసింది గొడవ, టైం పాడు చేయడం. పబ్లిక్ టైమ్ ఎంతమంది మెంబర్స్ పాడుచేశారో, ఒక కమిటీవేసి ఆ టైమ్ విలువకు సంబంధించి డబ్బు వాళ్లదగ్గర నుంచి వసూలు చేయాల్సిందిగా కోరుతున్నానని" పేర్కొన్నారు.

ప్రాథమిక హక్కుల పరిరక్షణే లక్ష్యంగా...

ఆర్టికల్ 40చెప్పిన ఆదేశ సూత్రాలను గౌరవించడం అందరి బాధ్యత. ఆర్టికల్ 19(1)ఏ ఇచ్చిన భావ ప్రకటనా స్వేచ్ఛను కాపాడటం ప్రభుత్వాల విధి. భారత రాజ్యాంగం పౌరులు అందరికీ ఇచ్చిన ప్రాథమిక హక్కులు కల్పించింది. ఆర్టికల్ 19(1)ఎ, 19(1)బి, 19(1)డి ద్వారా సంక్రమించిన హక్కులను పరిరక్షించాలి.

(మరో సందర్భంలో యనమల మాట్లాడుతూ, "Freedom of expression" గురించి మన రాజ్యాంగంలో ఎక్కడా మెన్షన్ చేయలేదు కాని దీనిపై సుప్రీంకోర్టు కేటగారికల్ గా చెప్పింది. Freedom of speech, freedom of expression కింద హక్కు ఉంటుంది. కానీ రాజ్యాంగంలోని ఫండమెంటల్ రైట్స్ లో కేరక్టర్ అసాసినేషన్ చేసే హక్కు ఎవరికీ లేదని స్పష్టంగా అదొక హక్కుగా చెప్పారు" అని ప్రస్తావించారు (23మార్చి 2017 మహిళా కామన్ వెల్త్ నిర్వహణ సందర్భంగా స్పీకర్ కోడెల మీట్ ద ప్రెస్ కామెంట్స్ ను సాక్షి వక్రీకరించడంపై).

ఆర్టికల్ 19, 21, 25, 26 ఉల్లంఘనలు జరుగుతుంటే రాష్ట్రంలో రాజ్యాంగాన్ని పరిరక్షించాల్సిన గవర్నర్ మౌనంగా ఉండరాదు. ఎన్నికలు వచ్చినపుడు 243(k)(3) కింద ఉద్యోగులందరినీ గవర్నర్ గారు నియంత్రించాలి. ఆర్టికల్ 163 కింద లా అండ్ ఆర్డర్ ఉల్లంఘన, రాజ్యాంగ ఉల్లంఘన జరిగినపుడు నియంత్రించే విచక్షణాధికారం గవర్నర్ కు ఉంది. ఈ విషయంలో గవర్నర్ గారు ఉపేక్షించరాదు.

రాష్ట్రంలో కానిస్టిట్యూషనల్ బ్రేక్ డౌన్ జరిగితే గవర్నర్ చూస్తూ మిన్నకుండరాదు. రాజ్యాంగాన్ని ప్రజాస్వామ్యాన్ని పరిరక్షించాల్సింది గవర్నరే.

రాజ్యాంగంలో ఆర్టికల్ 243కె(3) అమలు చేయాలి. రాజ్యాంగబద్ధ పాలన జరగాలి, రూల్ ఆఫ్ లా అమలయ్యేలా చూడాలని యనమల రాసిన లేఖలు ప్రజాస్వామ్య పరిరక్షణకు దోహదం చేశాయి.

ఆర్టికల్ 40చెప్పిన ఆదేశ సూత్రాలను పాటించడం, ఆర్టికల్ 38చెప్పిన పంచాయితీల స్వయం పాలనను గౌరవించడం, ఆర్టికల్ 38పేర్కొన్న సాంఘిక, ఆర్థిక, రాజకీయ సాధికారత సాధించడం ప్రభుత్వ విద్యుక్త ధర్మం.

రాష్ట్రంలో అధికార యంత్రాంగం ఎస్ ఈసి ఆదేశాలను పాటించక పోవడాన్ని నిరసించారు. రాజ్యాంగంలో ఆర్టికల్ 243కె(3) ప్రకారం ఎస్ ఈసికి కావాల్సిన ఉద్యోగులను ఎన్నికల విధుల్లో పాల్గొనేలా చూడాల్సిన బాధ్యత గవర్నర్ పైనే ఉందని గుర్తుచేశారు.

ఆర్టికల్ 243ఎ, ఆర్టికల్ 243కె(1) ప్రకారం ఎన్నికల నిర్వహణపై పూర్తి అధికారాలు ఎన్నికల సంఘానివే...ఎన్నికల నిర్వహణలో ప్రభుత్వానికి ఎటువంటి పాత్ర లేదు.

"The superintendence, direction and control of the preparation of electoral rolls for, and the conduct of all elections to the Panchayats shall be vested in a State Election Commission" అని స్పష్టంగా ఆర్టికల్ 243కె(1)లో ఉంది.

పంచాయితీ ఎన్నికలపై ఎలక్షన్ నోటిఫికేషన్ విడుదల చేయడానికి రాష్ట్ర ప్రభుత్వానికి సంబంధం లేదు.

ఎలక్షన్ కమిషనర్ ఎన్నికల నిర్వహణపై గవర్నర్ ను అభ్యర్థించినప్పుడు కావాల్సిన ఉద్యోగులను కేటాయించాల్సిన బాధ్యత ప్రభుత్వానిది. కాబట్టి పంచాయితీ ఎన్నికలకు కావాల్సిన ఉద్యోగులను కేటాయించేలా చూడాల్సింది గవర్నరే..రాజ్యాంగంలోని ఆర్టికల్ 243కె(3) చెబుతోంది ఇదే..

The governor of a state shall, when so requested by the State Election Commission, make available to the state election commission such staff as may be necessary for the discharge of the functions conferred on the state election commission by clause (1) అని ఆర్టికల్ 243కె(3)లో స్పష్టంగా ఉంది.

ఆర్టికల్ 243ఏ, ఆర్టికల్ 243కె(1) ఇవి రెండూ భారత రాజ్యాంగ పెద్దలు నిర్దేశించిన నిబంధనలుగా పేర్కొంటూ ఎప్పటికప్పుడు ప్రభుత్వం గతి తప్పకుండా బాధ్యతాయుతమైన ప్రజాప్రతినిధిగా తనవంతు కర్తవ్యాన్ని యనమల నెరవేర్చారు.

జగన్మోహన్ రెడ్డి పాలనలో ఆంధ్రప్రదేశ్ లో నెలకొన్న పరిస్థితులు ఆర్టికల్ 356ను అట్రాక్ట్ చేసేలా ఉన్నాయని కేంద్రం దృష్టికి తీసుకెళ్లారు.

చట్ట నిర్మాణ వ్యవస్థ(లెజిస్లేచర్), న్యాయ వ్యవస్థ(జ్యుడిసియరీ), పరిపాలనా వ్యవస్థ (ఎగ్జిక్యూటివ్), మీడియా, పోలీసు వ్యవస్థలను నిర్వీర్యం చేయడంపై ధ్వజమెత్తారు.

రాజ్యాంగంలో పేర్కొన్న ఆర్టికల్ 38,40, 243ఏ, 243కె(1)లను ఉల్లంఘిస్తూ ఏపిలో ప్రభుత్వ నిర్వహణ ఉంది కాబట్టి, రాజ్యాంగ మెషీనరీ బ్రేక్ డౌన్ అయ్యాయి కాబట్టి ఆర్టికల్ 356 ను అట్రాక్ట్ చేసేలా రాష్ట్రంలో నెలకొన్న పరిస్థితులను దేశవ్యాప్త దృష్టికి తెచ్చారు.

రాజ్యాంగం మేరకు ఒక రాష్ట్రంలో పరిస్థితులు ప్రభుత్వ నిర్వహణకు, పరిపాలనకు అనుకూలంగా లేనప్పుడు గవర్నర్ తక్షణమే జోక్యం చేసుకుని చర్యలు చేపట్టాలని కోరారు.

"రాజ్యాంగం మంచిదైనా, దాన్ని అమలు చేసేవాడు చెడ్డవాడైతే దుష్ఫలితాలొస్తాయి. రాజ్యాంగం చెడ్డదైనా అమలు చేసేవారు మంచివాడైతే సత్ఫలితాలొస్తాయని" డాక్టర్ బాబాసాహెబ్ అంబేద్కర్ గారు ఆనాడే చెప్పారు. ఉన్మాదులు అధికారంలోకి వస్తే ఎదురయ్యే దుష్ఫలితాలను అంబేద్కర్ ఆనాడే ఊహించి బందోబస్తుగా రాజ్యాంగాన్ని రూపొందించారు.

11 బడ్జెట్ లు(ఓటాన్ అకౌంట్ తో) ప్రవేశపెట్టిన ఆర్థికమంత్రిగా..

1999లో ముఖ్యమంత్రి చంద్రబాబు నాయుడు కేబినెట్ లో ఆర్థిక శాఖా మంత్రిగా బాధ్యతలు చేపట్టారు. ఫైనాన్స్ అనేది జనరల్ పోర్ట్ పోలియో, మిగిలిన మంత్రిత్వ శాఖలు సబ్జెక్ట్ పోర్ట్ పోలియోలు కావడంతో ఆర్థిక శాఖ బాధ్యత చేపట్టాలన్న సిఎం చంద్రబాబు సూచనకు యనమల తలూపారు. అనతికాలంలోనే ఆర్థికశాఖపై పట్టు సాధించారు. ఆంధ్రప్రదేశ్ చరిత్రలో అత్యధిక బడ్జెట్లు ప్రవేశ పెట్టిన ఆర్థికమంత్రులు ఇద్దరిలో ఒకరు యనమల రామకృష్ణుడు (మరొకరు కొణిజేటి రోశయ్య). ఓటాన్ అకౌంట్ బడ్జెట్ తో సహా 11బడ్జెట్లు ప్రవేశ పెట్టడం యనమల ప్రత్యేకత.

2014లో చంద్రబాబు కేబినెట్ లో రెండవసారి ఆర్థికమంత్రిగా యనమల బాధ్యతలు చేపట్టారు. రాష్ట్ర ఆర్థికమంత్రిగా జిఎస్టీ కౌన్సిల్ లో క్రియాశీలక భూమిక పోషించారు.

తొలిసారి ఆర్థికమంత్రిగా వ్యాట్ ఇంట్రడక్షన్ లో, రెండోసారి ఆర్థికమంత్రిగా జిఎస్టీ ఇంట్రడక్షన్ లో రెండు కీలక సమయాల్లోనూ యనమల భాగస్వామి అయ్యారు. ఎఫ్ ఆర్ బిఎం యాక్ట్ దేశంలో తయారు చేసినప్పుడు రాష్ట్రంలో దాని ఫ్రేమ్ వర్క్ అంతా చేసింది యనమల ఆధ్వర్యంలో 2004లోపే..అది ఆమోదం పొందింది 2005లో అయినా చేసిందంతా తెలుగుదేశం ప్రభుత్వ హయాంలోనే..దానికి ముందు "మీడియం టైమ్ ఫిస్కల్ పాలసీ" అనేది ఉండేది రాష్ట్రాల ఆర్థిక పరిస్థితి చక్కదిద్దేందుకు..

ఉమ్మడి ఆంధ్రప్రదేశ్ రాష్ట్రంలో పరిశ్రమల ఏర్పాటుకు పెట్టుబడుల ఆకర్షణలో ముఖ్యమంత్రి చంద్రబాబుతో కలిసి జాతీయ అంతర్జాతీయ సదస్సులలో పాల్గొన్నారు. న్యూయార్క్ లో, దావోస్ లో జరిగిన వరల్డ్ ఎకనామిక్ ఫోరమ్ సదస్సులలో పాల్గొన్నారు.

కేంద్ర ఆర్థికమంత్రి రాజ్ నాథ్ సింగ్ నేతృత్వంలో బెంగళూరు, కేరళ, అమరావతిలో జరిగిన దక్షిణాది ఆర్థికమంత్రుల సమావేశాల్లో పాల్గొన్నారు. స్పీకర్ గా, రాష్ట్ర మంత్రిగా దాదాపు 40దేశాల్లో యనమల పర్యటించారు.

ఆర్థికమంత్రిగా “జీరో బేస్డ్ బడ్జెట్” ప్రవేశపెట్టారు. అప్పుల భారం తగ్గించడం, నిధుల దుర్వినియోగాన్ని అరికట్టడం, అనవసర వ్యయం అడ్డుకోవడం లక్ష్యంగా చేపట్టిన జీరో బేస్డ్ బడ్జెట్ అనంతరం ఇతర రాష్ట్రాలకు మార్గదర్శకం అయ్యింది..రెండోసారి ఆర్థికమంత్రిగా ఉన్నప్పుడు “జెండర్ బేస్డ్ బడ్జెట్”కు కూడా శ్రీకారం చుట్టిన ఘనత యనమలదే..

బడ్జెట్‌లో యనమల నోటివెంట ప్రముఖుల సూక్తులు అప్పట్లో హైలెట్

"ప్రజాస్వామ్యం అంటే కేవలం ఓట్లు పొందడమే కాదు, సమాజంలో ప్రజల జీవితానికి సంబంధించిన అన్నిఅంశాల్లోనూ ప్రజలు చురుగ్గా పాల్గొనడానికి వారి సామర్థ్యాన్ని, అవకాశాల్ని బలపరచడం కూడా..."

– ఫెర్నాండో కార్డోసో

"నేల తవ్వడం, దుక్కి దున్నడం మరిచిపోతే మనల్ని మనం మరిచిపోయినట్లే.."

:

-మహాత్మాగాంధీ

"అణగారిన వర్గాలు తమ స్వేచ్ఛను ఆత్మగౌరవాన్ని సంపాదించుకున్నప్పుడు వారు కేవలం తమ ప్రగతిని, అభ్యున్నతిని మాత్రమేగాక వారి మేధా సంపత్తితో, అకుంఠిత దీక్షతో ధైర్య సాహసాలతో మొత్తం జాతి సౌభాగ్యానికే తోడ్పడగలుగుతారు" :

– డాక్టర్ బిఆర్ అంబేద్కర్

"మనమిలా ఉంటున్నామంటే అందుకు మనమెట్లా రూపొందాలని అనుకుంటున్నామో అందుకు కూడా మనమే బాధ్యులం. మనల్ని తీర్చిదిద్దుకునే శక్తి మన చేతుల్లోనే ఉంది. ఇప్పుడు మనమిట్లా ఉన్నదానికి గతంలో మనం చేపట్టిన పనులే కారణం. కాబట్టి మనం భవిష్యత్తులో ఎలా ఉండబోతామో మన ప్రస్తుత ప్రణాళికలే నిర్ణయిస్తాయి. అందువల్ల మనమెట్లాంటి కృషి చేబట్టాలో మనం తెలుసుకునితీరాలి." :

– స్వామి వివేకానంద

సభలో రాజశేఖరరెడ్డి క్రమశిక్షణా రాహిత్యంపై యనమల ఆగ్రహిస్తూ...

కాంగ్రెస్ పార్టీ శాసనసభా పక్ష నేత వైఎస్ రాజశేఖర రెడ్డి సభలో ఇన్ డిసిప్లిన్ గా వ్యవహరిస్తూ డిసిప్లిన్ గురించి ఉపన్యసించడంపై, (20.12.2001న) శాసనసభా వ్యవహారాల మంత్రిగా యనమల ఆగ్రహిస్తూ... "Iam telling you how they maintaining discipline... తాను మాట్లాడుతున్నప్పుడు కూర్చోమని చెప్పడం, ప్రభుత్వం నుంచి ఎవరైనా మాట్లాడుతున్నప్పుడు నుంచోమని చెబుతున్నారు.. హౌస్‌కు సంబంధించి చాలా రూల్స్, రూలింగ్స్ ఉన్నాయి. స్పీకర్ గారి మీద ఎటువంటి వ్యాఖ్యలు చేయకూడదని వుంది, దాన్ని మీరు పాటిస్తున్నారా..? పోడియం వద్దకు రాకూడదని వుంది, దానిని మీరు పాటిస్తున్నారా..? హౌస్ లో ప్రొసీడింగ్స్ స్టాల్ చేయకూడదని ఉంది, దానిని మీరు పాటిస్తున్నారా...? అదేవిధంగా హౌస్ లో ఎవరూ నిలబడకూడదని వుంది, దానిని మీరు పాటిస్తున్నారా..? పర్మిషన్ లేకుండా ఎటువంటి ప్లకార్డులు సభలోకి తీసుకురాకూడదని ఇప్పుడు కూడా రూల్స్ లో ఉంది, దానిని మీరు పాటిస్తున్నారా..? అసభ్య పదజాలాన్ని హౌస్ లో వాడకూడదని వుంది, దాన్ని మీరు పాటిస్తున్నారా..?

ఈ రూల్స్ అన్నీవున్నాయి, వీటిలో ఏఒక్కటి కూడా మీరు పాటించరు..ఈ హౌస్ జరగకుండా చేయాలన్నదే మీ ప్రధాన ఉద్దేశం..పార్లమెంటరీ ప్రజాస్వామ్య సాంప్రదాయంలో ఏ పొలిటికల్ పార్టీ ఏ రాష్ట్రంలో ఏ దేశంలో కూడా స్పీకర్ గారు ఏర్పాటుచేసిన బిఏసి మీటింగ్ నుంచి వాకౌట్ చేయలేదు..ప్రజాస్వామ్య సాంప్రదాయాలకు వ్యతిరేకంగా మీరు బిఏసి నుంచి వాకౌట్ చేశారు, ఇదేనా మీ డిసిప్లిన్..?ఎప్పుడు వీలైతే అప్పుడు ఇన్ డిసిప్లిన్ గా

బిహేవ్ చేస్తున్నారు. ప్రజల సమస్యలపట్ల మీకు ఏవిధమైన అవగాహన లేదు, స్పృహలేదు. ప్రజాసమస్యల పరిష్కారంలో భాగస్వాములం కావాలన్నది కూడా మీకులేదు. కేవలం పబ్లిసిటి ద్వారా ప్రజలను ఆకర్షించాలనే భావన తప్ప మరొకటి కాదు.

అసలు ఈ హౌస్ ప్రొసీడింగ్స్ ను స్టాల్ చేయడానికి మీకేమి హక్కువుంది..? "This House belongs to all 294 Members..They do not have any right to stall the House". డిసిప్లిన్డ్‌గా ఉండవలసినప్పుడు ఇన్ డిసిప్లిన్ గా వ్యవహరిస్తూ 100రోజుల పాటు హౌస్ నడపాలంటూ ప్రొసీడింగ్స్ స్టాల్ చేయడం సబబుకాదు. మీకు నిజంగా ప్రజాసమస్యల పట్ల చిత్తశుద్ధివుంటే వాటిగురించి డిస్కస్ చేద్దాం. Government is prepared to answer all questions..ఆ డెప్త్ మీకు లేదు..

As long as any Member is obstructing the House, if his behaviour is not disciplined in the House, then he should not be given the mike..Whether he is a Leader or Deputy leader or a Member, he should not be given the mike.

సభ ఎవరివల్ల ఎంత టైమ్ వేస్ట్ అయ్యింది రికార్డు చేయవలసివుంది. ఏ పార్టీ ఎంత టైమ్ వేస్ట్ చేస్తే అంత టైమ్ వారి సమయంలో కట్ చేయాల్సివుంది.

"That is my submission" అంటూ స్పీకర్ ప్రతిభా భారతిని ఉద్దేశిస్తూ తన నిరసన గళం యనమల వినిపించారు.

ఉద్యోగాల భర్తీపై అసెంబ్లీలో యనమల ప్రసంగం(27. 12. 2001)

తెలుగుదేశం ప్రభుత్వం ఆరున్నరేళ్లలో 2లక్షల 60వేల ఉద్యోగాలు భర్తీ చేశాం. ప్రభుత్వ పరంగా రిక్రూట్ మెంట్ ఆపేసింది టిడిపి ప్రభుత్వం కాదు, కాంగ్రెస్ గత ప్రభుత్వమే ఆపేస్తూ ఆర్డినెన్స్ తెచ్చింది, మెమో ఇచ్చింది. విజయభాస్కర రెడ్డిగారు ముఖ్యమంత్రిగా ఉన్నప్పుడు అప్పట్లో మైసూరా రెడ్డి, రోశయ్య మంత్రులుగా ఉన్నారు.

Ordinance 8 of 93, was promulgated by the Governor on 24.11.93 and it came into effect from 25.11.93. It was passed in the Assembly on 24.12.93. It was brought by Rosaiah garu, the then Finance Minister. The assent by the Governor was accorded on 15.1.1994. It has got retrospective effect.

రోశయ్యగారు ఆర్థికమంత్రిగా మెమో కూడా ఇచ్చారు. మెమో నెం 11792/F/2/123/P3/94 (తేది 2.4.1998)న ఇచ్చారు.

Creation of posts -section 10(1): No post shall be created in any office or establishment regarding public service without the prior sanction of competent authority.

Sub section 2 of section 10 which says, any appointment made to any post created in violation of sub section 1 shall be invalid and the provision for section 5,6 and 7 shall be mutatis mutandis applied to such appointments.

ఆ గవర్నమెంట్ ఉద్యోగాలు ఇవ్వడం ఆపేస్తే మేము ఉద్యోగాలు ఇవ్వడానికి నిర్ణయం తీసుకుంటున్నాము. తెలుగుదేశం పార్టీ అపోజిషన్ లో ఉంటూ అప్పట్లో ఈ చట్టాన్ని అపోజ్ చేయడం జరిగింది. స్టేట్ మెంట్ ఆఫ్ ఆబ్జెక్ట్స్ అండ్ రీజన్స్ రెవ్యూ చేసి రోశయ్యగారు ఫైనాన్స్ మినిస్టర్ గా బిల్ ప్రవేశపెట్టారు. ఆర్డినెన్స్ రీప్లేస్ చేశారు.

The statement of objects and reasons which says, that the cost of such Government employees is therefore, a necessary item of expenditure on the state Government. But the amount so spent on its staff should be reasonable and should leave adequate amount for taking up welfare and development activities for the rest of citizens. The percentage of employee population including their families to the total population of our state is about 10%. The number of employees has been increasing at an enormous pace, had increased from 6.8lakhs in 1976 to 12.34lakhs in 1993, which constituted an increase of 82%. Out of this the employees of the department of state increased from 2.88lakhs to 5.56lakhs leading to an increase of 95%. Public sector undertakings grew as 128% from 1.44 lakhs to 3.28lakhs.

It is therefore thought that the time has come that we have to provide for deterrent action on illegal and irregular appointments by enacting a law. Totally banning such appointments in the institutions covered by legislation.

ఇప్పుడు మాట్లాడుతున్న వాళ్ల సమక్షంలోనే ఇదే శాసనసభలో గత ప్రభుత్వం చేసిన చట్టం యొక్క ఆబ్జెక్ట్స్ అండ్ రీజన్స్ ఇవి. అధికారంలో ఉన్నప్పుడు ఒక పాలసీ, లేనప్పుడు వేరే వెర్షన్ తో చెబుతున్నారు. ఎస్సీ, ఎస్టీ బ్యాక్ లాగ్ పోస్టులు 11,090 భర్తీ చేశాము. ఫైనాన్సియల్ ప్రాబ్లమ్స్ ఉన్నప్పటికీ అవసరమైన చోట్ల పోస్టులను క్రియేట్ చేసి అన్ ఎంప్లాయ్డ్ యూత్ కు న్యాయం చేయాలనేది ఈ గవర్నమెంట్ యొక్క కమిట్ మెంట్ అని తెలియజేస్తున్నానంటూ" యనమల తన ప్రసంగంతో ప్రత్యర్థుల విమర్శలను తిప్పికొట్టారు.

అప్రాప్రియేటివ్ బిల్లుపై యనమల ప్రసంగం(30.3.2002)

గతంలో ఉన్న దుబారా ఖర్చు కొంత కర్టైల్ చేసి, దానిని ప్రాపర్ ఎక్స్ పెండిచర్ చేయడం వల్లే గత ఐదారుఏళ్లలో మనం ఖర్చుపెట్టిన దానికి సరైన ఫలితాలు వస్తున్నాయి. లిట్రసీ రేటు పెరగడం, పావర్టీ తగ్గడం మనం కళ్లారా చూస్తున్నాం. ఏ రిపోర్టు తీసుకున్నా మనం సాధించిన పురోగతి కనిపిస్తోంది.

వ్యవసాయం, పరిశ్రమలు, సేవారంగం 24 ఇంజిన్లను గుర్తించి, వాటికి ప్రాధాన్యత ఇచ్చి ఎక్స్ పెండిచర్ చేస్తున్నాం, ఇప్పటికే జిఎస్ డిపి 75%వరకు కంట్రిబ్యూషన్ వచ్చింది. ప్రతి దశాబ్దానికి ప్రైమరీ సెక్టార్ కంట్రిబ్యూషన్ తగ్గుతోంది. జిఎస్ డిపిలో దాని వాటా 1960-61లో 59.4%వుంటే, 1970-71లో 55.07%, 1980-81లో 46.62%, 2000-01లో 32.05% వచ్చింది. వ్యవసాయం రాబడి పెరుగుతున్నా, జిఎస్ డిపిలో దానివాటా మొదటిస్థానంలో ఉండేది, ఈనాడు రెండవ స్థానానికి వచ్చింది. సెకండరీ సెక్టార్ లో ఇండస్ట్రీస్ ప్రైవేటు సెక్టార్ ఎక్కువ వృద్ధిలో ఉంది. ప్రైవేటు రంగంలోనే ఇండస్ట్రీస్ అభివృద్ధి ఒకపాలసీగా ఎడాప్ట్ చేయడం నడుస్తూవస్తోంది. జిఎస్ డిపిలో సెకండరీ సెక్టార్ వాటా 1960-61లో 11.41%వుంటే, 1970-71లో 14.02%, 1980-81లో 16.61%, 1990-91లో 22.31%, 2000-01లో 20.93%వచ్చింది. సర్వీస్ సెక్టార్ బాగా ఇంప్రూవ్ అయితే ఎకానమీ వృద్ధి చెందుతుందనేది వెస్టరన్ ఫిలాసఫీలో ఒకభాగం. జిఎస్ డిపిలో దీనివాటా 1960-61లో 29.18%వుంటే, 1970-71లో 30.92%, 1980-81లో 36.77%, 1990-91లో 43.11%, 2000-01లో 47.02%వచ్చింది.

ఈవిధంగా ఎకనామిక్ సినారియో, డెవలప్ మెంట్ ఫినామినా దృష్టిలో ఉంచుకుని ఇండస్ట్రియల్ సెక్టార్ లో ప్రైవేటు రంగంలో అభివృద్ధి చేయాలని, దానికి కావలసిన ఇన్ ఫ్రాస్ట్రక్చర్ ను మాత్రం ప్రభుత్వం సమకూర్చాలన్న ఆలోచనతో ప్రభుత్వం ముందుకుపోతోంది. ఒకప్పుడు ఈ రెండు రంగాలను ప్రభుత్వం పట్టించుకోలేదు, ఇప్పుడు మన ముఖ్యమంత్రి చంద్రబాబు నాయుడుగారు సర్వీస్ సెక్టార్ కు ప్రయారిటీ ఇచ్చి అందులో ప్రధానమైన టూరిజం, ఐటి రంగాలకు పూర్తి ప్రాధాన్యత ఇచ్చి అభివృద్ధి చేయడం తెలిసిందే. అడ్వాన్స్ డ్ కంట్రీలు ఏ రంగానికైతే ప్రాధాన్యం ఇస్తున్నాయో, ఏ విధానాలైతే అవలబిస్తున్నాయో వాటిని మనదేశంలో మొట్టమొదటిగా మనరాష్ట్రం అడాప్ట్ చేసుకోవడం జరుగుతోంది.

ఎక్కడైతే బెస్ట్ టెక్నాలజీలు ఉన్నాయో, ఎక్కడైతే న్యూ టెక్నాలజీలు వస్తున్నాయో అవన్నీ ముందుగా మనమే అడాప్ట్ చేసుకుని ముందుకు వెళ్లాల్సిన అవసరాన్ని ముఖ్యమంత్రిగారు చెబుతుంటారు, ఆవిధంగానే ముందుకు వెళ్తున్నామని తెలియజేస్తున్నాం. టూరిజం, ఇన్ఫర్మేషన్ టెక్నాలజీ రంగాలను పట్టించుకోనందువల్లే 1996వరకు ఈరంగాల్లో న్యూ ఇన్వెస్ట్ మెంట్లు రాలేదు. ప్రపంచంలో జరుగుతున్న మార్పులకు అనుగుణంగా మన విధానాలను, పాలసీలను మార్చుకుని ముందుకెళ్తున్నాము కాబట్టే ఆ రంగాల్లో ప్రైవేటు పెట్టుబడులు వస్తున్నాయి. ఆవిధంగా ఇప్పటివరకు రూ 900కోట్ల పెట్టుబడులు టూరిజం రంగంలో వచ్చాయి.

ఐటి రంగం చూస్తే 1990-91 నుంచి 1996-97వరకు దానిని నిర్లక్ష్యం చేశాం. అప్పటి న్యూ సిస్టమ్స్ ను అడాప్ట్ చేసుకోలేక పోయాం. అయినప్పటికీ ఈ రంగంలో అబ్ నార్మల్ గ్రోత్ రావడానికి మన ముఖ్యమంత్రిగారి కృషే కారణం. ఇన్ఫర్మేషన్ టెక్నాలజీ రంగంలో రూ 3వేల కోట్ల పెట్టుబడులు వచ్చాయి. ఇండస్ట్రీ సెక్టారులో 20వ స్థానంలో ఉన్న మనం ఇప్పుడు మొదటి స్థానంలోకి వచ్చామంటే ముఖ్యమంత్రిగారి కృషి, చొరవ వల్లే ప్రైవేటు పెట్టుబడులు వచ్చాయి. మీరు పరిపాలన చేసినప్పుడు బావిలో కప్పలా బయటికి పోలేదు. మా దగ్గర వనరులున్నాయి, మీరు వచ్చి ఇన్వెస్ట్ చేయండి, మేము ఇన్ ఫ్రాస్ట్రక్చర్ కల్పిస్తాం, మీరు ఇన్వెస్ట్ చేస్తే మా వద్ద పేదరికం పోతుందని చెప్పి ఒప్పించి పెట్టుబడులు రాబట్టే ముఖ్యమంత్రి మనకు లభించారు.

ఫిస్కల్ డిసిప్లిన్, ఫైనాన్సియల్ డిసిప్లిన్ పాటిస్తూ విచ్చలవిడిగా ఖర్చు పెట్టకుండా మన వనరులను సమర్ధవంతంగా వినియోగించుకుంటూ, దానివల్ల రిటన్స్ వచ్చేవిధంగా చర్యలు

తీసుకోవడం జరుగుతోంది. చేస్తున్న ఖర్చులకు బాధ్యులుగా ఉండేలా అధికార యంత్రాంగంలో అకౌంటబులిటీ ఉండేలా చేస్తున్నాం. రాష్ట్రస్థాయి నుంచి స్థానిక సంస్థల వరకు ఆడిట్‌కు ప్రాధాన్యత ఇస్తున్నాం. లోకల్ ఫండ్ ఆడిట్ చాలా అధ్వానంగా ఉండేది మేము అధికారంలోకి వచ్చేనాటికి. దీనికి సంబంధించి దాదాపు రూ 5వేల కోట్ల ఖర్చు జరిగేది, దాని ఆడిట్ అంతా పెండింగ్ పడేది. దానిని స్ట్రీమ్ లైన్ చేసే ఉద్దేశంతో కొన్ని రూల్స్ తెచ్చాం. సర్ ఛార్జ్ పవర్ కూడా వారికి ఇవ్వడం జరిగింది.

ప్రైవేటు ఇన్వెస్ట్ మెంట్ ఒకవైపు, కమ్యూనిటి పార్టిసిపేషన్ ఇంకోవైపు సమాంతరంగా జరిగేలా చేస్తున్నాం. జన్మభూమి, క్లీన్ అండ్ గ్రీన్, ఫుడ్ ఫర్ వర్క్ కార్యక్రమాలను డీసెంట్రలైజ్ పద్ధతిలో పూర్తిగా కమ్యూనిటీ షేర్ గా కూడా ఉండేలా చేస్తున్నాం. అందువల్లనే జన్మభూమి 1వ విడత నుంచి 15వ విడత వరకు రూ 1662కోట్లు ఖర్చు చేయడం జరిగింది. అందుకే ప్రతిగ్రామంలో సిమెంటురోడ్లు కనబడుతున్నాయి. ఐటి, టూరిజం, టెక్నికల్ ఎడ్యుకేషన్, హయ్యర్ ఎడ్యుకేషన్ లో వందల కోట్ల రూపాయలు తీసుకురావడం జరిగింది. ఈనాడు మెడికల్ కాలేజీలకు, ఇంజనీరింగ్ కాలేజీలకు ప్రభుత్వం పైసా ఖర్చు అవసరం లేకుండానే క్వాలిటీ ఎడ్యుకేషన్, నాలెడ్జ్ సొసైటీ మనరాష్ట్రంలో తయారు అవుతున్నాయి.

ఏ రిపోర్టు చూసినప్పటికీ మిగతా రాష్ట్రాలతో పోలిస్తే మన రాష్ట్రంలో పేదరికం తగ్గిందనేది తెలుస్తోంది. ఏ రాష్ట్రంతో చూసినా వెల్ఫేర్ స్కీమ్స్ కు ఏపి ఇచ్చినంత ప్రాధాన్యం ఏ రాష్ట్రం కూడా ఇవ్వలేదు. That is the commitment towards weaker sections.. బీసి ఎస్సీ ఎస్టీ మైనారిటీ సంక్షేమానికి 1990-91నుంచి 1994-95వరకు మీరు ఖర్చు పెట్టింది రూ 3,828కోట్లు అయితే, చంద్రబాబునాయుడిగారి హయాంలో ఖర్చు పెట్టింది రూ 10,562కోట్లు.. ఎక్కడ రూ 3,828కోట్లు ఎక్కడ రూ 10,562కోట్లు..? ఖర్చులో వృద్ధి వారి హయాంలో 10.47% ఉంటే చంద్రబాబు నాయుడిగారి హయాంలో 36.99% ఉంది. This is far above the expenditure which has been incurred by all the states.

మెదటినుంచి ఏ స్కీమ్ ప్రవేశపెట్టినా ఒక ఆలోచనతో చేశాం. ఏ రాష్ట్రంతో చూసినా ఏపి తలసరి ఆదాయం ఎక్కువగా ఉందని ఆర్బీఐ నివేదిక స్పష్టం చేసింది. పేదలు, బలహీనవర్గాల సేవింగ్ కెపాసిటీ పెరిగింది, అందువల్ల పర్చేజింగ్ పవర్ పెరిగింది. మన

ఏపి చరిత్రలో మహిళా సంఘాలు వ్యాపారం చేసి ఎకనామిక్ యాక్టివిటీలు చేసిన సందర్భాలు ఉన్నాయా..? గౌరవ సభ్యులు గమనించాల్సిన అవసరం ఉంది. డ్వాక్రా గ్రూపులు రూ 1000కోట్లు డిపాజిట్ చేస్తారు అనేది ఎవరైనా ఊహించారా..? ఆవిధంగా బ్యాంకుల ద్వారా యాక్టివేట్ చేశాం. ధనిక, పేద తారతమ్యం తగ్గడానికి ఇలాంటి కార్యక్రమాలు దోహదపడతాయి.

వరల్డ్ వైడ్ టెక్నాలజీని తీసుకొచ్చి మన అడ్మినిస్ట్రేషన్ ను గేరప్ చేసుకోడానికి సెంటర్ ఫర్ న్యూ గవర్నెన్స్ ను తెచ్చాం. దానిని కూడా విమర్శించడం చూసి చింతిస్తున్నాము. పవర్ రిఫామ్స్, ఎకనామిక్ రిఫామ్స్, బడ్జెట్ లో రిఫామ్స్ తీసుకొచ్చాం, జీరో బేస్డ్ బడ్జెట్ గాని, బడ్జెట్ ను ఓపెన్ గా తెచ్చిన ఘనత కూడా చంద్రబాబు నాయుడుగారికే దక్కుతుంది. దేశంలో ట్రెజరీ సిస్టమ్ కంప్యూటరీకరణ చేసింది కూడా మన ఏపిలోనే..

శాంతిభద్రతల విషయానికి వచ్చేసరికి క్రైమ్ రేట్ 2000-01లో తగ్గడం జరిగింది. 1983కు ముందు హైదరాబాద్ పరిస్థితి ఎలావుండేది, తెలుగుదేశం వచ్చాక ఎలా ఉందనేది బేరీజు వేసుకోవచ్చు. రాష్ట్రంలో పీస్ అండ్ హార్మనీకి ప్రాధాన్యం ఇచ్చి శాంతియుతంగా ఉంటేనే అభివృద్ధి సాధ్యమని నమ్మి కమ్యూనిటీ క్లాషెస్, అన్ రెస్ట్ లేకుండా చేస్తున్నాం.

రాష్ట్రంలో గతంలో ఎన్నడూ గ్రామసభలు నిర్వహించిన పాపాన పోలేదు. జన్మభూమిలో గ్రామసభలు జరుపుతూ 34మంది అధికారులు ప్రజల ముందు నిలబడి ఏయే కార్యక్రమాలు చేపట్టిందీ వివరించడం గతంలో ఎప్పుడైనా ఉందా..? అక్కడే సైమల్టేనియస్ గా హెల్త్ క్యాంపులు, వెటర్నరీ క్యాంపులు నిర్వహించడం వల్ల ప్రజలు, రైతులు ఎంత హ్యాపీగా ఉన్నారో మనం గమనించాల్సిన అవసరం ఉంది. వాటర్ యూజర్స్ అసోసియేషన్ల ద్వారా సాగునీటి రంగంలో ఇన్ ఫ్రాస్ట్రక్చర్ అభివృద్ధి చేస్తున్నాం. ఈవిధంగా జన్మభూమి, డ్వాక్రా, స్వయం సహాయక బృందాలు.. "That is total decentralization of power to people" అని మనవి చేస్తున్నాను.

బ్యాక్ వర్డ్ ఏరియాస్ ను డెవలప్డ్ ఏరియాస్ స్థాయికి తీసుకు రావడానికి కృషి జరుగుతోంది. పారామీటర్లు పెట్టాము, ఇండికేటర్స్ పెట్టాము. స్టాటిస్టిక్స్ డిపార్ట్ మెంట్ ను బలోపేతం చేస్తున్నాం.

శాసనసభలో రాజశేఖర రెడ్డిగారు కొత్త సంప్రదాయాలు పెట్టడం బాగాలేదు. ఎస్ ఎన్ క్వ్యా కి, క్వశ్చన్ కి డిఫరెన్స్ లేదు, 304కి, 74కి డిఫరెన్స్ లేదు, షార్ట్ డిస్కషన్ కి, బడ్జెట్ పై డిబేట్ కు డిఫరెన్స్ లేదన్నట్లు చేస్తున్నారు. ఏది వచ్చినా ఒకటే డిబేట్, ఎవరు ఏది అనుకుంటే అది మాట్లాడుకుంటూ పోవడం, చివరిలో వెల్ లోకి రావడం, ప్రొసీడింగ్స్ స్టాల్ చేయడం మంచి సంప్రదాయం కాదు. ఉన్న రూల్స్, సంప్రదాయాలు, మనకున్న సిస్టమ్ ఎట్లా ప్రొటెక్ట్ చేసుకుంటామనేదే ముఖ్యం. లాంతర్లు తీసుకొచ్చి పోడియం మీద పెట్టడం "it looks very ugly" అందుకే వారిపై చర్యలు తీసుకోవాలని కోరాను.

కాలక్షేపానికి సభకు వచ్చినట్లు, ఒకరిపై ఒకరు బురద జల్లుకోడానికి వచ్చినట్లు అనిపిస్తోంది. నేను కూడా "గట్స్" అనేపదం ఉపయోగించే పరిస్థితి కల్పించారు. అటువంటి పరిస్థితులు కల్పించేసరికి రానివాళ్లకు కూడా అలాంటి మాటలు వస్తున్నాయి. గట్స్ అనే పదం అన్ పార్లమెంటరీ కాకపోయినా, "iam feeling very bad, I am expressing my regrets to the house".. లాంతర్లు, బ్యానర్లు తీసుకురావడాన్ని ప్రజలు గమనిస్తున్నారు. అందుకే లైవ్ టెలికాస్ట్ పెట్టాం, ఎవరు ఏవిధంగా మాట్లాడతారు, ఏవిధంగా ప్రవర్తిస్తారు అనేదానికే లైవ్ టెలికాస్ట్ పెట్టాము.

2016లో చంద్రబాబు కేబినెట్ పై వైసిపి అవిశ్వాస తీర్మానం సందర్భంగా యనమల..

14మార్చి 2016న నో కాన్ఫిడెన్స్ మోషన్ నోటీసుపై ప్రతిపక్ష నాయకుడు జగన్మోహన్ రెడ్డి సంతకం ఎందుకు చేయలేదని ప్రశ్నించి ఇరకాటంలో పడేశారు. డిబేట్ స్టార్ట్ చేస్తారు, లీవ్ కు పర్మిషన్ అడుగుతారు, కానీ నో కాన్ఫిడెన్స్ మోషన్ నోటీస్ పై సంతకం పెట్టలేదు..? ఎవరికైతే లీవ్ గ్రాంట్ అయ్యిందో వాళ్లే డిబేట్ ఇనీషియేట్ చేయాలి.

లీవ్ గ్రాంట్ చేయడానికి ఎవరైతే మోషన్ మువ్ చేశారో వాళ్లే డిబేట్ స్టార్ట్ చేయాలి. అసలు సంతకం ఎందుకు పెట్టలేక పోయారు..? ఎందుకు దాటవేస్తున్నారు..? నో కాన్ఫిడెన్స్ మోషన్ మువ్ చేసినప్పుడు లీడర్ ఆఫ్ ద అపోజిషన్ ది ఫస్ట్ సంతకం ఉంటుంది. తప్పించుకోవాలని చూసిన మీకు ఇనీషియేట్ చేసే అధికారం లేదు. కౌల్ అండ్ షక్దర్ లో క్లియర్ గా ఉంది. రూల్ నెం 729, "non signatories cannot be allowed to move any motion for leave of the House. Where notice is signed by more than one member, it is deemed to have the member who has been granted the leave of the House, moves the motion on no confidence and initiate the discussion. It is very clear".. పార్లమెంటులో(లోక్ సభ, రాజ్యసభ) చూశాం, కామన్ వెల్త్ దేశాల్లో చూశాం. ప్రపంచమంతా ఈ ప్రాక్టీస్ చూశాం.. సంతకం పెట్టడానికి వైసిపి నాయకుడు ఎందుకు భయపడ్డాడు..? నోటీస్ ఎలా ఇవ్వాలో తెలియదు, ఏమి ఫాలో అవ్వాలో తెలియదు, మీరు ఏమీ నేర్చుకోలేదు..2 ఏళ్లుగా ఇన్ని సెషన్స్ నుంచి అదే స్పీచ్ వింటున్నాం. మొదట్లో ఎవరైతే

ఏదైతే రాసిచ్చారో అదే స్టీరియో టైప్ స్పీచ్ ఉంది అప్పటినుంచి ఇప్పటివరకు..ఎన్నిసార్లు విన్నా అదే స్పీచ్..ఈయన గత సంవత్సరం బడ్జెట్ గురించి మాట్లాడుతున్నాడా లేక ఈ సంవత్సరం బడ్జెట్ గురించి మాట్లాడుతున్నాడా, నో కాన్ఫిడెన్స్ మోషన్ పై మాట్లాడుతున్నాడా..? ఆ స్పీచ్ రికార్డు ఏదో తెచ్చేసి మాకు ఇచ్చేస్తే సరిపోతుంది, ఎందుకంటే కొత్తదనం ఏమీ లేదు.

మంత్రులపై సభలో ఎలిగేషన్స్ చేసినప్పుడు ప్రైమాఫేసీ చూపించాలి, బేసిక్ తో సహా బైటపెట్టాలి. కౌల్ అండ్ షక్దర్ లో ఉంది అదే..రుజువులు ఉంటే సభలో చూపించండి, తర్వాతే ఆరోపణలు చేయండి. నేను బురదజల్లుకుని ఉన్నాను, అదే బురద ఇతరులపై జల్లుతాను అనడం కరెక్ట్ కాదు. బేస్ చూపించండి, ఫాక్ట్స్, ప్రైమాఫేసీ చూపండి. అంతేగాని సభలో బేస్ లెస్ అలిగేషన్స్ చేయకండి. This House is run by the practice and procedure of Parliament and Rules of procedure and Conduct of Business in the Andhra Pradesh Legislative Assembly. Under Rule - 320.

సభలో ఆరోపణలు ఎవరన్నా చేయాలనుకున్నప్పుడు దాని బేసిక్ సమాచారం కూడా ఉండాలి.

కౌల్ అండ్ షక్దర్ పేజి 962లో చివరి పేరాలో A Member has to be careful while making an allegation. He has to satisfy himself that the source is reliable and investigation into the matter before he writes to the speaker or the Minister, and more so before he speaks in the House. A notice relating to an allegation on news paper reports..it is not allowed unless the Menber tabling it gives the Speaker substantial proof that the allegation has some factual basis... ఆరోపణలు చేసినప్పుడు బేస్ ఉండాలి.. it is clear...

సభా నాయకుడు ఇన్ ఫ్లుయన్స్ చేసి జడ్జిమెంట్లు తెచ్చుకున్నాడని మీరు చేసిన వ్యాఖ్య చాలా తీవ్రమైనది. చివరికి జడ్జీల మీద ఆరోపణలు చేసే స్థితికి వచ్చారు. వాలంటరీగా వారికి క్షమాపణలు చెప్పాలి. జడ్జీల గురించి వారి కాండక్ట్ గురించి మాట్లాడకూడదని రాజ్యాంగం ఆర్టికల్ 120(20)లో ఉంది, కౌల్ అండ్ షక్దర్ లో ఉందంటూ యనమల చేసిన ప్రసంగం ప్రతిపక్షాన్ని ఇరుకున పడేసింది.

ఫస్ట్ టైమ్ వైసిపి ఎమ్మెల్యేలకు యనమల ఆర్థికపాఠాలు

2017-18బడ్జెట్ పై చర్చ సందర్భంగా సభలో యనమల సమాధానమిస్తూ, "రాష్ట్రాభివృద్ధికి, పేదల సంక్షేమానికి, భావితరాల అభివృద్ధి లక్ష్యంగా విజన్ డాక్యుమెంట్ తయారుచేశాం. తెలుగుదేశం పార్టీ అధ్యక్షులు నారా చంద్రబాబు నాయుడు పాదయాత్రలో ప్రజల సమస్యలు స్వయంగా దగ్గరుండి పరిశీలించారు.

ప్రజల కోరికలనే పార్టీ మేనిఫెస్టోగా ఇచ్చాం. అందులో అంశాలనే విజన్ 2029 డాక్యుమెంట్ లో పెట్టాం. అధికారంలోకి రాకముందే రుణమాఫీ ఆర్థికంగా ఎంత అవుతుందనేది డిటైల్డ్ గా వర్కవుట్ చేశాం. అధికారంలోకి వస్తే ఏం చేయాలన్నది ఫైనాన్షియల్‌గా వర్కవుట్ చేశాం, అడ్మినిస్ట్రేటివ్ సిస్టమ్స్ వర్కవుట్ చేసుకున్నాం. మేనిఫెస్టో హామీల ఆధారంగానే బడ్జెట్ కేటాయింపులు చేశాం. సమాజంలో ఉన్న ప్రతి ఒక్కరు సంతోషంగా ఉండాలనేది లక్ష్యంగా పెట్టుకున్నాం. ప్రభుత్వ ఆదాయం అంటే ఇన్ ఫ్లో, అవుట్ ఫ్లో చూడాలి. అది బడ్జెట్ ప్రాక్టీస్. ఖజానాకు వచ్చే ఆదాయాన్ని బట్టి చెల్లింపులు ఉంటాయి. కేటాయించిన మొత్తాలు వినియోగించారా లేదా అనేది కాగ్ చూస్తుంది. ఇది బడ్జెటరీ సిస్టమ్ లో జరిగే విధానం. అన్నిదేశాల్లోనూ, రాష్ట్రాలలోనూ జరిగే విధానం ఇదే. గత కాంగ్రెస్ ప్రభుత్వ హయాంలో, వైఎస్ కాలంలో ఎప్పుడైనా ఎవరైనా నూరుశాతం ఖర్చుపెట్టిన సందర్భం ఒకటైనా చెప్పండి. గత 10 సంవత్సరాల సగటు చూస్తే కనీసం 85% బడ్జెట్ కూడా ఖర్చుపెట్టలేదు. ప్రణాళికా వ్యయంలో కనీసం 15%-20% ప్రతిఏడాది మిగులుతుంది.

కానీ 2015-16 బడ్జెట్‌లో 110% ఖర్చుపెట్టాం. వందశాతం పైగా వ్యయం చేయడం 40 ఏళ్ల పాలనాకాలంలో తెలుగుదేశం ప్రభుత్వ హయాంలోనే అదికూడా 2015-16లోనే జరిగింది. "We have crossed the budget allocation". ప్రణాళికేతర వ్యయంనుంచి ప్రణాళికా వ్యయానికి మార్చుకోవచ్చు. కానీ ప్రణాళికా వ్యయంనుంచి ప్రణాళికేతర వ్యయానికి అనుమతించరు. గత ప్రభుత్వాలు పారిశ్రామిక ప్రోత్సహకాలకు 10 ఏళ్ల పెండింగ్ బకాయిలు రూ 2 వేల కోట్లు మేం క్లియర్ చేశాం. ప్రొడక్షన్ రాకపోతే ఇండస్ట్రియల్ సెక్టార్ ఇంప్రూవ్ మెంట్ రాదు, గ్రోత్ రాదు. ఇండస్ట్రియల్ సెక్టార్, సర్వీస్ సెక్టార్ రెండూ ఉపాధి కల్పించే కీలకరంగాలు. ఉద్యోగులతో సహా ఈ బడ్జెట్ లో అన్నిరంగాలకు ప్రాధాన్యం ఇచ్చాం. ఎఫ్ ఆర్ బిఎం యాక్ట్ ప్రకారం రెవిన్యూ డెఫిసిట్, ఫిస్కల్ డెఫిసిట్ ఏది ఎక్కువ పెరిగినా ప్రమాదమే.అందుచేత ఈ రెండింటితో పాటు బారోయింగ్స్ ను కూడా కంట్రోల్ చేసుకోవాలి, లేకపోతే మన క్రెడిబిలిటీ దెబ్బతింటుంది. ఫిస్కల్ కన్సాలిడేషన్ పేరుతో ఇవన్నీ చూసుకోవాల్సిన అవసరం ఉంటుంది. ఖర్చులు కావాలంటే బడ్జెట్ ఇన్ బ్రీఫ్ లో వివరాలన్నీ ఉంటాయి. బడ్జెట్ ప్రసంగంలోని చివరి పేజీలో కేటాయింపులు ఉంటాయి. బడ్జెట్ అకౌంట్స్, సవరించిన బడ్జెట్ అంచనాలు ఆయా మొత్తాల రీకన్సిలియేషన్ అయిన తరువాత వస్తాయి, రిజర్వుబ్యాంకు రిపోర్ట్ కూడా వస్తుంది, అవన్నీ పోల్చిచూసుకోవచ్చు. జగన్మోహన్ రెడ్డిగారు, మీ సభ్యులు అడిగినవన్నీ చెబుతున్నాను. మీరు కన్విన్స్ అయితే కండి లేకపోతే మానుకోవచ్చు, నాకు అభ్యంతరమేమీ లేదు. ఫిబ్రవరిలో బడ్జెట్ పెట్టుకున్న తరువాత మార్చి నెలాఖరుకు ఆ మొత్తం ఖర్చుకావాలి. పాత ఖర్చుల ప్రకారం రఫ్ గా సవరించిన అంచనాలు తయారుచేసుకోవాలి. ఫైనల్ అకౌంట్స్ కాగ్ ఆడిట్ చేసిన తరువాత మాత్రమే వస్తాయి. మీరు అప్పుడు విమర్శిస్తే బాగుంటుంది. బడ్జెట్ శాంక్షన్ అయిన తర్వాత, డబ్బులు రిలీజ్ చేసిన తర్వాత కొన్ని డిపార్ట్ మెంట్లలో ఎస్టిమేట్ చేస్తారు. డబ్బులు ఇచ్చిన తరువాత ఎస్టిమేషన్ స్టార్ట్ చేస్తే పుణ్యకాలం అంతా పూర్తవుతుంది. కాబట్టి అడ్మినిస్ట్రేషన్ సిస్టమ్ అంతా మార్చడానికి ప్రయత్నం చేస్తున్నాం.

బడ్జెట్ తయారీ అనేది మొత్తం సమాజానికి సంబంధించిన అంశం. అన్నివర్గాల ప్రజల సమస్యలన్నీ ప్రతిబింబించేలా బడ్జెట్ రూపొందిస్తాం. ప్రజలనుంచి కూడా ఫీడ్ బ్యాక్ తీసుకుంటాం. సాధారణంగా మనం బడ్జెట్ పెట్టిన తరువాత కేంద్రబడ్జెట్ పెట్టేవాళ్లు. ఇప్పుడు రివర్స్ అయ్యింది. సెంట్రల్ బడ్జెట్ ముందు పెట్టారు. కాబట్టి వాళ్ల బడ్జెట్ లో పెట్టిన స్కీమ్ లు చూసి మనరాష్ట్రానికి ఏమి వస్తున్నాయి, డివల్యూషన్స్ ఎంత వస్తాయి, గ్రాంట్ ఇన్

ఎయిడ్ ఎంత వస్తుంది ఇవన్నీ ఎస్టిమేట్ చేసుకోడానికి వెసులుబాటు కలిగింది. అవన్నీ ఎస్టిమేట్ చేసుకుని బడ్జెట్ తయారు చేయడం జరిగింది. 14వ ఫైనాన్స్ కమిషన్ ప్రకారం 42% డివల్యూషన్ అన్నిరాష్ట్రాలకు వస్తుంది, దాంట్లో మనభాగం 4.3% వస్తుంది. అంటే దాదాపుగా రూ30వేల కోట్లు వస్తుంది. కేంద్ర పథకాలకు నిధులు ఇంతకు ముందు 75: 25 రేషియో ఉండేది, కొన్ని 100ఉండేది, కొన్ని 90: 10రేషియో ఉండేది. 14వ ఫైనాన్స్ కమిషన్ వచ్చాక అన్నిరాష్ట్రాలకు 60:40 రేషియో లేదా 50:50 అప్లైచేశారు. 75స్కీమ్ లు అన్నింటినీ కలిపి 24స్కీమ్ లుగా పెట్టారు. షేరింగ్ ప్యాట్రన్ కూడా మార్చేశారు. ఈ రెండింటివల్ల రాష్ట్రాలపై అదనపు బర్డన్ పడింది. పోలవరం ప్రాజెక్టు నిర్మాణానికి వందశాతం నిధులు రాబట్టిన ముఖ్యమంత్రి చంద్రబాబు నాయుడిగారిని అందరూ అభినందించాలి.

విభజన తరువాత మనం ప్రత్యేక రాష్ట్రం అయ్యాం కాబట్టి, ఆర్థికలోటులో ఉంటుందనేది ఫైనాన్స్ కమిషన్ యొక్క ఎస్టిమేషన్. దాని రికమండేషన్ ప్రకారమే మనకు ప్రతి సంవత్సరం నిధులు వస్తున్నాయి. రెవిన్యూ డెఫిసిట్ వీలైనంతవరకు కంట్రోల్ చేసుకుంటూ వస్తున్నాం. రెవిన్యూ ఇన్ ఫ్లోలను బట్టి ఈ రెవిన్యూ డెఫిసిట్ ఆధారపడి ఉంటుంది. Fiscal Deficit is nothing but financing or borrowing. ఓవరాల్ ఎక్స్ పెండిచర్, ఓవరాల్ రెవిన్యూ రిసీట్స్ చూసిన తర్వాత ఎంత బ్యాలెన్స్ ఉంది, ఎక్కడెక్కడ నిధుల కొరత ఉంది తెలుసుకుంటే ఫిస్కల్ డెఫిసిట్(ఫైనాన్సింగ్, బారోయింగ్)లో వస్తుంది. ఇది మన జిఎస్ డిపికి లింక్ పెడతారు. ఫైనాన్సియల్ పారామీటర్లు చూసేటప్పుడు రెవిన్యూ డెఫిసిట్ జిఎస్ డిపిలో ఎంతవుంది, ఫిస్కల్ డెఫిసిట్ జిఎస్ డిపిలో ఎంత ఉంది అనేది చూస్తారు. Fiscal Deficit as percentage to GSDP చూస్తే ఎఫ్ ఆర్ బిఎం యాక్ట్ ప్రకారం 3% ఉండాలి. అది 5%, 6%వుంటే వాళ్లే అనుమతించరు. ఎక్స్ పెండిచర్ ఓవర్ గా అయిపోవడం వల్ల అన్నిరాష్ట్రాలు ఫిస్కల్ డెఫిసిట్స్ పెరుగుతున్నాయి. ఎఫ్ ఆర్ బిఎం యాక్ట్ తయారీలో కూడా మనపాత్ర ఉంది. కేంద్రచట్టంలో అంశాలు వాళ్లు ప్రిస్క్రైబ్ చేస్తే రాష్ట్రాలకు సంబంధించి సూచనలు మనం ఇచ్చాం. ఈరోజు కేంద్రంలో కూడా ఎఫ్ ఆర్ బిఎం లిమిట్ దాటిపోతున్నారు కాబట్టే అమెండ్ చేయాలని చూస్తున్నారు. విభజన సమస్యల వల్ల రెవిన్యూస్ తక్కువ, ఎక్స్ పెండిచర్ ఎక్కువ. అయినా బడ్జెట్ కేటాయింపుల్లో 110% ఖర్చుచేశాం. ఇరిగేషన్, రూరల్ డెవలప్ మెంట్, మున్సిపల్ అడ్మినిస్ట్రేషన్ అభివృద్ధి శాఖల్లో అత్యధిక వ్యయం చేశాం. కంపేర్ చేస్తే సంక్షేమ శాఖల్లో కొద్దిగా తక్కువ చేశాం. అందుకే ఎఫ్ ఆర్ బిఎం 3%ను క్రాస్ అయ్యాం. అందుకే

కేంద్రానికి లేఖరాశాం, 5%కు అనుమతి ఇస్తే మరో రూ రెండుమూడు వేల కోట్లు అధికంగా రుణం తెచ్చుకోడానికి వెసులుబాటు ఉంటుంది. తెలంగాణ సహా 4రాష్ట్రాలకు వెసులుబాటు ఇచ్చారుకానీ మనకు ఇవ్వలేదు. అందుకే లెటర్ రాశాం.

లిమిట్ క్రాస్ అయితే ఏదోఒక పారామీటర్ లో ఇబ్బంది పడతాము. క్రిసిల్ రేటింగ్, ఐఎంఎఫ్ రేటింగ్, వరల్డ్ బ్యాంక్ రేటింగ్ ఇవన్నీ చేసేటప్పుడు ఫైనాన్షియల్ పారామీటర్లలో ఇవన్నీ చూస్తారు. We are conscious about our fiscal parameters also. రెవిన్యూ డెఫిసిట్ కూడా జీరోకు వచ్చేయాలి, దాంట్లో డెఫిసిట్ ఉండటానికి వీల్లేదు, అందుచేత ఆర్ డి సర్ ప్లస్ కి రావాలి, ఎఫ్ డి వచ్చేసరికి 3%లోపల ఉండాలి. అదేవిధంగా గ్యారంటీస్ విషయంలో మేము కంఫర్ట్ గా ఉన్నాము. ఇంట్రస్ట్ పేమెంట్స్ కూడా ఎక్కువ అయ్యాయి, ఎందుచేతంటే బారోయింగ్ ఎక్కువ అయ్యింది. ఎంత అవుట్ స్టాండింగ్ డెట్ ఉందో బడ్జెట్ బుక్ లోనే మెన్షన్ చేశాం.

ఈ అవుట్ స్టాండింగ్ డెట్ రూ 2 లక్షల 16వేల కోట్లు ఏదో రెండుమూడేళ్లలో మేము చేసింది కాదు, 1956 నుంచి వస్తున్నది. రాజశేఖర రెడ్డి ప్రభుత్వంలో, అంతకుముందు చంద్రబాబు నాయుడుగారి ప్రభుత్వంలో కూడా బారోయింగ్స్ చేశాము. ఈ అవుట్ స్టాండింగ్ డెట్ ను జనాభా(52%: 48%)ఆధారంగా చేసుకుని విభజన వల్ల మనకు అప్పు ఎక్కువ వచ్చింది. రూ 1,400 కోట్లు ఇంటర్నల్ అడ్జస్ట్ మెంట్ చేసుకుని పట్టిసీమ పూర్తి చేయగలిగాం కాబట్టే ఇక్కడ ఆదా అయిన నీటితో శ్రీశైలంనుంచి రాయలసీమ మెట్టప్రాంతాలకు నీరు ఇవ్వగలిగాం. రైతురుణమాఫీకి వన్ టైమ్ రూ 10వేల కోట్లు ఇవ్వడం జరిగింది. హామీ ఇవ్వకపోయినా హార్టీకల్చర్ రైతులకు కూడా రుణమాఫీ చేశాం. ఇరిగేషన్ ప్రాజెక్టులను సత్వరమే పూర్తి చేయాలనే ప్రభుత్వ సంకల్పంతో అదనంగా దాదాపు రూ20వేల కోట్లు ఖర్చు చేయడం జరిగింది. ఎఫ్ ఆర్ బియం యాక్ట్ ప్రకారం జిఎస్ డిపిలో డెట్ రేషియో 25% దాటకూడదు, అది దగ్గర దగ్గర 28%కు వచ్చింది. దీనిని కంట్రోల్ చేసుకుని, ఎక్స్ పెండిచర్ తగ్గిస్తే ఆటోమెటిక్ గా స్టేట్ డెవలప్ మెంట్, పేదల వెల్ఫేర్ దెబ్బతింటాయి. అందుకే గవర్నమెంట్ ఆఫ్ ఇండియాతో డైలాగ్ పెట్టాం, మన ఇబ్బందులు గమనించి అప్రూవల్ ఇవ్వండని కేంద్రాన్ని అడిగాం, పాజిటివ్ రిప్లై వస్తుందని భావిస్తున్నాం.

ఆంధ్రప్రదేశ్ హిస్టరీ తీసుకుంటే, క్యాపిటల్ ఎక్స్ పెండిచర్ కింద రూ31వేల కోట్లు

ఖర్చుచేశాం. గత సంవత్సరం ఎంత ఖర్చుచేశామో అకౌంట్స్ తెప్పించుకుని చూడండి, 100%కంటే ఎక్కువ చేశాం. ప్లాన్ ఎక్స్ పెండిచర్ 100%కంటే ఎక్కువ చేశాం. కేపిటల్ ఎక్స్ పెండిచర్ అనేది అసెట్స్ క్రియేషన్ కిందకు వస్తుంది. ఇవన్నీకూడా కాగ్ రిపోర్ట్ లో వస్తాయి. ప్రభుత్వ ఉద్యోగుల జీతాలు పెంచాం. రెవిన్యూ ఎక్స్ పెండిచర్ కొంత పెరిగింది. దానిని కంట్రోల్ లో పెట్టడానికి రెండేళ్లనుంచి ప్రభుత్వం ప్రయత్నం చేస్తోంది. రెవిన్యూ ఎక్స్ పెండిచర్ లో ఆర్ డి, ఎఫ్ డి, అదేవిధంగా గ్యారంటీ, డెట్, బారోయింగ్స్ ఇవన్నీ ఫిస్కల్ పారామీటర్లలో భాగమే. అభివృద్ధిలో, సంక్షేమంలో నెంబర్ వన్ గా ఉండటమే కాకుండా ఫిస్కల్ కన్సాలిడేషన్ లో కూడా నెం 1గా ఉండాలన్నదే మన ప్రభుత్వం ఆలోచన. తలసరి అప్పు రూ 38వేలు చిల్లర ఉంది,తలసరి వ్యయం దాదాపు రూ 27వేలు ఉంది. దాదాపు ఈక్వల్ గా ఖర్చుపెడుతున్నాం కాబట్టి అదేమీ ఆందోళన కల్గించే అంశం కాదు.

ఈ సంవత్సరం జిఎస్ డిపి రూ 6,99,000కోట్లు ఉంది. మూడు ప్రధాన రంగాల్లో ప్రైమరీ సెక్టార్ మినహాయిస్తే మిగిలింది దాదాపు రూ 5లక్షల కోట్ల పైచిలుకు ఉంటుంది. జిడిపి మరియు ట్యాక్స్ రేషియో మనదేశం 8%ఉంది, అన్ని రాష్ట్రాలను చూసినా 7.8%ఉ ంది, మన రాష్ట్రంలో కూడా 7.8%ఉంది. కావాలంటే మీకు పూర్తి సమాచారం పంపిస్తాను, ఒకసారి పరిశీలించండి. అన్ని వివరాలు 14వ ఫైనాన్స్ కమిషన్ నివేదికలో కూడా ఉ ంటాయి. ఇదంతా నేను నా సొంతంగా చెప్పేది కాదు. నేనేమీ పండిట్ ను కాదండి. నేనుకూడా ఈ రిపోర్ట్స్ అన్నింటినీ చదువుకున్నాను. అందుకే అఫిసియల్ గా చెబుతున్నాను. మీరు ఎన్ని ప్రశ్నలడిగినా సమాధానం చెబుతాను, ఈరోజు కాదు రేపు అడిగినా కూడా చెబుతాను, తెల్లవార్లూ అడిగినా చెబుతాను.

జిఎస్డిపి ట్యాక్స్ రేషియో 0.5% లేదా 1% తేడాతో మెయింటైన్ అవుతుందనే విషయాన్ని గౌరవ సభ్యులకు మనవి చేస్తున్నాను. ఐఎంఎఫ్, వరల్డ్ బ్యాంక్, గవర్నమెంట్, సిఎస్ వో ఏదిచూసినా 0.5% లేదా 1%తేడాతో మెయింటైన్ అవుతాయనేది పరిశీలిస్తే తెలుస్తుంది. టాప్ కంట్రీస్ చూస్తేకూడా ఇంచుమించు ఇంతే తేడా ఉంటుంది. నెగటివ్ గ్రోత్ ఉన్న దేశాలు కూడా ఉంటాయి, వెనిజులా 5.8% నెగటివ్ గ్రోత్ ఉంది. High based states growth తక్కువ ఉంటుంది, low based states growth ఎక్కువ ఉంటుంది. This is a fundamental principle. మీకు అర్థంగాకపోతే నేనేం చేస్తాను. వరల్డ్ గ్రోత్ రేట్ దగ్గర

దగ్గర 3%ఉంది, ఇండియా గ్రోత్ రేట్ 7.1%ఉంది, తేడా దాదాపు 4%. అదేవిధంగా మన రాష్ట్రం గ్రోత్ రేట్ 11.61%, ఇది కూడా దాదాపు 4%ఎక్కువ జాతీయ వృద్ధిరేటు కన్నా..దేశం గ్రోత్ రేటు 7.1%ఉంది కాబట్టి స్టేట్ లో కూడా 7.1%ఉండాలి అంటే అది అవివేకం అధ్యక్షా..అర్థం చేసుకోవడంలో లోపం. నేనేమీ ఎకనామిస్ట్ ను కాను, ఆర్థికమంత్రిగా చేశాను కాబట్టి కొంత ఎక్సర్ సైజ్ చేశాను కాబట్టి చెబుతున్నాను.

సమైక్యాంధ్రప్రదేశ్ లో ప్రైమరీ సెక్టార్(వ్యవసాయం) 3వ స్థానంలో ఉండేది, సర్వీస్ సెక్టార్ ఫస్ట్ ప్లేస్‌లో ఉండేది, ఇండస్ట్రియల్ సెక్టార్ సెకండ్ ప్లేస్ లో ఉంది. విభజన తరువాత అగ్రికల్చర్ సెక్టార్ సెకండ్ ప్లేస్ కు వచ్చింది, సర్వీస్ సెక్టార్ ఫస్ట్ ప్లేస్, ఇండస్ట్రియల్ సెక్టార్ థర్డ్ ప్లేస్ కు వచ్చింది. Ours is an agriculture based economy కాబట్టి..ఫిషరీస్ 30%ఎలా వచ్చింది అంటే ఎవరేం చెబుతారు..? నేను నా జేబులోంచి లెక్కేసింది కాదు. జిఎస్ డిపి అంటే ప్రొడక్షన్, ప్రోడక్టివిటీ, కాస్ట్ ఇవన్నీ లెక్కిస్తే దానికి జీవీఏ వస్తుంది. గవర్నమెంట్ ఆఫ్ ఇండియా ఇవన్నీ చెక్ చేసుకుంటుంది. దానినిబట్టి వాళ్లు జిడిపి లెక్కిస్తారు. ప్రపంచం మొత్తం ఎకనమిక్ క్రైసిస్ వచ్చినా అందులో సర్వైవ్ కాగల శక్తి భారతదేశానికే ఉంది ఎందుకంటే agriculture based economy కాబట్టి..అదేవిధంగా మన ఆంధ్రప్రదేశ్ రాష్ట్రానికి కూడా ఉంది. దీనిని సస్టయిన్ చేసుకోవాలనే ఉద్దేశంతోనే దేశానికి హార్టీకల్చర్ హబ్ గా, ఆక్వా హబ్ గా రాష్ట్రాన్ని రూపొందించడమే మా ప్రణాళిక.

గినీ రిపోర్ట్ చూస్తే మొత్తం అన్నిదేశాల్లో అసమానతలు పెరుగుతున్నాయి. ప్రాంతాలమధ్య, ప్రజల మధ్య అసమానతలు పెరుగుతున్నాయి. ఆర్థిక అసమానతలు తగ్గించడమే ప్రపంచం ముందున్న ప్రస్తుత సవాల్. మనదేశంలో పేదరికం పోవాలంటే వ్యవసాయ రంగమే కీలకం. అందుకే దానికి టాప్ ప్రయారిటీ ఇస్తున్నాం. హార్టీకల్చర్, ఆక్వా, డెయిరీ తదితర అనుబంధ రంగాలను అభివృద్ధి చేస్తున్నాం. ఫస్ట్ టైమ్ ఇన్ ద హిస్టరీ, ఈ ఏడాది కరువు మండలాలు ఉన్నప్పటికీ అగ్రికల్చర్ గ్రోత్ పెరిగింది. ఈ ఏడాది ప్యాడీలో ప్రోడక్టివిటీ 4500కిలో/ హెక్టార్ వచ్చిందంటే హిస్టరీలో నెం 1, గతంలో ఎప్పుడూ 3500కిలో దాటలేదు. We have almost crossed Punjab, Haryana, West Bengal. Subject to correction. దానితోటి సంతృప్తి పడకుండా మా ముఖ్యమంత్రిగారు State bench mark, National best mark దాటిన తరువాత International bench mark. ఆ స్పీడులో మేము వెళ్తుంటే

మా స్పీడ్ మీరు అందుకోకపోతే మేమేమి చేస్తాం. పిల్ల పుట్టగానే 20 సంవత్సరాలు వచ్చేయాలంటే ఎలా..? 19సంవత్సరాలు అయిన తర్వాత ఇరవయ్యో సంవత్సరం వస్తుంది. Unemployment మొత్తాన్ని తగ్గించే శక్తి ఒక్క చంద్రబాబు నాయుడుగారికే ఉందనే విషయాన్ని ఈ సందర్భంగా తెలియజేస్తున్నాను.

పేదరికం పోవాలి, అసమానతలు పోవాలి, ఈక్వల్ గ్రోత్ రావాలి, ఇన్ క్లూజివ్ గ్రోత్ కావాలి. నరేగాలో భారతదేశం మొత్తం మీద అత్యధికంగా ఖర్చుపెట్టిన రాష్ట్రం ఏదంటే ఆంధ్రప్రదేశ్. రాజశేఖర రెడ్డి హయాంలో ఏడాదికి ప్లాన్ ఎక్స్ పెండిచర్ రూ 22,633కోట్లు ఉంటే, ఈ 4ఏళ్లలో ఏడాదికి రూ 46,357కోట్లు పెట్టాం. రూ 22,633కోట్లు ఎక్కడ, రూ 46,357కోట్లు ఎక్కడ..? మేము నాలుగు సంవత్సరాల్లో ఎంత ఖర్చుపెట్టాం, మీరు 10సంవత్సరాల్లో ఎంత ఖర్చు పెట్టారు..?ఇదీ మీరు చేసిన ఘనకార్యం, ఏదో గొప్పలు చెప్పుకుంటున్నారు. ఎస్సీ సబ్ ప్లాన్ లో ఆ 10ఏళ్లలో సగటున ఏడాదికి రూ 3,750 కోట్లు ఖర్చు పెడితే, ఈ మూడేళ్లలో మేము సగటున ఏడాదికి రూ 6,998 కోట్లు ఖర్చుపెట్టాం. ట్రైబల్ సబ్ ప్లాన్ లో ఏడాదికి మీరు రూ 1,865కోట్లు ఖర్చుచేస్తే మేము రూ 2,439 కోట్లు పెట్టాం. ఎస్సీ సబ్ ప్లాన్ కింద మీరు 12.83% ఖర్చుచేస్తే మేము 15.68% ఖర్చుచేశాం. ట్రైబల్ సబ్ ప్లాన్ కింద మీరు 5.34%ఖర్చుచేస్తే మేము 6.59% ఖర్చుచేశాం. కాగ్ రిపోర్ట్ అన్నింటిని, ఆడిట్ అబ్జక్షన్స్ పిఏసి ఛైర్మన్ బుగ్గన గారు చూస్తారు. బహుశా ఆయన నెక్స్ట్ టైమ్ ఛైర్మన్ గా ఉంటారో లేదో అనుమానమే..? అన్నిశాఖల అధికారులను పిఏసి సమావేశానికి పిలిచి మీరు ఎగ్జామిన్ చేయండి. అన్నీ వివరంగా మీకే తెలుస్తాయి. అభివృద్ధి గురించి ఇందాక వివరంగా చెప్పాను. అందులో దేవరహస్యం ఉందా దయ్యాల రహస్యం ఉందా అనేది వేరే విషయం. మాది దేవ రహస్యం కావచ్చు, మీది దయ్యాల రహస్యం కావచ్చు. ఉన్న ఫిగర్స్ ను వాస్తవంగా చెబితే దేవ రహస్యం అని జగన్మోహన్ రెడ్డిగారు అనడం కరెక్ట్ కాదు.

ప్రతిపక్ష నాయకుడు జగన్మోహన్ రెడ్డిపై 2017 అభిశంసన తీర్మానం ఇంకో సంచలనం

సాధారణంగా అవిశ్వాస తీర్మానం ప్రభుత్వంపై ప్రవేశపెడతారు, లేదా విశ్వాస పరీక్షను సభానాయకుడు ముఖ్యమంత్రి కోరతారు. సభాపతిపై కూడా అవిశ్వాసం పెట్టడం కద్దు. కానీ ప్రతిపక్ష నాయకుడిని సభ అభిశంసించడం రికార్డు కూడా జగన్మోహన్ రెడ్డిదే..

2017 మార్చి సమావేశాల్లో అగ్రిగోల్డ్ అంశంపై జరిగిన చర్చ సందర్భంగా ప్రతిపక్ష నాయకుడు జగన్మోహన్ రెడ్డి చేసిన ఆరోపణలపై మంత్రి పత్తిపాటి పుల్లారావు తీవ్రంగా స్పందించారు. తనపై ఆరోపణలపై గత సమావేశాల్లోనే సవాల్ చేస్తే పారిపోయారు, ఇప్పుడు మళ్లీ అవే ఆరోపణలు చేస్తున్నారు. గతంలో హెచ్‌డిఎఫ్‌సి బ్యాంకులో, ప్రుడెన్షియల్ బ్యాంకులో పనిచేసిన ఉదయకిరణ్, 31.7.2014న కొనుక్కున్నారు. ఆయన భార్యకు కూడా శాతవాహన కాలేజిలో ఎయిడెడ్ పోస్ట్. రూ10,85,000శాలరీ తీసుకున్నట్లు ఐటి రిటర్న్ కూడా పోయినసారి సభ దృష్టికి తెచ్చాను. వారు ఏదైతే కొన్నారో, అమ్మినారో ఎవిడెన్స్‌లు కూడా సభ దృష్టికి తెచ్చాను. రెండవ అతను విజయకుమార్, తరువాత శ్రీనివాసరావు కొన్నది అమ్మినది ఎవిడెన్స్ లు కూడా ఇచ్చాను. కానీ పదేపదే నన్ను అప్రదిష్ట పాలు చేయడానికి జగన్మోహన్ రెడ్డిగారు, ఆయన పత్రిక సాక్షి చేస్తూనే ఉన్నాయి. నేను ఛాలెంజ్ చేసినదానికి కట్టుబడండి లేదా దీనిపై హవుస్ కమిటీ వేయండి నాకేమీ అభ్యంతరం లేదని" మళ్లీ పత్తిపాటి పుల్లారావు సవాల్ చేశారు.

ఈ ఛాలెంజ్ స్వీకరించాలని ఆర్థికమంత్రి యనమల రామకృష్ణుడు, బిజెపి సభ్యుడు విష్ణుకుమార్ రాజుతో సహా టిడిపి సభ్యులంతా డిమాండ్ చేసినా జగన్మోహన్ రెడ్డి అందుకు ముందుకు రాకుండా హవుస్ కమిటీలో ఏమవుతుందంటూ జ్యుడిసియల్ ఎంక్వైరీ జరిపిస్తే అన్నీ బైటకు వస్తాయని అన్నారు. దానిపై ముఖ్యమంత్రి చంద్రబాబు నాయుడు సానుకూలంగా స్పందించి న్యాయవిచారణకు ముందుకొచ్చి, మంత్రి పత్తిపాటి సవాల్ కు జగన్మోహన్ రెడ్డి సిద్దమేనా అని ప్రశ్నించారు. బుచ్చయ్య చౌదరిగారు మాట్లాడుతూ గతంలో ఎన్టీఆర్ పై హిటాచి పైపుల కుంభకోణం ఆరోపణలు చేసిన రాజశేఖర రెడ్డి కోర్టుకెళ్లి సాక్ష్యం చెప్పకుండా పారిపోయారని గుర్తుచేశారు. ఇప్పుడు జగన్మోహన్ రెడ్డికూడా తండ్రికి తగ్గ తనయుడిలాగా ఆరోపణలు చేయడం, పారిపోవడమే పనిగా పెట్టుకున్నారని ఎద్దేవా చేశారు. ఆరోపణలు చేసి నిరూపించలేని వ్యక్తి సభలో ఎలా కూర్చుంటారు, ఎలా మాట్లాడతారని ధ్వజమెత్తారు. ఛీఫ్ విప్ కాలువ శ్రీనివాసులు, ఎమ్మెల్యే అనిత మాట్లాడుతూ మహిళా పార్లమెంటు సందర్భంగా స్పీకర్ కోడెల శివప్రసాదరావు గారిపై కూడా జగన్మోహన్ రెడ్డి పత్రిక చేసిన దుష్ప్రచారం గురించి సభ దృష్టికి తెచ్చారు. యనమల మాట్లాడుతూ హవుస్ కమిటీకి, జ్యుడిసియల్ కమిటీకి ప్రభుత్వం ముందుకొచ్చిందని, ప్రతిపక్ష నాయకుడు వెనక్కిపోవడం సరైది కాదంటూ, సదరు అసత్య ఆరోపణలు చేసిన వ్యక్తులు, సంస్థలకు సమన్లు పంపి వారితో క్షమాపణ చెప్పించాలని సూచించారు.

అందుకు ముందుకురాని ప్రతిపక్ష నాయకుడు జగన్మోహన్ రెడ్డిపై సభ అభిశంసన తీర్మానం చేపట్టింది. తీర్మానంపై ప్రసంగించిన సభ్యులంతా ప్రతిపక్షం మొండి వైఖరిని ఖండించారు. యనమల మాట్లాడుతూ ఈ ప్రతిపక్ష నాయకుడిని చూస్తుంటే డిఫరెంట్ గా ఉంది, ఆయన మైండే డిఫరెంట్, ఆయన బిహేవియరే డిఫరెంట్, ఇటువంటి డిఫరెన్స్ లు కలిగిన డిఫరెంట్ యాటిట్యూడ్స్ ఉన్నటువంటి ప్రతిపక్ష నాయకుడు ఉండటం చాలా బాధాకరమైన విషయం. ఎంక్వైరీలకు ప్రతిపక్షాలు డిమాండ్ చేస్తాయి కానీ ప్రభుత్వం ఒప్పుకోదు సాధారణంగా, కానీ ఇక్కడ మంత్రి ముందుకొచ్చారు, ముఖ్యమంత్రి అంగీకరించారు, హవుస్ కమిటీ కావాలంటే హవుస్ కమిటీ, జ్యుడిషియల్ ఎంక్వైరీ కావాలంటే జ్యుడిషియల్ ఎంక్వైరీకి సిద్ధం అన్నప్పుడు ఏ ప్రతిపక్ష నాయకుడూ వెనక్కిపోడు. తాను చేసిన ఆరోపణలపై జగన్మోహన్ రెడ్డిగారికి చిత్తశుద్ధి లేదనేది స్పష్టం అవుతోంది. ఇతనికి ఒక్కటే అహం..మనిషికి అహం దేనివల్ల వస్తుంది, వెనకాలున్న ధనం వల్ల వస్తుంది, ఆ ధనం కూడా ఎలా

సంపాదించారు, ప్రజల ధనం పోగేసుకున్నారు. బెంగళూరులో ఒక ప్యాలెస్, హైదరాబాద్ లోటస్ పాండ్ లో ఒక ప్యాలెస్, ఇడుపుల పాయలో ఒక ప్యాలెస్, అదేవిధంగా కడపలో ఒక ప్యాలెస్..ఇవన్నీ ఎవరిడబ్బు..? ఎన్నిరోజుల్లో ఆయన సంపాదించారు..? హిస్టరీలోకి పోతే, లక్ష కోట్ల రూపాయలు ఎవరైనా సంపాదించగలరా..? జనరల్ గా ఒక కుటుంబం ఉండటానికి రెండు, మూడు, నాలుగు బెడ్ రూమ్స్ అనుకుంటాం ఇల్లు కట్టుకునేటప్పుడు.. కానీ ఆయన ఒక్క బెంగళూరు ప్యాలెస్ లోనే 26రూమ్ లు. ప్రజల్ని మాయచేసి, కంపెనీలను మాయచేసి, అధికారులను మాయచేసి ఇదంతా సంపాదించి ప్యాలెస్ లు కట్టుకున్నారు, ఎవరుండటానికి అధ్యక్షా..? కట్టుకున్నతరువాత ఎన్నిరోజులు పడుకున్నారు ఆ ప్యాలెస్ లలో..? జైలులో పడుకున్నన్ని రోజులు కూడా పడుకోలేదు. రాజకీయ నాయకుడంటే ప్రజాస్వామ్యంలో ప్రజలతో సమానమే..డిక్టేటరల్ యాటిట్యూడ్ రాజులకి కాని, రాజకీయ నాయకుడికి ఉండదు. రాజకీయ నాయకుడి నియంతృత్వం ప్రజాస్వామ్యానికే చేటు. "This House represents the whole state. We are representatives to the People". ఈ సభను నడిపేది ఎవరికోసం, ప్రజల కోసం..ప్రజా సమస్యల పరిష్కారానికి సులభమైన మార్గం కనుక్కోవడానికి ఈ హవుస్ నడుపుతాం. ఈ సభ ప్రజలకు సంబంధించినది, సభను తిడితే ప్రజలందరినీ తిట్టినట్లే.. రాజకీయ నాయకులపై ఉన్న కేసులన్నీ ఒక సంవత్సరం లోపు విచారణ పూర్తి చేయాలని, డిస్పోజ్ చేయాలని సుప్రీంకోర్టు కూడా చెప్పింది. రాజకీయాలు ప్రక్షాళన చేయాలంటే, స్వచ్ఛమైన రాజకీయాలు దేశంలో ఉండాలంటే క్రిమినల్స్ ఎంటర్ కాకుండా చూడాలి. ఇటువంటి నాయకులందరికీ ప్రజలే గుణపాఠం చెప్పాలి, అందుకే ఈ తీర్మానాన్ని సమర్థిస్తున్నానని" యనమల పేర్కొన్నారు.

"ప్రజా ప్రయోజనాలను పరిరక్షించడానికి, రాష్ట్ర సమస్యలను చర్చించి పరిష్కారాలను అన్వేషించడానికి, సత్యాలను చెప్పడానికి మన ప్రజాస్వామ్యం ప్రతిపాదించిన, ప్రసాదించిన పవిత్రమైన వేదిక మన శాసనసభ. ఈ ఉన్నతమైన వేదికను ప్రజలను తప్పుదోవ పట్టించడానికి, గౌరవ సభ్యులమీద, మంత్రుల మీద, ప్రభుత్వంమీద అసత్య, నిరాధార ఆరోపణలు చేయడానికి ప్రతిపక్ష నాయకుడు వినియోగించడం మిక్కిలి దురదృష్టకరం మరియు విచారకరం. ప్రతిపక్ష నాయకుడు అనుసరిస్తున్న ఈ తీరును శాసనసభ ఖండిస్తున్నది" అంటూ అభిశంసన తీర్మానాన్ని ఆమోదించడం జరిగింది.

బిల్లు పెండింగ్ లో ఉంటే మళ్లీ రెండోసారి ఆర్డినెన్స్ తేవడంపై అభ్యంతరం (01.12.2020)

ఆంధ్రప్రదేశ్ పంచాయితీరాజ్ అమెండ్ మెంట్ బిల్లు 2020పై 01.12.2020న చర్చ సందర్భంగా యనమల శాసనమండలిలో మాట్లాడుతూ, గతంలో ఇదే పిఆర్ బిల్లుపై ప్రభుత్వం ఆర్డినెన్స్ ఇవ్వడం, అది బిల్లుగా కౌన్సిల్ కు రావడం, కౌన్సిల్ లో అమెండ్ మెంట్స్ పెట్టి తిరిగి పంపడం జరిగింది, అసెంబ్లీలో అది పెండింగ్ లో ఉంది. 2వసారి వెనక్కి పంపించే అధికారం అసెంబ్లీకి ఉంటుంది. ఆ బిల్లు అసెంబ్లీలో పెండింగ్ ఉండగా సభ నిరవధికంగా వాయిదా వేశారు, అంటే అది పెండింగ్ లో ఉందనే..బిల్లు అసెంబ్లీలో పెండింగ్ లో ఉండగా ఆర్డినెన్స్ ఇవ్వవచ్చా..? ఆ అవకాశం ఉండదనేది నా అభిప్రాయం. రెండోసారి అసెంబ్లీ పాస్ చేసి కౌన్సిల్ కు మళ్లీ పంపే అవకాశం ఉంది. ఇక్కడ అమెండ్ మెంట్స్ తో తిరిగి పంపిస్తే మీరు ఒకవేళ పాస్ చేసుకుంటే ఆర్టికల్ 197 ప్రకారం deeming effect వస్తుంది. ఇప్పుడిది రెండో ఆర్డినెన్స్, మళ్లీ ఆ బిల్లు 2వసారి వస్తుందనేది మెన్షన్ చేశారు. మొదటి బిల్లు అసెంబ్లీలో ఉండగా, 2వ బిల్లు ఎలా వస్తుందో నాకు అర్ధం కాలేదు. అవగాహన ఉంటే మంత్రిగారే వివరించాలి, లేదా రాజ్యాంగ పరమైన అంశం కాబట్టి ఏజి గారిని పిలిపిస్తే వారు వివరిస్తే బాగుంటుంది. 37ఏళ్లలో నాకు తెల్సినంతవరకు ఇలా జరగలేదు, రాజ్యాంగంలో కూడా లేదు. అదే సమావేశాల్లోనో, తర్వాత సమావేశాల్లోనో మొదటి బిల్లు పాస్ చేసుకునే అవకాశం ఉండగా 2వసారి ఆర్డినెన్స్ ఏమిటి..? ఒక సభలో బిల్లు పెండింగ్ లో ఉంటే, దానిని పాస్ చేసుకునే అవకాశం ఉంటే ఆర్డినెన్స్ అవసరం లేదనేది రూల్ పొజిషన్ చెబుతోంది, రాజ్యాంగం అదే చెబుతుంది. వారికి ఎవరు సలహా ఇచ్చారో తెలియదు, ఏజి గారు సలహా ఇచ్చారో తెలియదు. ఇక్కడకు వారిని పిలిపించి వివరిస్తే ఈ బిల్లును ఏమిచేయాలో మా పార్టీ ఆలోచిస్తుంది అనగా, మంత్రి పెద్దిరెడ్డి రామచంద్రారెడ్డి స్పందిస్తూ, ఉన్నవి లేనట్లు, లేనివి ఉన్నట్లు వక్రీకరించే తత్వం యనమలది అన్నారు. దానిపై ఏమాత్రం స్పందించకుండా యనమల తన ప్రసంగానికే పరిమితమై, 2వసారి ఆర్డినెన్స్ ఇవ్వకూడదని తాను అనలేదంటూ బీహార్ లో 14సార్లు ఇచ్చిన విషయం గుర్తుచేశారు. ఇక్కడ ఆర్డినెన్స్ ఇవ్వనవసరం లేదని, ఎందుకంటే అసెంబ్లీలో బిల్లు పాస్ అయ్యింది అంటే ఆర్డినెన్స్ రీప్లేస్ అయిపోయింది, ఎగ్జిస్టెన్స్ లో లేదు, బిల్లురూపంలోకి వచ్చేసింది, కౌన్సిల్ లో రిజెక్ట్ చేశారు అంటే లెజిస్లేచర్‌లో పెండింగ్ ఉంది. అటువంటప్పుడు ఆర్డినెన్స్ ఇవ్వకూడదనేది చాలా స్పష్టంగా ఉంది.

శాసనమండలి రూల్ బుక్ లో 187వ రూల్ స్పష్టంగా చెబుతోందని పేర్కొన్నారు. దానిపై మళ్లీ మంత్రి పెద్దిరెడ్డి జోక్యం చేసుకుని లిటిగేషన్ అనేది యనమలతోనే పుట్టిందని, ఎవరైనా ఎస్ అంటే ఆయన నో అంటారు, అది ఆయన తత్వం అంటూ రెచ్చగొట్టే యత్నం చేశారు. అయినా దాన్నికూడా పట్టించుకోకుండా సబ్జెక్ట్ కే యనమల పరిమితమై, నేనూ లాయర్ నేనంటూ ఏజి కూడా సీనియర్ లాయర్ కావచ్చంటూ ఏజి అభిప్రాయాన్ని సభ ముందు పెట్టమని కోరారు. ఆయనను పిలిపిస్తే కొన్ని ప్రశ్నలడిగి క్లారిఫికేషన్ అడుగుతాం అన్నారు. దీనిపై మంత్రి బుగ్గన కలుగజేసుకుని, యనమల కన్ఫ్యూజ్ అవుతున్నారని అనగా, కాదు మంత్రిగారే కన్ఫ్యూజ్ అవుతున్నారని యనమల తిప్పికొట్టారు. సెకండ్ టైమ్ బిల్లు తెస్తే deeming effect ఆటోమేటిక్‌గా వస్తుందని చెప్పారు. 5రోజుల్లో 19బిల్లులని, ఆ 19బిల్లులలో ఎన్ని ఆర్డినెన్స్‌లు వచ్చాయి. ఆర్డినెన్స్ ల రాజ్యమా ఇది అంటూ యనమల ధ్వజమెత్తారు.

2004-09 మధ్య శాసనసభలో యనమల వాణి..

ఆర్థికమంత్రిగా 2004–09మధ్య యనమల రామకృష్ణుడు శాసనసభలో మరోసారి క్రియాశీల భూమిక పోషించారు. "The Andhra Pradesh Fiscal Responsibility and Budget Management (Amendment) Bill" 2008పై అసెంబ్లీలో జరిగిన చర్చలో యనమల మాట్లాడుతూ, "ఎఫ్ఆర్బిఎం యాక్ట్, సప్లిమెంటరీ డిమాండ్స్ రెండూ వేర్వేరు.. రాజ్యాంగం ద్వారా మనకు సంక్రమించిన హక్కు ద్వారా కేంద్ర ప్రభుత్వం నుంచిగాని, రాష్ట్రప్రభుత్వం నుంచిగాని సప్లిమెంటరీ గ్రాంట్లు తెచ్చుకునే అవకాశం ఉంది. ఎఫ్ ఆర్ బిఎం యాక్ట్ కు సంబంధించి ఇదొక ఫిస్కల్ ప్రుడెన్స్ కు చెందిన ఇష్యూ. దీనిలో ఫిస్కల్ ప్రూడెన్సీ సాధించాలి. కేంద్రరాష్ట్ర ప్రభుత్వాలు ఈ ఫిస్కల్ పారామీటర్స్ అబ్జర్వ్ చేయకపోతే రాబోయే రోజులలో ప్రమాదకరమైన పరిస్థితుల్లో ఉంటాము. ప్రభుత్వాలు దివాలా తీసే పరిస్థితి వస్తుంది. ఫిస్కల్ ప్రుడెన్సీ మెయింటైన్ చేయాల్సిన బాధ్యత ఉందనే ఉద్దేశంతోనే ఆరోజున కేంద్ర, రాష్ట్ర ప్రభుత్వాలు మా టైమ్ లోనే ఎఫ్ఆర్బిఎం బిల్లు తీసుకువచ్చాము. ఈ ప్రభుత్వం వచ్చిన తరువాత పాస్ చేశారు. వీటికి సంబంధించి ఎప్పుడైనా, ఏమయినా డీవియేషన్స్ ఉంటే మళ్లీ శాసనసభకు రావలసిన అవసరం ఉందని చట్టం చెబుతోంది. అడిషనల్ బారోయింగ్స్ తీసుకోవాలన్నా, ఫిజికల్ ఇండికేటర్స్ డీవియేషన్ వచ్చినప్పుడు తప్పకుండా లెజిస్లేచర్ కు వచ్చి అనుమతి తీసుకోవాలనేది ఇందులో ఉన్న ప్రధానాంశం. ఆర్డినెన్స్ చేసి మొత్తం తతంగమంతా అయిన తరువాత లెజిస్లేచర్ అనుమతి కాదు. మిగతా రెగ్యులర్ బిల్స్ కు దీనికి తేడా ఉంది. పోస్ట్ ఫాక్టో అప్రూవల్ కి తీసుకోవాలి.

సెక్షన్ 11(3)లో చాలా క్లియర్ గా ఉంది. Except as provided under this act, no deviation in meeting the obligations on the part of the State Government under this act, shall be permissible with out the approval of the Legislature.

ఆ రోజున టిడిపి ప్రభుత్వం ఉన్నప్పుడు మీడియం టైమ్ ఫిస్కల్ ఫ్రేమ్ వర్క్ తయారు చేశాము. ఎఫ్‌డి ఎంత ఉండాలి, ఆర్‌డి ఎంత ఉండాలి, డెట్ స్టాక్ ఎంత ఉండాలనే విషయాన్ని, జిఎస్ డిపిలో ఎంతెంత భాగమో అనేదానిపై పూర్తి ఫ్రేమ్ వర్క్ రూపొందించాం. ప్రభుత్వం ఫాలో అవుతోంది. దానికి అనుగుణంగా పారామీటర్స్ వర్కౌట్ చేయడానికి, ఆ పారామీటర్స్ కి, టార్గెట్స్ కి అనుగుణంగా భవిష్యత్తులో ఉండటానికి ఈ బిల్లు చట్టం రూపంలో తీసుకురావడం జరిగింది. ఈ ప్రభుత్వం బిల్లు పెట్టేటప్పుడు దానికి సంబంధించిన బ్యాక్ గ్రవుండ్ పేపర్స్, ఇన్ఫర్మేషన్ సభ్యులకు ఇస్తే బాగుండేది.

మీడియం టర్మ్ ఫిస్కల్ పారామీటర్స్, టార్గెట్స్ ఫిక్స్ చేసేటప్పుడు ఆర్ డి ఎంత ఉండాలి..? ఎఫ్‌డి ఎంత ఉండాలి, డెట్ స్టాక్ ఎంత ఉండాలి, ప్రైమరీ డెఫిసిట్ ఎంత ఉండాలి..? వాటన్నింటికి సంబంధించి టార్గెట్స్, పారామీటర్స్ ఆల్ రడీ ఫిక్స్ చేసివున్నారు. దానిలో ఎంత అచీవ్ చేశారు, ఇంకా ఎంత అచీవ్ చేయాలి, ఎంత డీవియేట్ అయ్యారు వాటన్నింటికి సంబంధించి ఒక పేపర్ సభకు ఇచ్చివుంటే బాగుండేది. మరో అంశం ఏమంటే రాష్ట్ర ఎకానమీ గురించి, ఫిస్కల్ పారామీటర్స్ గురించి, టార్గెట్స్ గురించి శాసనసభకు ఒక స్టేట్ మెంట్ ఇవ్వాల్సిన అవసరం ఉంటుంది, అదికూడా ఇవ్వలేదు. స్టేట్ ఫైనాన్సెస్ ఎలా ఉన్నాయి, స్టేట్ ఫైనాన్సియల్ పారామీటర్స్, ఎకనామిక్ పారామీటర్స్ ఏవిధంగా ఉన్నాయో ఈ బిల్లులో పొందుపర్చాల్సిన అవసరం ఉంది. వీటికి సంబంధించి ప్రతి అర్ధ సంవత్సరానికి, ప్రతి త్రైమాసికానికి శాసనసభలో ఇన్ఫర్మేషన్ ఇవ్వాల్సివుంటుంది, అదికూడా ఇవ్వలేదు.

గత సంవత్సరాలలో అప్పులను ఏవైతే పూర్తిగా వినియోగించుకోలేదో ఆ బాలెన్సులన్నీ కలుపుకుని ఈ సంవత్సరం డ్రా చేసుకోవడానికి, అప్పుగా తెచ్చుకోడానికి పర్మిషన్ ఇవ్వమని ఇప్పుడే రోశయ్యగారు చెప్పారు, లెజిస్లేచర్ ముందుకువచ్చారు. ఇది చాలా విచిత్రంగా కనిపిస్తున్నది. అకౌంట్లుగాని, బడ్జెట్లుగాని ఏ సంవత్సరానికి ఆ సంవత్సరం ఫైనలైజ్ అయిపోతాయి. ఆర్బీఐ రీకన్సలేషన్ చేస్తారు, కాగ్ కూడా రీకన్సలేషన్ చేస్తుంది. ఆ సంవత్సరంలో మిగులు అనేది రాబోయే సంవత్సరానికి క్యారీఫార్వర్డ్ అయ్యే పరిస్థితి ఉండదు. ఈ సూత్రాన్ని

ఎక్కడ కనుక్కున్నారో రోశయ్యగారు చెప్పాల్సిన అవసరం ఉంది. ఏ ప్రభుత్వాలు ఫాలో అయ్యాయో, సెంట్రల్ గవర్నమెంట్ ఫాలో అయ్యిందో లేక దేశాలు ఫాలో అవుతున్నాయో తెలియదు. గత సంవత్సరములో రూ 100అప్పుగా తీసుకుని అందులో రూ 90మాత్రమే ఆ సంవత్సరం వినియోగించుకున్నాను కాబట్టి మిగిలిన రూ10 ఈ సంవత్సరంలో తీసుకుంటానంటే ఎట్లా వీలవుతుందో నాకు అర్ధం కావడం లేదు. దానిని ఎక్స్ ప్లెయిన్ చేయాల్సిన అవసరం ఉంది, అది సరైన విధానం కూడా కాదు..ఆ రోజున ఫిఫ్త్ పిఆర్ సి రావడం, కొంత అడిషనల్ బర్డన్ రావడం వల్ల ఫిస్కల్ పారామీటర్స్, టార్గెట్స్ తీవ్రంగా దెబ్బతిన్న నేపథ్యంలో నేషనల్ లెవల్ లో అన్నిరాష్ట్రాలను కూర్చోపెట్టి మీడియం టర్మ్ ఫిస్కల్ ఫ్రేమ్ వర్క్ తయారు చేసుకోవాలని, పారామీటర్స్, లిమిట్స్, టార్గెట్స్ పెట్టుకోవాలని, దానికి సంబంధించి పేపర్లు తయారుచేసుకోవాలని, వాటిని అందరూ ఫాలో కావాలని గవర్నమెంట్ ఆఫ్ ఇండియాతో ఒక ఎంవోయూ కూడా కుదుర్చుకోవడం జరిగింది. దాని తరువాత ఈ బిల్లును తయారుచేశాము. బడ్జెట్ రిఫార్మ్స్, టాక్స్ రిఫార్మ్స్ తీసుకొచ్చి వాటిని ఇంప్రూవ్ చేసి ఫిస్కల్ పారామీటర్స్ కూడా 2003-04కల్లా సెట్ రైట్ చేసి ఇచ్చాం. ఫిస్కల్ టార్గెట్స్ లో గతంలో 10-12స్థానంలో ఉన్న మనరాష్ట్రాన్ని ఇంచుమించు ఫస్ట్ ఫైవ్ స్టేట్స్ లోకి తెచ్చాం, కొన్ని పారామీటర్ల విషయంలో నెంబర్ వన్ లో ఉండేవాళ్లం.

అయితే ఈ సంవత్సరానికి వచ్చేటప్పటికి బడ్జెట్లో దాదాపు రూ9వేల కోట్ల పైచిలుకు అప్పు తేవడానికి పెట్టారు. ఈరోజు మళ్లీ ఎంత అప్పుతెస్తారో చెప్పడం లేదు. కానీ అప్పు తేవడానికి పర్మిషన్ ఇవ్వండని లెజిస్లేచర్ ను అడుగుతున్నారు. మాకు రావాల్సిన రెవిన్యూస్ రాలేదుకాబట్టి, మేం అమ్మాలనుకున్న భూములు అమ్మలేక పోతున్నాము కాబట్టి, మాకు రెవిన్యూస్ కొరత వచ్చిందని ఎక్స్ పెండిచర్ ఎక్కువ అయ్యింది కాబట్టి , ప్రత్యామ్నాయం లేదు కాబట్టి అనేరీతిలో చెబుతున్నారు. మీరు ఓవర్ గా బడ్జెట్ బూస్టప్ చేశారు, ఓవర్ గా రెవిన్యూస్ బూస్టప్ చేశారు దానివల్ల ప్రమాదము ముంచుకువస్తుందని మేము చెప్పాము. ఈ రోజు మీరు ఏదైతే అప్పు తెస్తామంటున్నారో దానివల్ల స్టేట్ ఎకానమీ పడిపోతుంది. గత ఏడాది ఫస్ట్ హాఫ్ లో ఎకానమీ 10.2%ఉంటే ఈ సంవత్సరం 4.8% ఉందని మీ సాక్షి పేపర్ లోనే వచ్చింది. లాస్ట్ యియర్ ఫస్ట్ హాఫ్ లో చూస్తే అగ్రికల్చర్ సెక్టార్ లో 10.2%ఉంటే ఈ సంవత్సరానికి 4.8%కు పడిపోయింది. ఇండస్ట్రియల్ సెక్టార్ లో 2% పైగా పడిపోయింది. సర్వీస్ సెక్టార్ లో కూడా దగ్గరదగ్గర 2% పడిపోయింది. జిఎస్ డిపిలో

ఈవిధంగా డిఫరెన్సెస్ రావడం వల్ల ఎకానమీ కొలాప్స్ అయిపోతుందని నేను మనవి చేస్తున్నాను. అగ్రికల్చర్ సెక్టార్ లో ఏదో బ్రహ్మాండంగా చేశామని చెప్పుకుంటున్నారు, కానీ ఇంచుమించు 6%డౌన్ అయ్యింది.

ఈ సంవత్సరం ఎంత పర్సంటేజి జిఎస్‌డిపిలో అప్పు ఉండాలనేది మంత్రిగారు చెప్పాలి. ఆ పర్సంటేజి పెరిగినట్లయితే మీ ఫిస్కల్ ప్రుడెన్స్ పోయినట్లే లెక్క, ఫైనాన్సియల్ సిస్టమ్ దెబ్బతిన్నట్లే లెక్క. రూ 9వేల కోట్ల పైచిలుకు అప్పుతో ఈ ఇండికేటర్స్ పెట్టారు. రూ16వేల కోట్ల అప్పు తెస్తున్నట్లు పేపర్లలో చూశాం. ఇంచుమించు రూ20వేల కోట్లపైన అప్పు తెచ్చే అవకాశం ఉంది పాతది ఇప్పటిది కలిపి. ఇంత అప్పు తేవడం వల్ల జిఎస్ డిపిలో డెట్ స్టాక్ పర్సంటేజి విపరీతంగా పెరుగుతుంది. దానివల్ల ఫిస్కల్ డెఫిసిట్ దెబ్బతింటుంది, డెట్ స్టాక్ పారామీటర్ దెబ్బతింటుంది. ఈ రెండు కలిపితే రెవిన్యూ డెఫిసిట్ పారామీటర్ దెబ్బతింటుంది. దానివల్ల ప్రైమరీ డెఫిసిట్ పారామీటర్ దెబ్బతింటుంది. భవిష్యత్తులో రాష్ట్రంలో ఫిస్కల్ ప్రుడెన్స్ అంతా దెబ్బతింటున్నట్లుగా మనకు సూచనప్రాయంగా కనిపిస్తోంది. ఆరోజు టిడిపి ప్రభుత్వం బడ్జెట్ రిఫార్మ్స్, టాక్స్ రిఫార్మ్స్ అంతా సెట్ రైట్ చేసి పెడితే, ఈ నాలుగున్నరేళ్ల సంవత్సరాలలో మీ ప్రభుత్వం ఎక్కువగా అన్ ప్రొడక్టివ్ ఎక్స్ పెండిచర్ చేసినట్లుగా క్లియర్ గా కనిపిస్తోంది. ఎందుకంటే మొబిలైజేషన్ అడ్వాన్స్ లు ఇస్తున్నారు, అవినీతికి ఎక్కువగా పాల్పడుతున్నట్లుగా బయట చూస్తున్నాం. ఎప్పుడైతే ఎకనామిక్ పారామీటర్స్ పడిపోతాయో అప్పుడు ఇండివిడ్యువల్ ఎకానమీ పడిపోతుంది. ఇండివిడ్యువల్ ఎకానమీ పడిపోతే పర్చేజ్ పవర్ పడిపోతుంది. దీంతో మార్కెట్ లో మనీ రొటేట్ కాకుండా మనకు రెవిన్యూ టాక్సెస్ పడిపోయే ప్రమాదం ఉంది. ఇదంతా ఒక సైకిల్ సిస్టమ్. మీరు చేసిన ఎక్స్ పరిమినెంట్ల వల్ల రెవిన్యూస్ ఈ నాలుగున్నర సంవత్సరాలలో రూ43వేల కోట్ల వరకు వచ్చింది.అదేవిధంగా రూ63వేల కోట్లు అప్పులు తీసుకురావడం జరిగింది. అంటే రూ లక్ష కోట్లకు పైగా రెవిన్యూ గాని అప్పు గాని పెరిగితే ఈ డబ్బంతా ఎక్కడికి పోయింది..?డెవలప్ మెంట్ కు ఏమీ ఖర్చు పెట్టలేదు, సోషల్ సెక్టార్ కు ఎంత ఖర్చుపెట్టారు..? గవర్నమెంట్ సమాచారమే కాదు ఆర్బీఐ రిపోర్టులు కూడా ఉన్నాయి. మిగతా రాష్ట్రాలతో పోల్చిచూస్తే మన పొజిషన్ ఎలావుందో దీంట్లో కనబడుతోంది. మన రాష్ట్రంలో డెవలప్ మెంట్ కనిపించడం లేదు. ఇరిగేషన్ ప్రాజెక్టులు 2ఏళ్లలో కొన్ని, 5ఏళ్లలో కొన్ని పూర్తిచేస్తామని గతంలో మీరు చెప్పారు. ఇప్పటివరకు ఏ ప్రాజెక్టు కూడా పూర్తికాలేదు. మా నియోజకవర్గంలో పుష్కర లిఫ్ట్ ఇరిగేషన్ స్కీమ్

ఇప్పటివరకు పూర్తికాలేదు. ఒక్కసెంటుకు భూమికి కూడా నీరు ఇవ్వలేదు. అదేవిధంగా 11లిఫ్ట్ ఇరిగేషన్ స్కీములు కూడా అసంపూర్తిగా ఉన్నాయి. ఏదైతే ఎక్కువ ఖర్చుపెట్టామని చెబుతున్నారో అదంతా కాంట్రాక్టర్ల చేతుల్లోకి కమిషన్ల రూపేణా, మొబిలైజేషన్ అడ్వాన్స్ ల రూపేణా ఈ డబ్బంతా పోయిందేతప్ప గ్రౌండ్ లెవల్ లో ఒక్క ప్రాజెక్టు కూడా పూర్తికాలేదు. ఈ రోజు గ్రామాల్లో రోడ్లన్నీ పాడైపోయాయి, తాగునీటి పథకాలు చేపట్టిన పరిస్థితి లేదు. సోషల్ సెక్టార్ లో వెల్ఫేర్ స్కీములు కుంటుపడ్డాయి. కొన్ని స్కీములను రద్దుచేశారు. 2008-09లో పెట్టిన బడ్జెట్ వల్ల ఎవరికి ఉపయోగం జరిగిందో వారే చెప్పాలి. ప్రజలకైతే ఉపయోగం జరగలేదు. రాష్ట్రంలో ఎటువంటి డెవలప్ మెంట్ జరగలేదు. వరల్డ్ వైడ్ క్రైసిస్ కు దీనికి సంబంధం లేదు. ఇది మన స్టేట్ గవర్నమెంట్ చేతులారా చేసుకున్న ఫైనాన్సియల్ క్రైసిస్. ఓవర్ ఎస్టిమేట్స్ తో ఎక్కువగా అన్ ప్రొడక్టివ్ ఎక్స్ పెండిచర్ చేశారు. ఈరోజు యాడ్స్ కు వందల కోట్ల రూపాయలు ఖర్చు పెడుతున్నారు. బీసి స్కాలర్ షిప్స్ కు సంబంధించి ఏ కాలేజీకి కూడా రియింబర్స్ మెంట్ చేయలేదు.

బడ్జెట్‌లో రూ 9,657కోట్ల పైచిలుకు ఫిస్కల్ డెఫిసిట్ పెట్టారు. మరలా రూ 6వేల కోట్లు అప్పు చేస్తామని అంటున్నారు. అంటే ఇంచుమించు రూ 15వేల కోట్ల పైచిలుకు అప్పు అవుతుంది. అసలు ఆంధ్రప్రదేశ్ పుట్టిన తరువాత ఒక సంవత్సరంలో రూ 15,050 కోట్లు ఎప్పుడయినా ఏ గవర్నమెంటు అయినా అప్పు చేశారా అనేది చెప్పాలి. రూ 15,050కోట్లు పెరగడం వల్ల జిఎస్ డిపిలో డెట్ స్టాక్ పర్సంటేజి ఎంత భాగమో చెప్పాలి. ఆర్బీఐ రిపోర్ట్ ప్రకారం 2007-08లో జిఎస్ డిపిలో డెట్ స్టాక్ పర్సంటేజి 40%ఉంది. ఇప్పుడీ రూ15,050కోట్ల అప్పుతో జిఎస్ డిపిలో డెట్ స్టాక్ పర్సంటేజి 60%కు పెరిగిపోయే ప్రమాదం ఉంది. ఇప్పటి ఎంటిఎఫ్ ప్రకారం ఇది 30% నుంచి 32%దాటకూడదు. పేరామీటర్స్ అన్నీ అధిగమించి జిఎస్ డిపిలో డెట్ స్టాక్ పర్సంటేజి 60%వరకు పెరుగుతుంటే, ఫిస్కల్ డెఫిసిట్ దాదాపు 5-6%పెరుగుతుంటే ఫిస్కల్ ప్రుడెన్స్ ఎలా సాధిస్తారో మంత్రిగారు సమాధానం చెప్పాలి. వీకర్ సెక్షన్ కు ఇచ్చే ప్లాన్ ఎక్స్ పెండిచర్ దాదాపు 4% తగ్గిపోతే ఇక బలహీన వర్గాలకు మీరు ఏం చేశారు..?అవుట్ స్టాండింగ్ లయబిలిటీస్ 2003-04లో 34.3% ఉంటే, 2008లో 40.3%ఉందని ఆర్బీఐ రిపోర్ట్ లో ఉంది.

ఈ బిల్లు తేవడంవల్ల రేపు జిఎస్ డిపిలో డెట్ స్టాక్ పర్సంటేజి విపరీతంగా పెరుగుతుంది. క్యుమిలేటివ్ ఎఫెక్ట్ తో రాష్ట్రంలో ఫిస్కల్ ప్రుడెన్స్ లేకుండా పోయే ప్రమాదం ఉంది.

ఉన్నటువంటి రెవిన్యూస్ ఏమయ్యాయి..? ఎవరూ ఒప్పుకోకపోయినా ప్రజల ఆస్తులు అమ్మే ప్రయత్నం చేశారు. ఆస్తులు అమ్మేస్తే రూ 2వేల కోట్లు వచ్చిందని చెబుతున్నారు. ఇంకా రూ10వేల కోట్లు రావాలని అంటున్నారు. టిడిపి హయాంలో సంవత్సరానికి రూ4వేల కోట్లు అప్పులు తెస్తే ఈరోజు సంవత్సరానికి రూ8వేల కోట్లు చేశారు. ఎంత వ్యత్యాసం ఉందో చూడండి. ఎంత ఎమౌంట్ వచ్చినప్పటికీ కూడా ఫర్ దర్ గా లోన్లు తేవడానికి ప్రయత్నం చేస్తున్నారంటే మన ఫిస్కల్ పారామీటర్లు అన్నీ గంగలో కలపడం తప్ప మరొకటి కాదు. ఈ రాష్ట్రంలో పూర్తిగా ఫిస్కల్ ప్రుడెన్స్ కోల్పోయాం. రెవిన్యూ ఎక్స్ పెండిచర్ లో మనం దేశంలో 4వ స్థానంలో ఉన్నాం. ఎందుకు మీరు రెవిన్యూ ఎక్స్ పెండిచర్ తగ్గించుకోలేక పోతున్నారు..? ఎందుకు నాన్ ప్లాన్ ఎక్స్ పెండిచర్ ను కట్ చేయలేక పోతున్నారు..?ఈ రెండింటిని కట్ చేస్తే ఫర్ దర్ గా లోన్లు తీసుకురావలసిన అవసరంలేదు. ఉన్నదానితో సరైన కార్యక్రమాలు చేసుకోవచ్చు. ప్రాజెక్టులలో ఏదైతే కరప్షన్ ఉందో దానిని కర్టయిల్ చేయవలసిన అవసరం ఉంది. కరప్షన్ లేకుండా రెవిన్యూ ఎక్స్ పెండిచర్, నాన్ ప్లాన్ ఎక్స్ పెండిచర్ ను తగ్గించుకుంటే మనం ఫిస్కల్ ప్రుడెన్స్ మెయింటైన్ చేయగలం. భవిష్యత్తులో మన ఆంధ్రరాష్ట్రం నంబర్ వన్ గా ఉండాల్సింది పోయి ఈరోజు దాదాపు నాన్ స్పెషల్ కేటగిరీ రాష్ట్రాలలో రానురాను దిగజారి పోతున్నాం. ఆర్బీఐ రిపోర్ట్ చూస్తే మన పరిస్థితి అర్థం అవుతుంది, దాదాపుగా పదోస్థానానికి వచ్చే పరిస్థితి వచ్చింది. ఒకప్పుడు గర్వంగా తలెత్తుకునే పరిస్థితి ఉండేది, ఈనాడు ఆ పరిస్థితి లేదు. రెవిన్యూ ఎక్స్ పెండిచర్ తగ్గించండి, నాన్ ప్లాన్ ఎక్స్ పెండిచర్ తగ్గించండి. రెవిన్యూ ఎక్స్ పెండిచర్ తగ్గించండి. ఇరిగేషన్ ప్రాజెక్టులు పూర్తి చేయండి, వెల్ఫేర్ యాక్టివిటీస్ కు ఎక్కువ నిధులు రిలీజ్ చేయాలని కోరుతున్నాను.

సభాపతి స్థానం ఔన్నత్యం గురించి...

స్పీకర్ స్థానం ఎంతో విలక్షణమైనది, విశిష్టమైనది. రాజ్యాంగపరమైన ఆంక్షల విషయమే కాదు, పార్లమెంటరీ వ్యవస్థలో ఆ స్థానానికి ఎంతో గౌరవం ఉంది. స్పీకర్ స్థానం గురించి చెప్పాలంటే రాజ్యాంగం, కౌల్ అండ్ షక్దర్, 10వ షెడ్యూల్ మూడింటిని కలిపి విశ్లేషించాలి.

"Speaker represent the whole state" అని జవహర్ లాల్ నెహ్రూ అన్నారు. "సభాపతి స్థానం విశిష్టత, ఎన్నికైన ప్రజా ప్రతినిధుల అందరి గౌరవాన్ని పరిరక్షించేవారని," బాబూ రాజేంద్ర ప్రసాద్,వల్లభాయ్ పటేల్,మధు దండావతే తదితరులు పేర్కొన్నారు.

జి.వి. మౌలాలంకర్, ఎంఏ అయ్యంగార్, హుకం సింగ్, నీలం సంజీవ రెడ్డి,అయ్యదేవర కాళేశ్వర రావు తదితరులు ఎందరో ఆ స్థానానికి వన్నెతెచ్చారు.

శాసనసభలో వైసిపి సభ్యులు స్పీకర్ పట్ల, సభా నాయకుడి పట్ల అమర్యాదగా ప్రవర్తించడం, అసభ్య దుర్భాషలతో ప్రివిలేజ్ మోషన్ ప్రతిపాదించినప్పుడు(18,19డిసెంబర్ 2015) సభా వ్యవహారాల మంత్రిగా యనమల రామకృష్ణుడు ప్రసంగంలో ముఖ్యాంశాలు.

The Speaker represents the whole House and the House represents the people of Andhra Pradesh

The House has got absolute power అంటూ కౌల్ అండ్ షక్దర్ రూల్స్ బుక్ లో పేజి నెంబర్ 268చదివి వినిపించారు. The power of the House to punish for contempt or Breach of Privilege has been aptly described as the Key stone of

Parliamentary Privilege and is considered necessary to enable the house to discharge its functions and safeguard its authority and privilege. This power is akin in nature and owes its origin to the powers possessed by the Courts of Law to punish for contempt, without such a power, the House would sink into utter contempt and inefficiency.

స్పీకర్ వ్యవస్థ యొక్క పదవి యొక్క గౌరవాన్ని కాపాడాల్సిన బాధ్యత బైట వ్యక్తులతో పాటు, కుర్చీలో ఉన్న వాళ్లకు కూడా ఉండాలి అంటూ యనమల రాసిన లేఖలు విదితమే.. పరిణామ క్రమంలో గొంగళిపురుగు సీతాకోక చిలుక అవుతుంది. సీతాకోకచిలుక అయ్యాక అందరూ ఆకర్షితులు అవుతారు. మళ్లీ గొంగళిపురుగు దశకు సీతాకోకచిలుక చేరాలని అనుకోదు. నేను సీతాకోక చిలుకను కాదు..గొంగళిపురుగునే అంటే గొంగళి పురుగుగానే చూస్తారు.

స్పీకర్ కు విచక్షణాధికారాలు ఉన్నాయి కాబట్టే వివాదాస్పదం కారాదు. ఏకపక్షంగా వ్యవహరిస్తాం అనడం విజ్ఞత కాదు.. సభాపతిగా అందరి గౌరవం పొందేలా వ్యవహరిస్తే ప్రజలంతా ప్రశంసిస్తారు. వివాదాస్పద వ్యాఖ్యలు చేస్తే, స్పీకర్‌గా ఆ గౌరవం పొందే విలక్షణతను కోల్పోతారు.

శాసనసభ బయట ఒక ఎమ్మెల్యేగా, ఒక సామాన్యుడిగా మాట్లాడాను అనుకుంటే, ఆంధ్రప్రదేశ్ అసెంబ్లీ బిజినెస్ రూల్స్ 168, 169 వర్తిస్తాయంటూ యనమల రాసిన లేఖలు అందరికీ జాగృతమే..

స్పీకర్‌గా కామన్ వెల్త్ ప్రిసైడింగ్ ఆఫీసర్స్ సదస్సులకు హాజరైన యనమల

మంత్రిగా, స్పీకర్‌గా అధికార పర్యటనలతో పాటు, వ్యక్తిగతంగా 40దేశాలలో సదస్సులలో పాల్గొన్నారు. సింగపూర్, హాంకాంగ్, మలేసియా, కెనడా, బెర్మడాస్, న్యూజిలాండ్, ఆస్ట్రేలియా సదస్సులకు హాజరయ్యారు.

1995లో అమెరికాలో జరిగిన తానా సభలకు హాజరయ్యారు. వాషింగ్టన్, న్యూయార్క్ లాస్ ఏంజిల్స్, లండన్, సింగపూర్ తదితర ప్రాంతాలలో స్టడీటూర్ లో పాల్గొన్నారు. 1996లో హాంకాంగ్‌లో జరిగిన కామన్ వెల్త్ పార్లమెంటరీ అసోసియేషన్ సదస్సుకు హాజరయ్యారు. బ్యాంకాక్, సింగపూర్ లో అధ్యయన పర్యటనలు చేశారు. కౌలాలంపూర్ లో జరిగిన 42వ పార్లమెంటరీ అసోసియేషన్ కాన్ఫరెన్స్ కు హాజరయ్యారు, పారిస్, ఫ్రాంక్ ఫర్ట్, జెనీవాలో పర్యటించారు.

1997సెప్టెంబర్‌లో మారిషస్‌లో జరిగిన 43వ కామన్ వెల్త్ పార్లమెంటరీ అసోసియేషన్ కాన్ఫరెన్స్ కు హాజరయ్యారు. టోక్యో, రోమ్, కైరో, దుబాయ్‌లలో స్టడీ టూర్ చేశారు. 1998 మే లో కెనడాలో జరిగిన 10వ పార్లమెంటరీ అసోసియేషన్ సెమినార్ కు హాజరయ్యారు.

1998లో కామన్ వెల్త్ పార్లమెంటరీ సెమినార్ కు హాజరైన బ్రిటన్ రాణి ఎలిజబెత్ వివిధ దేశాల స్పీకర్లను, ప్రధాని టోని బ్లెయిర్‌తో సహా వేదికను ఆసియా డైరెక్టర్‌గా యనమల పంచుకోవడం గమనార్హం. పార్లమెంటరీ ప్రొసీడింగ్స్‌లో రావాల్సిన మార్పులు, ఎథిక్స్ కమిటీ, లైవ్ ప్రసారాలు తదితర అంశాలపై చర్చలు జరిగేవి.

బ్రిటన్ హవుస్ ఆఫ్ కామన్స్ ప్రొసీడింగ్స్ పరిశీలించారు. పర్యటన సందర్భంగా అప్పటి ప్రధాని జాన్ మేజర్ ప్రసంగించారు. జపాన్ ప్రొసీడింగ్స్, సింగపూర్ హవుస్ కార్యకలాపాలు అధ్యయనం చేశారు. అమెరికా కాంగ్రెస్ ప్రొసీడింగ్స్ పరిశీలించడం జరిగింది.

1998అక్టోబర్ లో న్యూజిలాండ్ లో జరిగిన 44వ కామన్ వెల్త్ పార్లమెంటరీ అసోసియేషన్ కాన్ఫరెన్స్ లో పాల్గొన్నారు. లండన్, ఆమ్ స్టర్ డామ్, బ్రస్సెల్స్, స్పెయిన్, గ్రీస్ ప్రాంతాలను సందర్శించారు. 1999మే లో సింగపూర్ లో జరిగిన సిపిఏ ఎగ్జిక్యూటివ్ కమిటీ మీటింగ్ కు హాజరయ్యారు. 1999సెప్టెంబర్ లో ట్రినిడాడ్ లో జరిగిన 45వ సిపిఏ సమావేశంలో పాల్గొన్నారు. ఇజ్రాయిల్, జోర్డాన్, యూఏఈలో స్టడీటూర్ చేశారు.

2000 మే లో పెరూ, బ్రెజిల్, యూకెలో పర్యటించారు. ఎడింబర్గ్ లో జరిగిన 46వ సిపిఏ సదస్సుకు హాజరయ్యారు.

2000 అక్టోబర్ లో ముఖ్యమంత్రితో కలిసి చైనా, జపాన్ లో పర్యటించారు. రూరల్ డెవలప్ మెంట్ ప్రోగ్రామ్, మైక్రో ఫైనాన్సింగ్ అధ్యయనం నిమిత్తం. 2001లో సిఎం నేతృత్వంలోని అధికారిక బృందంతో పాటు దుబాయ్ లో జరిగిన ఓఈసిడిఈ లో పాల్గొన్నారు.

2001 జనవరిలో దావోస్ లో జరిగిన వరల్డ్ ఎకనామిక్ ఫోరమ్ సదస్సుకు ముఖ్యమంత్రితో కలిసి హాజరయ్యారు. అదే ఏడాది బార్బడాస్ , ఆస్ట్రేలియాలో జరిగిన సిపిఏ ఎగ్జిక్యూటివ్ సమావేశంలో పాల్గొన్నారు. 2002లో న్యూయార్క్ లో డబ్ల్యుటిఎఫ్ సమావేశానికి ముఖ్యమంత్రితో కలిసి హాజరయ్యారు. రాష్ట్రంలో పెట్టుబడులు పెట్టేందుకు పారిశ్రామిక వేత్తలను ఆహ్వానించేందుకు 2003లో జర్మనీ, దుబాయ్ లో పర్యటించారు.

2014, 2015లో జపాన్, సింగపూర్ దేశాల్లో పర్యటించారు. 2015జనవరిలో దావోస్ లో జరిగిన వరల్డ్ ఎకనామిక్ ఫోరం సదస్సుకు ముఖ్యమంత్రి చంద్రబాబు నేతృత్వంలోని అధికారిక బృందంలో సభ్యునిగా పాల్గొన్నారు. హాజరయ్యారు. 2015సెప్టెంబర్, 2016జనవరిలో సింగపూర్, చైనా లో పర్యటించారు. వ్యాట్, జిఎస్ టీ సిస్టమ్స్ అధ్యయన బృందంలో సభ్యునిగా ఆస్ట్రేలియా, న్యూజిలాండ్ దేశాలను సందర్శించారు. 2016లో సౌత్ కొరియా సందర్శించి అక్కడ విజయవంతమైన ఎంఎస్ ఎంఈల పనితీరును పరిశీలించారు.

కొత్త రాజధాని నిర్మాణ నమూనాల అధ్యయనం కోసం ముఖ్యమంత్రి చంద్రబాబుతో

కలిసి అస్తానా, కజకస్తాన్, ఎడింబర్గ్, పీటర్స్ బర్గ్ (రష్యా)లో పర్యటించారు. పార్టనర్ షిప్ సమ్మిట్స్ ఇంటర్నేషనల్ రోడ్ షోస్ లో భాగంగా 2016లో ఆస్ట్రేలియా, న్యూజిలాండ్ లో పర్యటించారు. 2017లో దావోస్ లో జరిగిన వరల్డ్ ఎకనామిక్ ఫోరం సదస్సుకు ఏపి ప్రభుత్వ బృంద సభ్యునిగా హాజరయ్యారు. ఇండస్ట్రియల్ ప్రమోషన్ లో భాగంగా 2017లో ముఖ్యమంత్రితో కలిసి అమెరికా సంయుక్త రాష్ట్రాలలో పర్యటించారు. 2018లో దుబాయ్ లో జరిగిన పార్టనర్ షిప్ సమ్మిట్ లో పాల్గొన్నారు. రాష్ట్ర విభజన దరిమిలా కొత్త రాష్ట్రం నవ్యాంధ్రప్రదేశ్ పారిశ్రామికీకరణలో భాగంగా రాష్ట్రానికి పెట్టుబడులు రాబట్టేందుకు వివిధ దేశాలలో జరిగిన సదస్సులకు హాజరయ్యారు.

జిఎస్ టి కౌన్సిల్ సభ్యులుగా వివిధ రాష్ట్రాల ఆర్ధికమంత్రులతో కలిసి ఆస్ట్రేలియా పర్యటించారు. అక్కడి మంత్రులు, ప్రతిపక్ష నాయకులతో జరిగిన చర్చలలో పాల్గొన్నారు.

బ్రిటన్ రాణి ఎలిజబెత్ తో యనమల భేటి అరుదైన జ్ఞాపకం..

కామన్ వెల్త్ పార్లమెంటరీ అసోసియేషన్ మీటింగ్ 1999లో లండన్ లో జరిగింది. కామన్ వెల్త్ దేశాలకు చెందిన చట్టసభల స్పీకర్లు ఈ సదస్సుకు హాజరు కావడం ఆనవాయితీ. చట్టసభల నిర్వహణ లోటుపాట్లపై చర్చోపచర్చలతో పాటు ప్రజాస్వామ్యం, రాజ్యాంగ ఔన్నత్యం గురించి దేశవిదేశాల సభాపతుల ప్రసంగాలు స్ఫూర్తిదాయకం, భవిష్యత్ దిశానిర్దేశకం..లండన్ లో 1999లో జరిగిన సదస్సుకు హాజరైన బ్రిటన్ రాణి ఎలిజబెత్ తో భేటి యనమల జీవితంలో అరుదైన జ్ఞాపకం.

కామన్ వెల్త్ పార్లమెంటరీ అసోసియేషన్(సిపిఎ)...1911లో దీనిని ఎంపైర్ పార్లమెంటరీ అసోసియేషన్ అనేవారు. 1948లో సిపిఏగా ఇది రూపాంతరం చెందింది. సుపరిపాలన, ప్రజాస్వామ్యం, మానవ హక్కులకు పూర్తి అండదండలు అందించడం దీని లక్ష్యం. 180బ్రాంచీలు, 9రీజియన్లుగా దీని విభజన ఉంటుంది. ఇందులో ఆఫ్రికా,ఆసియా, ఆస్ట్రేలియా, బ్రిటిష్ ఐలాండ్స్ అండ్ మెడెటేరియన్, కెనడా, కరీబియన్, అమెరికాస్ అండ్ అట్లాంటిక్, ఇండియా, ఫసిఫిక్, సౌత్ ఈస్ట్ ఆసియా ఉంటాయి. లండన్ లో దీని హెడ్ క్వార్టర్స్ సెక్రటేరియట్ ఉంటుంది.

1989నుంచి కామన్ వెల్త్ దేశాల హెడ్ గా క్వీన్ ఎలిజబెత్ II దీనికి పాట్రన్‌గా ఉన్నారు. వైస్ పాట్రన్ షిప్ అనేది దీనికి ఆతిధ్యమిచ్చే దేశాల రాష్ట్రాల అధినేతల మధ్య

మారుతుంటుంది. ప్రతిఏటా జరిగే కామన్ వెల్త్ పార్లమెంటరీ అసోసియేషన్ సదస్సు ప్రతినిధులతో ఏర్పడే జనరల్ అసెంబ్లీ దీనికి సుప్రీం అథారిటీ అయితే, కార్యక్రమాల నిర్వహణకు ఒక ఎగ్జిక్యూటివ్ కమిటీ ఉంటుంది. 1920జనవరి నుంచి ప్రతిఏటా “ద పార్లమెంటేరియన్” అనే మేగజైన్ విడుదల చేస్తుంటారు. చట్టసభల్లో మహిళల ప్రాతినిధ్యం పెంచే లక్ష్యంతో కామన్ వెల్త్ ఉమన్ పార్లమెంటేరియన్స్(సిడబ్ల్యుపి) నెట్ వర్క్ కూడా ఉంది. కామన్ వెల్త్ యూత్ పార్లమెంట్, కామన్ వెల్త్ పార్లమెంటేరియన్స్ విత్ డిజబిలిటీస్ నెట్ వర్క్ లు కూడా ఉన్నాయి. ప్రజాస్వామ్యం పరిరక్షణ, గుడ్ గవర్నెన్స్ ఇవ్వడం, మానవహక్కులు కాపాడుకోవడం ప్రధాన బాధ్యతగా సిపిఏ పనిచేస్తుంది.

ప్రిన్స్ ఫిలిప్ తో జూబ్లీహాల్‌లో...

భారత స్వాతంత్ర్య స్వర్ణోత్సవాల సందర్భంగా బ్రిటన్ క్వీన్ ఎలిజబెత్ 2 మరియు ఆమె భర్త (డ్యూక్ ఆఫ్ ఎడింబర్గ్) ప్రిన్స్ ఫిలిప్ భారతదేశంలో పర్యటించారు. అందులో భాగంగా తమిళనాడు, ఆంధ్రప్రదేశ్ రాష్ట్రాలను కూడా బ్రిటిష్ రాణి దంపతులు వేర్వేరుగా సందర్శించారు. ఏపి పర్యటనలో భాగంగా ప్రిన్స్ ఫిలిప్ దుండిగల్ లో ఇండియన్ ఎయిర్ ఫోర్స్ అకాడమీ సందర్శించారు. హైదరాబాద్ కు 43కిమీ దూరంలో మేడ్చల్- మల్కాజ్ గిరి జిల్లాలో 7,050ఎకరాల విస్తీర్ణంలో 1969లో ఈ అకాడమీని నెలకొల్పారు. ఎయిర్ ఫోర్స్ అధికారులు, సిబ్బందికి శిక్షణనిచ్చే ఈ అకాడమీని ప్రిన్స్ ఫిలిప్ సందర్శించారు. బ్రిటన్ ఆర్మీ, రాయల్ నేవీ, రాయల్ ఎయిర్ ఫోర్స్ తో ప్రిన్స్ ఫిలిప్ కు ఎంతో అనుబంధం ఉంది. రాయల్ నేవీలో 12ఏళ్లు పనిచేశారు. రాయల్ మెరైన్స్ కు కెప్టెన్ జనరల్ గా 64ఏళ్లు(1953-2017) ఉన్నారు. ఆర్మీ, నావీ, ఎయిర్ ఫోర్స్ శిక్షణ పట్ల అభిరుచి ఎక్కువ. అందుకే ఏపి పర్యటన సందర్భంగా దుండిగల్ ఎయిర్ ఫోర్స్ అకాడమీ సందర్శించారు.

దాని తర్వాత ప్రిన్స్ ఫిలిప్ గాగిల్లాపూర్ ప్రాథమిక పాఠశాలను సందర్శించారు.

ప్రిన్స్ ఫిలిఫ్ గౌరవార్థం ఏపి ముఖ్యమంత్రి చంద్రబాబు నాయుడు జూబిలీహాల్‌లో ఏర్పాటు చేసిన విందుకు హాజరయ్యారు. ఈ సందర్భంగా తన మంత్రివర్గ సహచరులను ఆయనకు చంద్రబాబు పరిచయం చేశారు.

తమిళనాడు పర్యటించిన ఎలిజబెత్ రాణి చెన్నైలోని ఎంజిఆర్ ఫిల్మ్ సిటి సందర్శించారు. అక్కడ జరిగే సినిమా షూటింగ్ చూశారు, చలనచిత్ర పరిశ్రమ ప్రతినిధులతో భేటి అయ్యారు.

తిరువాన్మియూర్ లోని కళాక్షేత్ర ఫౌండేషన్ సందర్శించారు, భారతీయ నృత్య కళారూపాలను, చేనేత కళారూపాలను చూశారు. ఏకాంబరేశ్వర దేవాలయాన్ని సందర్శించారు. రాజీవ్ గాంధీ మెమోరియల్ సందర్శించి నివాళులు అర్పించారు. తాజ్ కోరమాండల్ లో గవర్నర్ జస్టిస్ ఎం ఫాతిమా బీబి ఇ డిన్నర్ కు హాజరయ్యారు.

"హైదరాబాద్ అజెండా"తో ఏపి సిపిఏ బ్రాంచ్, కామన్ వెల్త్ దేశాలకే దిక్సూచి:

ఆంధ్రప్రదేశ్ సిపిఏ బ్రాంచ్ ను 1968లో ఏర్పాటు చేశారు. ఉభయ సభల స్పీకర్లు దీనికి జాయింట్ ప్రెసిడెంట్లుగా, ముఖ్యమంత్రి వైస్ ప్రెసిడెంట్ గా ఉంటారు. ఆసియా ఫసిఫిక్ పార్లమెంటేరియన్స్ 8వ కాన్ఫరెన్స్ ను 2000సంవత్సరం నవంబర్ 14-16మధ్య ఆంధ్రప్రదేశ్ బ్రాంచ్ నిర్వహించింది. ఎన్విరాన్ మెంటల్ ఎథిక్స్ అండ్ పబ్లిక్ ఎడ్యుకేషన్ థీమ్ కింద ప్లీనరీ సెషన్స్ జరిపారు. ఎన్విరాన్ మెంటల్ ఎథిక్స్ అండ్ సస్టయినబుల్ డెవలప్ మెంట్, క్రియేషన్ ఆఫ్ పబ్లిక్ అవేర్ నెస్, రోల్ ఆఫ్ పార్లమెంట్ ఇన్ ఆసియా రీజియన్ సబ్ థీమ్ లు తీసుకున్నారు.

14వ కామన్ వెల్త్ పార్లమెంటరీ అసోసియేషన్ సెమినార్ ను హైదరాబాద్ లో 2002అక్టోబర్ 20-27మధ్య నిర్వహించారు. "ద ఎవల్యూషన్ అండ గ్రోత్ ఆఫ్ పార్లమెంటరీ డెమోక్రసి ఇన్ ఇండియా" అంశాన్ని థీమ్ గా దీనికి తీసుకున్నారు. చట్టసభల్లో క్రమశిక్షణ, వాటి ఔన్నత్యాన్ని నిలబెట్టడంలో సభాపతుల పాత్ర, అధికార యంత్రాంగంలో జవాబుదారీతనం పెంచడం, బడ్జెట్ పై నియంత్రణ, పార్లమెంటరీ కమిటీల పాత్ర, చట్టసభలు-సభ్యులు-మీడియా భద్రత, సభానిర్వహణలో ఐటి ఇంపాక్ట్, ఎగ్జిక్యూటివ్- లెజిస్లేచర్- జ్యుడిసియరీ మధ్య సంబంధాలు, ప్రజాస్వామ్య పరిరక్షణలో సిపిఏ పాత్ర, సభ లోపల బయటా సభ్యుల ఎథికల్ స్టాండర్డ్స్ అంశాలను సబ్ థీమ్ లుగా చేపట్టారు.

ఆసియా రీజియన్ సహకారంతో ఇండియా రీజియన్ ఫస్ట్ కాన్ఫరెన్స్ ను హైదరాబాద్ లో 2004 నవంబర్ 17-22మధ్య జరిపారు. "ప్రజాస్వామ్యాన్ని పటిష్టం చేయడం, అభివృద్ధి సాధించడం మరియు ఆసియా రీజియన్ లో పార్లమెంటేరియన్ల పాత్ర" అంశాన్ని ఇందులో థీమ్ గా చేపట్టారు. ప్యానల్ సెషన్స్ లో 4సబ్ థీమ్ లు, " ఆకలి-పేదరికం నిర్మూలనలో పార్లమెంటేరియన్ల పాత్ర, ప్రజాస్వామ్యానికి అవినీతి ముప్పు, సుపరిపాలన సాధించడంలో చట్టసభలు, సభ్యుల పాత్ర, ఆసియా రీజియన్ లో సుస్థిర ఆర్థికాభివృద్ధి"పై చర్చించడం

జరిగింది. ఈ కాన్ఫరెన్స్ చర్చనీయాంశాలను "హైదరాబాద్ అజెండా"గా తీసుకుని, భవిష్యత్తు సదస్సులలో వీటి పురోగతిపై ఎప్పటికప్పుడు సమీక్షించాలని సభ్యదేశాలన్నీ నిర్ణయించాయి.

ఆంధ్రప్రదేశ్ సిపిఏ బ్రాంచ్ ప్రెసిడెంట్ గా యనమల, వైస్ ప్రెసిడెంట్ గా అప్పటి సిఎం చంద్రబాబుల హయాంలో ఆంధ్రప్రదేశ్ మరియు హైదరాబాద్ కామన్ వెల్త్ పార్లమెంటరీ అసోసియేషన్, ఆసియా రీజియన్ దేశాలకు దిక్సూచి అయ్యాయి అనడంలో సందేహం లేదు.

పోడియం ముందు కార్పెట్ మీద రెడ్ లైన్ టేప్ వేయించిన స్పీకర్.

శాసన సభలో సభ్యుల మధ్య ఆవేశకావేశాలు శ్రుతిమించకుండా ఎప్పటికప్పుడు యనమల స్పందించి చేపట్టిన చర్యలు ఫలప్రదం అయ్యాయి. సాధారణంగా ప్రతి అసెంబ్లీలో అధికార ప్రతిపక్షాల సభ్యుల నడుమ వాదోపవాదాలు ఆరోపణలు ప్రత్యారోపణల నడుమ వాతావరణం వేడెక్కడం కద్దు. పోడియం చుట్టుముట్టడం, బైఠాయించడం, మైకులు విరవడం, ప్లకార్డులు ప్రదర్శించడం సందర్భాలు తెలిసిందే. దీనిపై పార్లమెంటులో ఒక ప్రొవిజన్ ఉంది, అదే ఆటోమేటిక్ సస్పెన్షన్.. ప్రభుత్వం మోషన్ మువ్ చేయకుండానే ఈ లైన్ దాటితే ఆటోమేటిక్ సస్పెన్షన్. సభ్యులు వెల్ లోకి రావడం, డిగ్రజప్ట్ చేయడం అన్ పార్లమెంటరీ సిస్టమ్. ఈ పెడధోరణికి అడ్డుకట్ట వేసేందుకే రాష్ట్ర శాసనసభలో యనమల హయాంలో పోడియం ముందు కార్పెట్ పై రెడ్ లైన్ టేప్ వేయించారు. ఆ లైన్ దాటితే ఎవరైనా సస్పెన్షన్ అవుతారని చెప్పారు. అప్పట్లో ఈ కట్టుబాటు చాలావరకు అసెంబ్లీలో పరిస్థితులను చక్కదిద్దేందుకు దోహదపడింది. సీనియర్ సభ్యులైన పువ్వాడ నాగేశ్వర రావు(సిపిఐ), బోడేపూడి వెంకటేశ్వర రావు(సిపిఎం) తదితరులు కొందరు స్పీకర్ ఛాంబర్ కు వచ్చి, ఇది బాగాలేదని, సభ్యులు ఎవరం క్రమశిక్షణ దాటబోమని నచ్చచెప్పడంతో రెడ్ లైన్ తీసేశారు. యనమల రెడ్ లైన్ మంత్రం పనిచేసిందని పలువురు చమత్కరించారు. తదుపరి సభా నిర్వహణ మరింత సులభతరం అయ్యింది.

సభలో మొదటి ప్రయారిటీ సభా నాయకులకు వస్తుంది, రెండవ ప్రయారిటీ ప్రతిపక్ష నాయకుడికి వస్తుంది. Minister is not equal to Leader of the Opposition or Leader of the House. ముఖ్యమంత్రి చంద్రబాబు 1995లో కేబినెట్ లోకి రమ్మని ఆహ్వానించినా మృదువుగా తిరస్కరించి స్పీకర్ గానే కొనసాగడం విశేషం. శాసన సభ పట్ల తనకున్న అపార గౌరవాన్ని యనమల ప్రదర్శించారు.

చట్టసభలతో పెనవేసుకున్న యనమల అనుబంధం

ఎమ్మెల్యేగా 27ఏళ్లు, ఎమ్మెల్సీగా 8ఏళ్లుగా(ప్రస్తుతం ఇంకా) ఉన్నారు. శాసన సభాపతిగా 5ఏళ్లు పనిచేశారు, ఆర్థిక మంత్రిగా ఉన్నప్పుడు కూడా లెజిస్లేచర్ వ్యవహారాల శాఖమంత్రిగా ఉన్నారు, శాసన మండలి సభా నాయకుడిగా ఉన్నారు. ప్రతిపక్షంలో ఉన్నప్పుడు కౌన్సిల్ లో ప్రధాన ప్రతిపక్ష నాయకుడిగా వ్యవహరించారు, ప్రస్తుతం అదే పదవిలో కొనసాగుతున్నారు. ఇంత సుదీర్ఘకాలం సభా వ్యవహారాల నిర్వహణలో పాల్గొన్నవారు రాష్ట్ర రాజకీయాల్లో ఐదారుగురుకి మించిలేరు.

పబ్లిక్ అకౌంట్స్ కమిటీ(పిఏసి) ఛైర్మన్ గా...3టర్మ్ లు 5ఏళ్ల పాటు పని చేశారు. పియూసి ఛైర్మన్ గా కూడా ఉన్నారు. అనేక హవుస్ కమిటీలలో సభ్యునిగా పనిచేశారు. సెలెక్ట్ కమిటీలకు నాయకత్వం వహించారు. కేబినెట్ ఉపసంఘాల్లో ఉన్నారు.

2013జూన్ 17వ తేదీనుంచి ఉమ్మడి ఆంధ్రప్రదేశ్ శాసనమండలి సభ్యునిగా పని చేశారు. రాష్ట్ర విభజన దరిమిలా నవ్యాంధ్రప్రదేశ్ శాసనమండలికి సభా నాయకుడిగా వ్యవహరించారు. అప్పట్లో కాంగ్రెస్ పార్టీకి 12మంది ఎమ్మెల్సీలు, టిడిపికి 8, పిడిఎఫ్ కు 6గురు, , సిపిఐ 1, వైసిపి 1, పిఆర్ టీ 1, ఇండిపెండెంట్లు 4, నామినేటెడ్ 6సభ్యులు ఉండేవారు. అధికార పార్టీ తెలుగుదేశంకు కౌన్సిల్ లో మెజారిటీ లేకపోయినా తన సమయ స్ఫూర్తితో సభలో ప్రభుత్వ బిల్లులు ఆమోదం పొందేలా చూశారు.

18.6.2019నాటికి శాసనమండలిలో వివిధ పార్టీల బలాబలాలు తెలుగుదేశం 29,వైసిపి 6,బిజెపి 2,పిడిఎఫ్ 5,ఇండిపెండెంట్లు 3, నామినేటెడ్ 8మంది ఉంటే 5సీట్లు ఖాళీ. కౌన్సిల్ లో బలాబలాలు ఏవిధంగా ఉన్నప్పటికీ తెలుగుదేశం పార్టీ తరఫున ప్రజావాణి వినిపించడమే లక్ష్యంగా పనిచేశారు. జనాభిప్రాయానికే పెద్దపీట వేశారు.

శాసన మండలి వేదికగా
వాయిస్ ఆఫ్ యనమల

The Andhra Pradesh payment of salaries and pension and removal of disqualifications(Amendment) Bill 2019 పై 30జులై 2019న శాసనమండలిలో చర్చ సందర్భంగా ఈ బిల్లును వైసిపి ఎంపి(రాజ్యసభ) విజయసాయి రెడ్డి గురించే తీసుకొచ్చారంటూ దీనిపై మొదట ఆర్డినెన్స్ ఇచ్చి తర్వాత రిపీల్ చేసి శాసనసభలో బిల్లుగా మార్చి, కౌన్సిల్‌కు దానిని తెచ్చారని ధ్వజమెత్తారు. ఆర్టికల్ 103ప్రకారం రాష్ట్రపతి ఎన్నికల కమిషన్ ను సంప్రదించి విజయసాయి రెడ్డిపై అనర్హత వేటు వేసే అవకాశం ఉంది. ఢిల్లీలో ఏపి ప్రభుత్వ రిప్రంజెంటేటివ్ గా విజయసాయి రెడ్డిని నియమిస్తూ జీవో ఇచ్చి 13రోజులలోనే దానిని రద్దు చేయడం, ఈలోపే ఆయన ఢిల్లీలో వేడుకగా బాధ్యతలు చేపట్టడం, దానిపై రాష్ట్రపతికి ఫిర్యాదు చేయడం, ఆఫీస్ ఆఫ ద ప్రాఫిట్ కింద ఆర్టికల్ 102 దీనికి వర్తిస్తుందని, కర్ణాటక, పశ్చిమ బెంగాల్ హైకోర్టుల జడ్జిమెంట్లను ఉదహరిస్తూ ఇదంతా రాజ్యాంగ ఉల్లంఘనే అంటూ ఆర్టికల్ 102, 213 వయలేషన్ల గురించి నొక్కి వక్కాణించారు. పబ్లిక్ పర్పస్ అయితే ఆర్డినెన్స్ తెచ్చారంటే అనుకోవచ్చుగాని ఒక వ్యక్తి గురించి ఆర్డినెన్స్ తీసుకురావచ్చా, ఎప్పుడైనా సందర్భాలు ఉన్నాయా అని ప్రశ్నించారు.

అదేవిధంగా ప్రత్యేక హెూదాపై తీర్మానం సందర్భంగా కూడా statement followed resolution వదిలేసి resolution followed statement ఏమిటని అపహాస్యం చేశారు.

The Andhra Pradesh Infrastructure (Transparency through judicial preview) bill 2019 లో సిటింగ్ జడ్జి గురించి అడిగి, లోకాయుక్త బిల్లులో సిటింగ్ జడ్జి అడకుండా రిటైర్డ్ జడ్జి ఉండాలని ఎందుకు పెడుతున్నారంటూ నిలదీశారు. మన రాష్ట్రంలో అసలు లోకాయుక్తను మొదట తీసుకువచ్చింది ఎన్టీ రామారావు గారేనని గుర్తుచేశారు.

సభ సజావుగా జరగాలని, ప్రజల సమస్యలు చర్చించాలని, వాటిని పరిష్కరించే దిశగా ప్రభుత్వానికి ప్రజా ప్రతినిధులు సూచనలు చేయాలనేది యనమల యోచన. రైతుల సమస్యలు, బలహీన వర్గాల సంక్షేమం, పేదరికం నిర్మూలన, యువత ఉపాధి, పారిశ్రామికీకరణ లక్ష్యంగా చట్టసభల్లో తన వాణి వినిపించడం ఆయన ప్రత్యేకత.

ప్రజలపై భారాలు మోపే బిల్లులను కౌన్సిల్ లో తిరస్కరించేలా టిడిపి శాసన మండలి సభాపక్ష నేతగా చర్యలు తీసుకున్నారు, తీవ్రంగా వ్యతిరేకించారు. వాటిపై డివిజన్ కోరి కౌన్సిల్ లో టిడిపికి ఉన్న బలం ద్వారా ఆ బిల్లులను తిరగ్గొట్టడం విశేషం. పట్టణాల్లో ఆస్తిపన్ను పెంపు, రోడ్ సెస్ పెంపు, ఆర్టీసి ఛార్జీల పెంపు, కరెంటు ఛార్జీల పెంపు, పెట్రోల్ డీజిల్ ధరల పెంపు తదితర నిర్ణయాలను తీవ్రంగా వ్యతిరేకించారు.

The Andhra Pradesh Muncipal Laws (second amendment) Bill 2020పై చర్చ సందర్భంగా యనమల మాట్లాడుతూ ఎఫ్ ఆర్ బిఎంకు స్థానిక సంస్థల టాక్సేషన్ కు సంబంధం ఏమిటంటూ ఆస్తిపన్ను, నీటిపన్ను, డ్రైనేజి పన్ను, యూజర్ ఛార్జీలను దీనికి ముడిపెట్టడాన్ని తప్పుబట్టారు. ఎఫ్ ఆర్ బిఎం పరిమితిని 3% నుంచి 5%కు పెంచాలంటే కరెంటు ఛార్జీల పెంపు, స్థానిక సంస్థల పన్ను పెంచితేనే సాధ్యమనే ఉద్దేశం మంచిది కాదు. పట్టణాల్లో ఆస్తిపన్ను పెంపు వల్ల ప్రజలపై రూ 1,000కోట్ల భారం పడుతుందని మీడియాలో వచ్చిన వార్తలను ఉటంకిస్తూ మంత్రి కేవలం రూ 186కోట్ల భారం మాత్రమే పడుతుందని చెప్పడాన్ని ఆక్షేపించారు. అటువంటప్పుడు ఆ స్వల్ప మొత్తం రూ186కోట్లను రాష్ట్రప్రభుత్వ కిట్టీనుంచే స్థానిక సంస్థలకు చెల్లించడం ద్వారా ప్రజలపై ఈ భారం లేకుండా చేయండి, లేదా గ్రాంట్ ఇన్ ఎయిడ్ కింద కేంద్రాన్ని అడగండని సూచించారు. 14వ ఆర్థిక సంఘంలో రాష్ట్రాలకు 42% డివల్యూషన్ రాగా, 15వ ఆర్థిక సంఘంలో 41%మాత్రమే రావడం వల్ల రూ 1500కోట్లు రాష్ట్రానికి రావలసిన రెవిన్యూ తగ్గిపోయింది. కరోనా పరిస్థితుల నేపథ్యంలో అటు ఉద్యోగాలు కోల్పోయి, ఇటు రాబడి లేక, వైద్యఖర్చులు కూడా భరించలేని స్థితిలో ఉన్న ప్రజలపై పన్నుభారాలు వేయడం సమంజసం కాదు. ఈ బిల్లుపై డివిజన్ కోరగా

11మంది ఆమోదం పలకగా, 29మంది తిరస్కరించడంతో వీగిపోయింది.

ఆంధ్రప్రదేశ్ అప్పుల భారంపై వైసిపి ఎమ్మెల్సీలు 12జులై 2019న అడిగిన ప్రశ్నకు ఆర్థికమంత్రి బుగ్గన రాజేంద్రనాథ్ జవాబిస్తూ విభజన తేదీనాటికి(2జూన్ 2014) అవశేష ఆంధ్రప్రదేశ్ కు రూ 1,30,654.34 కోట్ల రుణ బకాయిల మొత్తాన్ని కేటాయించడమైనదని(ప్రభుత్వ రుణం రూ 97,123.93 కోట్లు, ప్రజాపద్దులపై రూ 33,530.41 కోట్లు), అందులో విభజించని ప్రజాపద్దు రూ 33,477.52 కోట్లు ఉందని చెప్పారు. 2014జూన్ నుండి 2019వరకు రాష్ట్ర ప్రభుత్వం రూ 1,00,658.37 కోట్ల నికర అప్పు చేసిందని, దీనితో ఆంధ్రప్రదేశ్ మొత్తం అప్పు రూ 2,61,302.81 కోట్లకు చేరిందని(ప్రభుత్వ రుణం రూ 1,97,782.26 కోట్లు మరియు ప్రజాపద్దు రూ 63,520.55 కోట్లు) స్పష్టం చేశారు. ఇందులో విభజించని ప్రజాపద్దు రూ 17,031.31కోట్లు గా తెలిపారు.

దీనిపై యనమల స్పందిస్తూ ఇప్పటికైనా వాస్తవాలు చెప్పారంటూ సభలో ఇప్పటికైనా వాస్తవ లెక్కలు పెట్టినందుకు సంతోషం వ్యక్తం చేశారు. గతంలో వైట్ పేపర్ రిలీజ్ చేస్తూ రూ 3,62,000 కోట్ల అప్పు చేసినట్లు చిత్రీకరించే ప్రయత్నం చేయడంపై మండిపడ్డారు. వైట్ పేపర్ లో ఇచ్చిన లెక్కలకు, ఇప్పుడు కౌన్సిల్ లో మంత్రి చెప్పిన లెక్కలకు తేడా ఎందుకు వచ్చిందని నిగ్గదీశారు. ఇంత తేడా వైట్ పేపర్‌లో ఎందుకు చూపారో వివరించాలని యనమల డిమాండ్ చేశారు.

విభజించని ప్రజాపద్దు, ఉదయ్ బాండ్ల మొత్తం తీసేస్తే తెలుగుదేశం ప్రభుత్వం 2014-19 మధ్య చేసిన నికర అప్పు రూ 1,00,658.37కోట్లుగా మంత్రి బుగ్గన శాసనమండలి సాక్షిగా అసలు వాస్తవం బైటపెట్టారు, గతంలో తాము చేసిన ఆరోపణ అవాస్తవంగా ఒప్పుకున్నారని యనమల పేర్కొన్నారు. వాళ్ల సొంత పత్రిక(కరపత్రం)లో రూ 3,62,000కోట్ల పైచిలుకు అప్పులు చేసింది రాష్ట్రం అప్పుల పాలై పోయిందన్నది వైసిపి చేసిన దుష్ప్రచారమే అని కౌన్సిల్ లో బుగ్గన రాజేంద్రనాథ్ రెడ్డి సమాధానమే బైటపెట్టిందని, ప్రజలను వైసిపి తప్పుదారి పట్టించడం ప్రమాదకరంగా తెలిపారు. అదేవిధంగా జిఎస్ డిపిలో అప్పుల వాటా(డెబ్ట్ టు జిఎస్ డిపి రేషియో) శాసనమండలిలో ఇచ్చిన సమాధానంలో 28%గా పేర్కొని, వైట్ పేపర్ లో 35%గా చూపడాన్ని యనమల తప్పుబట్టారు.

అమరావతిని 3ముక్కలు కాకుండా అడ్డుకున్న శాసనమండలి- అందరి దృష్టి కౌన్సిల్ వైపే ఆనాడు..

రాజధాని అమరావతిపై వైసిపి ప్రభుత్వం రూపొందించిన 2బిల్లులను సెలెక్ట్ కమిటీకి పంపడంలో యనమల భూమిక రాష్ట్ర ప్రజలందరిని శాసనమడలివైపు దృష్టి సారించేలా చేసింది..ఏ నిముషాన ఏం జరుగుతుందోనని ట్వెంటీ ట్వెంటీ క్రికెట్ మ్యాచ్ ను మించిన ఉత్కంఠ రేకెత్తించింది.

The Andhra Pradesh Decentralization and inclusive development of all regions Bill 2020 మరియు The Andhra Pradesh Capital Region Development Authority repeal Bill 2020 పై 21జనవరి 2020న శాసనమండలిలో జరిగిన చర్చ సందర్భంగా రూల్ 71 కింద యనమల రామకృష్ణుడు నేతృత్వంలోని టిడిపి ఎమ్మెల్సీలు ఇచ్చిన మోషన్ సంచలనాత్మకం అయ్యింది.

మండలిలో జరిగిన చర్చలో మంత్రి బుగ్గన రాజేంద్రనాథ్ రెడ్డి మాట్లాడుతూ, Rule No 71 says that a motion disapproving the policy of a Ministry..it can not come in the way of legislation. ఈ 2బిల్లులు శాసనసభలో పాస్ అయి ఈ సభకు కమ్యూనికేట్ చేయడం జరిగింది. ఇది లెజిస్లేటివ్ ప్రాసెస్. A House can not say that a policy was disapproved. After the Legislative process is over, we can discuss. Then you can question the policy of the Government అంటూ ఏదోవిధంగా బిల్లులపై డిస్కషన్ తేవాలని ప్రయత్నించినప్పుడు, యనమల మాట్లాడుతూ Policy of the

Government can be in several forms. బిల్లు రూపంలోగాని, స్టేట్ మెంట్ రూపంలోగాని, అదీ లేకపోతే కొన్నిసార్లు ఓరల్ అనౌన్స్ మెంట్ రూపంలో కూడా రావచ్చు. ఏ విధంగా వచ్చినప్పటికీ పాలసీ అనే ఇంటెన్షన్ తో హౌస్ లోకి వచ్చినదానిని డిస్ అప్రూవ్ చేసే అధికారం సభకు ఉంటుంది. House is Supreme అంటూ రూల్ నెంబర్ 71మీద చర్చ చేయాల్సిందే అని పట్టుబట్టారు. "Any policy taken by the Government can be questioned by our House as per rules" అంటూ స్పష్టం చేశారు. We are not denying Legislation.. లెజిస్లేషన్ ఎప్పుడు తీసుకువస్తారు, ఇవన్నీ అయిన తరువాత తీసుకువస్తే దానిలో కూడా పార్టిసిపేట్ చేస్తామని తెలిపారు.

దానిపై బుగ్గన స్పందిస్తూ... "Policy and Legislation are completely different. If this is the case then every one go for the Rule 71 because every Government decision is a policy. If every policy has questioned under rule 71, no legislation can takes place" అంటూ తిప్పికొట్టే ప్రయత్నం చేశారు.

లెజిస్లేషన్ తీసుకురావద్దని తాము చెప్పడం లేదంటూ రూల్ 71లో క్లియర్ గా ఏమి ఉన్నదో యనమల స్పష్టం చేశారు. "If any policy of the Government is brought before the house then we have got every right to raise the Rule 71 and we are competent to discuss it . After discussion whatever business is left you can take it" అంటూ బల్లగుద్ది చెప్పారు.

There are two separate identities. One is Assembly and the other is Council. Assembly has got its own book of rules ఆ రూల్స్ ప్రకారంగా వారు చేసుకున్నారు. As well as Council got its own rules book. Almost coexistence will be there of those two rules. కానీ అసెంబ్లీలో పాస్ చేశాము కాబట్టి ఇక్కడ ఖచ్చితంగా తీసుకోమని చెప్పడానికి you have no any right. There is separate identity. రూల్ 71 ప్రకారం కన్సెంట్ తీసుకున్న తరువాత not less than 20members లేచి నిలబడిన తరువాత we have got every right to demand for debate. వారిని కూడా డిబేట్ లో పాల్గొనమండి, తర్వాత బిల్లులను తీసుకురమ్మనండి అంటూ యనమల వాదించారు. "Assembly can not impress upon the Council to take up this particular issue"

అని యనమల పేర్కొనడం అప్పట్లో సంచలనమైంది.

లెజిస్లేషన్ కు ప్రయారిటీ వస్తుందా, లేక క్వశ్చనింగ్ ద పాలసీ ఆఫ్ ద గవర్నమెంట్ కు ప్రయారిటీ వస్తుందా అని బుగ్గన ప్రశ్నిస్తే, సభాపతి మాట్లాడుతూ వారు ఇచ్చిన నోటీసు ప్రకారం రూల్ 71కింద అక్కడ పాస్ అయిన బిల్లులకు సంబంధించి ఇచ్చారు. దానిమీద ముందుగా డిస్కషన్ చేయాలని అంటున్నారని చెప్పారు.

యనమల మాట్లాడుతూ, Legislative process is different from the contents of the Bill. Contents of the Bill are the policy of the Government. Legislative process has to be done by the Chair. అందుచేత లెజిస్లేటివ్ ప్రాసెస్‌కు రూల్స్ బుక్ ఉంది. Legislative process is basing on the rules of the Assembly book or the Council rules book. అంతేగాని ప్రభుత్వానికి ఏ సంబంధం లేదు. ఇక్కడ Members have every right to raise issues as per the Rules of the book. రూల్స్ ఆఫ్ ద బుక్ ప్రకారం మేము రైజ్ చేశాం, మీరు అలౌ చేశారు, కన్సెంట్ ఇచ్చాము. ఒకవేళ less than 20 members ఉంటే కన్సెంట్ రాదు, అప్పుడు సైలెంట్ గా కూర్చునేవాళ్లం. So you have no right to stall the motion అని స్పష్టంగా పేర్కొన్నారు.

డిప్యూటీ సిఎంగారు పాలసీ అంటే ఏమిటి పాలసీ ఏ రూపంలో వస్తుందని అడిగారు, మొదట కేబినెట్ లోకి వచ్చిన తరువాత పాలసీని అనౌన్స్ చేస్తారు, అది అనౌన్స్ చేసిన తరువాత బిల్లును తయారుచేస్తారు, బిల్లులో ఉన్న కంటెంట్సే పాలసీ. ఆ బిల్లులో ఉన్న కంటెంట్స్ పాలసీ కాబట్టి వారు బిల్లును శాసనసభలో పాస్ చేశారు కాబట్టే శాసనమండలికి వచ్చింది. ఇక్కడకు వచ్చింది కాబట్టి నేను రూల్ 71కింద నోటీసు ఇచ్చాము, మీరు కన్సెర్న్ ఇచ్చారు. అంచేత పాలసీ బిల్లు రూపంలో వచ్చినప్పుడు ఆ పాలసీన్ ను అపోజ్ చేసే హక్కు రూల్ 71కింద నాకు ఉంది. అంచేత "Policy is different from Bill..Bill is consisting of policy. This is very clear" అని యనమల చెప్పారు.

మంత్రి బుగ్గన మాట్లాడుతూ రూల్ 71లో 7రోజుల లోపల అని ఉందంటూ, ఏడు రోజుల లోపల ఈ మోషన్ టేకప్ చేయవచ్చని ఇప్పుడు మాత్రం బిల్స్ టేకప్ చేయాలని కోరగా, దానికి యనమల ప్రతిస్పందిస్తూ అసెంబ్లీలో ప్రవేశపెట్టిన తరువాత కన్సిడరేషన్ కు సమయం ఉంటుందని, కన్సడరేషన్ తరువాత ప్రాసింగ్ కు టైం ఉంటుంది, కన్సిడరేషన్

తరువాత వెంటనే బిల్లును పాస్ చేసుకోవడానికి అవకాశం ఉంటుంది. ఇప్పుడు ఇంట్రడక్షన్ కు, కన్సిడరేషన్ కు కొంత టైం ఉండాలి, నిన్న శాసనసభలో ఒకేరోజు ఇంట్రడక్షన్, కన్సడరేషన్, పాసింగ్ ఇలా అన్నీ ఒకేరోజు చేశారు, అలా ఎలా చేయగలుగుతున్నారు. ప్రతి రూల్ లో కూడా 7రోజులు, 15రోజులు, మూడు వారాలు లోపల అని ఉంటుంది, కానీ చివరలో షార్ట్ నోటీసు అనికూడా ఉంటుంది, అంచేత అది ఛెయిర్ ఇష్టం. 7రోజుల లోపల అంటే ఒకరోజు కూడా అవ్వొచ్చు, ఒక గంట కూడా అవ్వొచ్చు. అంచేత ఇక్కడ చెయిర్ అలౌ చేసింది, Chair can not be questioned by anyone. చెయిర్ అలౌ చేసి కన్సర్న్ తీసుకుంటే కన్సర్న్ వచ్చింది, కాబట్టి దీనినే వెంటనే డిస్కషన్ చేపట్టాలని యనమల అన్నారు. It is a policy of the Government. Policy of the Government should be discussed before passing the Bill. ఒకసారి బిల్లు పాస్ అయిన తరువాత, బిల్లు యాక్ట్ అయిన తరువాత ఇంక డిస్కస్ చేసేది ఏముంటుంది అని ప్రశ్నించారు.

మంత్రి కొడాలి నాని మాట్లాడుతూ, భయపడుతున్నారు అధ్యక్షా.. అనడంతో యనమల స్పందిస్తూ it is not war of verbal words, this is war on rules, war on system. భయపడటానికి ఇదేమీ గుడివాడ కాదు, ఎవరూ భయపడటం లేదని తిప్పికొట్టారు.

అసెంబ్లీలో బుల్డోజ్ చేసినట్లు ఇక్కడ చేస్తామంటే కుదరదు, ముందు రూల్ 71మీద చర్చ జరగాలి, 71పై చర్చ జరగకుండా బిల్లులపై చర్చ జరగడానికి వీల్లేదు, మూడూ క్లబ్ చేయడానికి వీల్లేదని పట్టుబట్టారు.

We have right to give amendments to the proposed bills. We have got right to ask that the bill referred to the select committee. ఇదంతా procedure established in Kaul and Shakdher(Rules book). It is established in our rules. Let us observe the Proceedings ,Let us observe the Rules, Let us observe the Constitution and Let us observe the Kaul and Shakdher(Rules book). వారి అమాయకత్వం ఎలా ఉందంటే కన్సిడరేషన్ మూవ్ చేసి బిల్లు పాస్ అయినట్లుగా ఊహించుకుంటే అంతకంటే అమాయకత్వం లేదు. కన్సడరేషన్ తరువాత చర్చ జరగాలి, చర్చ తరువాత అమెండ్ మెంట్ కూడా జరగాలి.

చివరికి 71మోషన్ పై వాయిస్ ఓట్ కాకుండా పట్టుబట్టి డివిజన్ అడిగి డివిజన్

చేయించారు. 27మంది దీనికి అనుకూలంగా నిలబడగా, 11మంది వ్యతిరేకించగా, 9మంది తటస్థంగా ఉన్నారు.

ఈ రెండు బిల్లులు సీరియస్ బిల్లులు కాబట్టి వాటికి ప్రజాభిప్రాయం అనేది అవసరం. ఎందుకంటే సెలెక్ట్ కమిటికి పంపితే సెలెక్ట్ కమిటీ ప్రజాభిప్రాయం తీసుకుంటుంది. వారికి(వైసిపి నాయకులకు) పబ్లిక్ ఒపీనియన్ అవసరం లేదు,మా ఒపీనియన్ అవసరం లేదు, సభల ఒపీనియన్ అక్కరలేదు, లాయర్ల ఒపీనియన్ అక్కర్లేదు, కోర్టుల ఒపీనియన్ అక్కర్లేదు, ఏ లెజిస్లేటర్ ఒపీనియన్ అక్కరలేదు, పార్లమెంటులో ఆమోదించిన స్టాట్యుటరీ డైరెక్షన్లు అక్కర్లేదు, అదేవిధంగా కేంద్రప్రభుత్వం యొక్క ఆలోచనలు అక్కర్లేదు. అంతా మాఇష్టం వచ్చినట్లు చేసుకుంటామంటే ఆవిధంగా చేసుకోవడానికి కుదరదు, రూల్స్, రెగ్యులేషన్స్ అన్నీ ఉన్నాయి. When we requested for select committee, there is no question of moving amendments to the Bill. It is clear in Kaul and Shakdher(Rules book). సెలెక్ట్ కమిటీకి పంపించే విషయంలో డివిజన్ పెట్టండి, డివిజన్ లో తేలిపోతుందని యనమల పేర్కొన్నారు.

ఈ సందర్భంగా ఆ రోజు(22జనవరి 2020)న 22మంది మంత్రులు శాసనమండలికి హాజరు కావడం గమనార్హం.

అనంతరం శాసనమండలిలో ఉద్రిక్త పరిస్థితుల నడుమ సభాపతి తనకున్న విచక్షణాధికారాలకు లోబడి రూల్ 154 ప్రకారం బిల్లులను సెలెక్ట్ కమిటికి పంపుతున్నట్లు ప్రకటించారు.

సిఆర్ డిఏ రద్దు, అధికార వికేంద్రీకరణ 2బిల్లులను సెలెక్ట్ కమిటికి పంపకుండా వైసిపి ప్రభుత్వం అనేకరకాల అడ్డంకులు కల్పించింది. ఛైర్మన్ ఆదేశాలు పాటించకుండా శాసన మండలి కార్యదర్శిని ఒత్తిళ్లకు గురిచేసింది. రాజ్యాంగాన్ని, నిబంధనలను యధేచ్ఛగా ఉల్లంఘించింది. కౌన్సిల్ ను ఎదుర్కొనే ధైర్యం లేకనే కౌన్సిల్ రద్దుకు రాష్ట్ర ప్రభుత్వం సిఫారసు చేసింది.

ఛైర్మన్ సూచనలను లెక్కచేయని శాసనమండలి కార్యదర్శిపై క్రమశిక్షణా చర్యలు చేపట్టే అధికారం సభకు ఉంది. ఛైర్మన్ గౌరవ సభకు ప్రతినిధి అయితే, గౌరవ సభ ప్రజలకు ప్రాతినిధ్యం వహిస్తుంది. ఆర్టికల్ 208 కింద ఈ నిబంధనలన్నీ రూపొందించారు, అవన్నీ

గౌరవ సభ ఆమోదించినవే.. శాసన మండలి సభాపతికి ఉన్న అధికారాలన్నీ గౌరవ సభ ద్వారా సంక్రమించినవే, వాటిని గౌరవ సభ్యులతో సహా ఎవరూ అతిక్రమించరాదు. సభాపతి నిర్ణయాన్ని వ్యతిరేకించే హక్కు గౌరవ సభ్యుడికే లేనప్పుడు ఒక అధికారి ఎలా ఉల్లంఘిస్తారు..? కాబట్టే క్రమశిక్షణా చర్యలకు అర్హుడు అయ్యారు..ఇలాంటి సందర్భాల్లో చేపట్టిన క్రమశిక్షణా చర్యలపై ఎన్నో సందర్భాలు, అనేక దృష్టాంతాలు ఉన్నాయి. కౌల్ అండ్ షక్దర్ తో సహా అనేక పుస్తకాల్లో వీటన్నింటి గురించి విశదంగా ఉంది అంటూ యనమల రాసిన లేఖలు, పత్రికా ప్రకటనలు అటు వైసిపి ప్రభుత్వానికి హెచ్చరికలే కాకుండా ప్రజాచైతన్యానికి ఎంతో దోహదపడ్డాయి..

కౌన్సిల్ ప్రధాన ప్రతిపక్ష నేతగా 2019 బడ్జెట్‌పై యనమల ప్రసంగం

వైసిపి ప్రభుత్వం ప్రవేశపెట్టిన రాష్ట్ర బడ్జెట్ పై 15జులై 2019న జరిగిన చర్చలో యనమల మాట్లాడుతూ, " గత ప్రభుత్వం ప్రవేశపెట్టిన పేదల సంక్షేమ పథకాలను రద్దు చేయడం గతంలో ఎన్నడూ జరగలేదని ధ్వజమెత్తారు. నడుస్తున్న పథకాలను రద్దుచేయడం, వాటికి కోతలు విధించడం అనే సాంప్రదాయాన్ని ఈ ప్రభుత్వం ఎస్టాబ్లిష్ చేసింది.

రాజశేఖర రెడ్డి హయాంలో ధనయజ్ఞం ప్రాజెక్టుల కాంట్రాక్ట్ సంస్థలను నవరత్నాలుగా పిల్చుకునేవారని, అదే పేరుని ఇప్పుడు జగన్మోహన్ రెడ్డి కూడా మరోరకంగా వాడుతున్నారని ఎద్దేవా చేశారు. పోలవరం సహా నీటిపారుదల ప్రాజెక్టుల నిర్మాణ పనులన్నీ నిలిపేశారు. గత బడ్జెట్ కన్నా నీటిపారుదల రంగానికి 22.61%, పట్టణాభివృద్ధిలో 14.09%, నీటిసరఫరా-పారిశుద్యంలో 14.8%, ఐటి శాఖలో 54.95%, సాంకేతిక విద్యలో 29.06%, మైనారిటీ సంక్షేమానికి 13.56%, సాంఘిక సంక్షేమానికి 7.63%, మహిళా సంక్షేమానికి 10.59%, యువజన సేవలు-క్రీడల శాఖలో 70.7% తగ్గించడాన్ని తప్పుబట్టారు. తెలుగుదేశం ప్రభుత్వం 5ఏళ్లలో ఏడాదికి సగటున రూ22వేల కోట్లు అప్పులు చేస్తే, వైసిపి ప్రభుత్వం తొలి ఏడాదే రూ 48వేల కోట్లు అప్పు చేయడాన్ని ఆక్షేపిస్తూ రాబోయే 5ఏళ్లలో రెండుమూడు లక్షల కోట్ల అప్పులు తెస్తారని అప్పుడే జోస్యం చెప్పారు.

అంబేద్కర్, గాంధీ, అల్లూరి సీతారామరాజు, కందుకూరి వీరేశ లింగం, టంగుటూరి ప్రకాశం పంతులు వంటి మహానుభావులు ఉండగా ఎవరి పేర్లు దొరకనట్లు దాదాపు

30పథకాలకు వైఎస్ రాజశేఖర రెడ్డి పేరు పెట్టడాన్ని ఆక్షేపించారు. ఒకట్రెండు పథకాలకు పేర్లు పెడితే పెట్టివుండవచ్చంటూ దాదాపు 30పథకాలకు తండ్రీ కొడుకుల పేర్లు పెట్టారంటే మరే పేర్లు దొరకలేదా అని ఎద్దేవా చేశారు. ఇదేనా ప్రజాస్వామ్యం..? సామాజిక న్యాయం ఇలాగే చేస్తారా అని ప్రశ్నించారు. ఫ్యామిలీ హిస్టరీ చూస్తే రాజశేఖర రెడ్డిగారు పేరు పెట్టారు, జగన్మోహన్ రెడ్డి గారి పేరు పెట్టారు, అలాగే రాజారెడ్డి గారి పేరు కూడా పెట్టివుంటే బాగుండేది, మొత్తం కుటుంబంలో అందరి పేర్లతో పథకాలు ఉండేవని వెటకారం చేశారు.

గతంలో ఉన్న అన్నదాత సుఖీభవ, నిరుద్యోగ భృతి, అన్నా కేంటీన్లు, పసుపు-కుంకుమ, రంజాన్ తోఫా, సంక్రాంతి కానుక, క్రిస్మస్ గిఫ్ట్, ఎన్టీఆర్ సుజల స్రవంతి పథకాలను రద్దు చేశారు. తాటాకు ఇళ్ల స్థానంలో పేదలకు కాంక్రీటు శ్లాబుతో పక్కాఇళ్ల పథకాన్ని దేశంలోనే తొలిసారి ప్రారంభించిన ఆద్యుడు ఎన్టీఆర్ పేరుతో ఉన్న హవుసింగ్ స్కీమ్ పేరును వైఎస్సార్ హవుసింగ్ గా ఎలా మారుస్తారని నిగ్గదీశారు. అన్న అమృతహస్తాన్ని వైఎస్సార్ అమృత హస్తంగా, ఎన్టీఆర్ బేబీకిట్స్ ను వైఎస్సార్ బేబీకిట్స్ గా, ఎన్టీఆర్ వైద్యసేవను వైఎస్సార్ ఆరోగ్యశ్రీగా, చంద్రన్న బీమాను వైఎస్సార్ బీమాగా పేర్లు మార్చడాన్ని తప్పుబట్టారు. అన్నాకేంటిన్లను తీసేస్తే అమృతహస్తం ఎలా అవుతుందని ప్రశ్నించారు. దుల్హన్ పథకాన్ని వైఎస్సార్ షాదీతోఫాగా, చంద్రన్నపెళ్లికానుకను వైఎస్సార్ పెళ్లికానుకగా పేర్లుమార్చినా ఒక్కరికి ప్రయోజనం కల్గించలేదని మండిపడ్డారు. మహాభారతంలో శకుని పాచికలతో కౌరవులు రాజ్యం ఏలారు పాండవులు అడవులకు వెళ్లినా చిట్టచివరికి పాండవులదే విజయంగా పేర్కొన్నారు.

సిఎం జగన్మోహన్ రెడ్డి, 4గురు రెడ్డి మంత్రులు, విజయసాయి రెడ్డికి 4పదవులు, లోక్ సభాపక్ష నేత మిథున్ రెడ్డి, టిటిడి ఛైర్మన్ సుబ్బారెడ్డి, ప్రభుత్వ సలహాదారు సజ్జల రామకృష్ణారెడ్డి, ఐటి సలహాదారులు జె విద్యాసాగర్ రెడ్డి, దేవిరెడ్డి, కె రాజశేఖర రెడ్డి, వ్యవసాయ కమిషన్ ఛైర్మన్ నాగిరెడ్డి, ఏపిఎన్నార్టీ ఛైర్మన్ మేడపాటి వెంకటరెడ్డి, ఏపిఐఐసి ఛైర్మన్ రోజారెడ్డి, తుడా ఛైర్మన్ చెవిరెడ్డి భాస్కర రెడ్డి. కేబినెట్ సబ్ కమిటీలో రాజేంద్రనాథ్ రెడ్డి, రామచంద్రారెడ్డి, గౌతమ్ రెడ్డి, విజయసాయి రెడ్డి, వేమిరెడ్డి ప్రభాకర్ రెడ్డి, మిథున్ రెడ్డి.. సలహాదారు కల్లం అజయ్ రెడ్డి, ధనుంజయ రెడ్డి, కృష్ణమోహన రెడ్డి, నాగేశ్వర రెడ్డి, విజయకుమార్ రెడ్డి, మధుసూధన రెడ్డి. ఇక 3యూనివర్సిటీల రిజిస్ట్రార్లు రెడ్లే(రాయలసీమ యూనివర్సిటీకి సివి కృష్ణారెడ్డి,ఎస్ కెయూ యూనివర్సిటీకి మల్లికార్జున రెడ్డి, ఎస్వీ యూనివర్సిటీకి

్రీధర్ రెడ్డి) రాష్ట్రాన్ని రెడ్ల రాజ్యంగా మార్చారని మండిపడ్డారు. ఇదేనా వీళ్ల సామాజిక న్యాయం అంటూ ధ్వజమెత్తారు.

తన చేతిలో ఉన్న బండిల్ చూపిస్తూ, 65% %శీటాూా వీఱఅఱర్వతీం ఝఎఱఅస్త్ర ఎతీఱఎఱఖశ్రీ ఎష్ఝుతీస్త్రవం ఱఅఎశ్రీబసఱఅన్ష్ ష్ట్రవఱతీ ూఝుసవతీ..ఱం ఈ అశీ ఝఎ్% అని ప్రశ్నించారు. 151మంది ఎమ్మెల్యేలలో 80మంది మీద ఉన్నాయి. ఇంతమంది క్రిమినల్ ఛార్జెస్ ఫేస్ చేస్తుంటే ఇక ఈ గవర్నమెంట్ లో ప్యూరిటీ ఎక్కడ ఉందని ప్రశ్నించారు. "పాముకు పాలుపోస్తే అమృతం కాదు అది విషమే అవుతుందన్న" చాణక్యుడి సూక్తిని గుర్తుచేశారు.

ఎప్పుడూ లేనట్లుగా కౌన్సిల్ ప్రొసీడింగ్స్ ను హైలెట్ చేసిన ఘనత యనమలదే.

అసలు కౌన్సిల్ ఉందా లేదా అనుకునేవారు. అసెంబ్లీదే హైలెట్ అయ్యేది అలాంటిది కౌన్సిల్ చర్చలను ప్రజాబాహుళ్యంలో హైలెట్ కావడం యనమల శాసనమండలిలో ప్రవేశించిన తరువాతనే కావడం విశేషం.

రాజ్యసభ సభ్యుడిగా వెళ్లాలనేది యనమల చిరకాల వాంఛ. శాసన సభ, శాసనమండలి సభ్యునిగా చేశాం, దేశం మొత్తానికి ప్రాతినిధ్యం వహించే లోక్ సభ, రాజ్యసభ మెంబరుగా పని చేయాలనే అభిలాష ఉండేది. కానీ పార్టీలో అప్పటి పరిణామాలు, అధ్యక్షుల వారికున్న వెసులుబాటు, ఆయన ఆలోచనలను అవగాహన చేసుకుని పార్టీ నిర్ణయాన్ని మౌనంగానే సమ్మతించారు. మొదట్లో కొంత నిరాశకు గురైనప్పటికీ రాష్ట్రానికే తొలి ప్రాధాన్యత ఉండాలనే అభిప్రాయంతో మిన్నకున్నారు.

బలహీన వర్గాల సంక్షేమమే పరమావధిగా...యనమల పనితీరు

మంత్రిగా, స్పీకర్ గా, 6పర్యాయాలు శాసనసభ్యునిగా, 2సార్లు శాసనమండలి సభ్యునిగా, పిఏసి, పియూసి ఛైర్మన్ గానే కాకుండా తెలుగుదేశం పార్టీ పోలిట్ బ్యూరో సభ్యునిగా పనిచేసిన యనమల రామకృష్ణుడు తన 40ఏళ్ల సుదీర్ఘ రాజకీయ జీవితం అంతా బడుగు బలహీన వర్గాల సాధికారత, సంక్షేమమే లక్ష్యంగా పనిచేశారు. చట్టసభల్లో తనకు దక్కిన ప్రతి అవకాశాన్ని బలహీనవర్గాల అభ్యున్నతికే వినియోగించారు.

The Andhra Pradesh Commission for Backward Classes other than scheduled castes and scheduled tribes in the state of Andhra Pradesh Bill 2019పై 29 జులై 2109న శాసనమండలిలో చర్చ సందర్భంగా యనమల మాట్లాడుతూ, "వైసిపి ప్రభుత్వం బిసిలకు కేటాయించే బడ్జెట్ లో బిసి సబ్ ప్లాన్ కు రూ 1,770కోట్లు తగ్గించడంపై మండిపడ్డారు. ఒకవైపు బిసిలకు బడ్జెట్ లో కోతలు పెట్టి మరోవైపు కొత్తబిల్లు తీసుకురావడం హిస్టారికల్ ఈవెంట్ గా చెప్పుకోడాన్ని అపహాస్యం చేశారు. దేశంలో, రాష్ట్రంలో ఇప్పటివరకు అనేక కమిషన్లు బిసిల సంక్షేమం కోసం అనేక ప్రతిపాదనలు చేశాయన్నారు. కాకా కలేల్కర్ కమిషన్, మండల్ కమిషన్, మురళీధర్ రావు కమిషన్, అనంతరామన్ కమిషన్, జస్టిస్ కెఎస్ పుట్టస్వామి కమిషన్ వంటివి చాలా వచ్చాయన్నారు. మండల్ కమిషన్ చేసిన సిఫారసులను అప్పట్లో కేంద్రంలోని కాంగ్రెస్ ప్రభుత్వం బుట్టదాఖలు చేయగా, నేషనల్ ఫ్రంట్ ఛైర్మన్ గా ఎన్టీ రామారావు పట్టుబట్టి ప్రధాని విపి సింగ్ చేత మండల్ సిఫారసులను

అమలు చేయించారని శ్లాఘించారు. అప్పటివరకు బిసీలు ఎవరికి జాతీయస్థాయిలో ఐఏఎస్, ఐపిఎస్ పోస్ట్ లకు యూపిఎస్ సిలో రిజర్వేషన్లు ఉండేవి కావు. మండల్ కమిషన్ సిఫారసులను ఎన్టీఆర్ గారు, విపి సింగ్ ప్రభుత్వం ద్వారా అమలు చేయించిన తర్వాతే బిసిలంతా ఐఏఎస్ లు, ఐపిఎస్ ఆఫీసర్లుగా వివిధ రకాలైన నేషనల్ సర్వీసులలోకి వస్తున్నారు. నేషనల్ ఫ్రంట్ కు ముందున్న ప్రభుత్వాలు మండల్ కమిషన్ సిఫారసులను ఎందుకు అమలు చేయలేదని ప్రశ్నించారు. మండల్ కమిషన్ కు వ్యతిరేకంగా అప్పట్లో దేశవ్యాప్తంగా అల్లర్లు, ఆందోళనలు చేయించింది ఎవరని ప్రశ్నించారు.

తాను మంత్రిగా ఉన్నప్పుడు ఎన్టీఆర్ కేబినెట్ సమావేశాన్ని సెక్రటేరియట్ లో కాకుండా జూబ్లీ హాల్ లో పెట్టి మురళీధర్ రావు కమిషన్ నివేదికను ఆమోదించిన విషయం గుర్తుచేశారు. దానివల్ల బిసిల రిజర్వేషన్లు దాదాపు 25%నుంచి ఇంచుమించు 44%కు పెంచితే గొడవలు చేసి బిసిలకు అంత రిజర్వేషన్లు ఉండకూడదని కోర్టుకెళ్లింది ఎవరని ప్రశ్నించారు. ఎన్టీఆర్ ఛీఫ్ మినిస్టర్ గా ఉంటూ మురళీధర్ రావు కమిషన్, నేషనల్ ఫ్రంట్ కన్వీనర్ గా మండల్ కమిషన్ సిఫారసుల అమలు ద్వారా బిసిలకు ఎనలేని ప్రయోజనం కల్గించారు.

హైకోర్టులో, మఫిషిల్ కోర్టులో లా ఆఫీసర్లకు కూడా రిజర్వేషన్లు తెచ్చిన ఘనత తెలుగుదేశం ప్రభుత్వానిదే. అంతకు ముందు లా ఆఫీసర్లకు రిజర్వేషన్లు లేవు. టిడిపి కల్పించిన రిజర్వేషన్ ను తర్వాత ప్రభుత్వాలు తీసివేశాయి. సుప్రీంకోర్టులో అడ్వకేట్ ఆన్ రికార్డ్స్ గా ఎలిజిబిలిటీ 10మంది బీసీలకు ఉంటే ప్రస్తుత వైసిపి ప్రభుత్వం నియమించిన 4గురిలో ఒక్క బీసిని కూడా ఎందుకు నియమించలేదు..? నాగేశ్వర రెడ్డిని, జమ్ము కాశ్మీర్ వ్యక్తిని నియమించి అర్హులైన బిసిలకు అన్యాయం చేశారు. ఆంధ్రాలో ఉన్న అర్హులైన బిసిలకు మొండిచేయి చూపి, జమ్ము కాశ్మీర్ వ్యక్తిని నియమించడం ఏమిటని ప్రశ్నించారు.

ఇళ్లపట్టాలు, పక్కాఇళ్ల నిర్మాణం(హవుసింగ్)లో, పేదల సంక్షేమ కార్యక్రమాలు అన్నింటిలో బీసీలకు 20% రిజర్వేషన్లు ఇచ్చిన ఘనత తెలుగుదేశం ప్రభుత్వానిదే.. రాజశేఖర రెడ్డి హయాంలో ఎవరికీ తెలియకుండానే బిసి కులాల జాబితానుంచి 10,15 కులాలను డిలీట్ చేశారు.

The Commission should not be at the whims and fancies of the

Government. The Commission should be independent. It should be statutory. అలావుంటేనే కమిషన్ క్రెడిబిలిటీ ఉంటుంది, వాలిడిటీ ఉంటుందని, ఆవిధంగా చేయాలని యనమల నొక్కి వక్కాణించారు.

1993లో కేంద్రప్రభుత్వం యాక్ట్ కు మోది ప్రభుత్వం అమెండ్ మెంట్ తెచ్చిందే తప్ప రిపీల్ చేయలేదని గుర్తుచేస్తూ, రాష్ట్రంలో వైసిపి ప్రభుత్వం కూడా 1993యాక్ట్ కు అమెండ్ మెంట్లు తెస్తే సరిపోయేదని రిపీల్ చేయడం అసమంజసంగా పేర్కొన్నారు.

ఒబిసి కులగణన ద్వారానే బడుగు బలహీన వర్గాల సమగ్రాభివృద్ధి సాధ్యం:

సెన్సస్ తోపాటు కులగణన కూడా చేపట్టాలనేది బడుగు బలహీనవర్గాల ప్రజలందరి డిమాండ్. ప్రజల ఆకాంక్షకు తెలుగుదేశం పార్టీ మద్దతుగా నిలబడింది. భారతదేశం భిన్నజాతులు, భిన్న సంస్కృతుల సమాహారం. జనాభాలో అత్యధిక సంఖ్యాకులు కులవృత్తులలో సెటిల్ అయ్యారు. దేశ సంపద జనాభా ప్రాతిపదికన అన్నిజాతులకు, కులాలకు అందాలి. జనాభా ప్రాతిపదికన సామాజిక న్యాయం జరగాలి. సంక్షేమ పథకాల లబ్ది అన్నికులాలకు అందాలి. అది జరగాలంటే ఒబిసి జనగణన జరగాలి. అప్పుడే మన రాజ్యాంగ నిర్మాతలు కలలుగన్న భాగ్యోదయ దేశంగా భారతదేశం ఆవిర్భవిస్తుంది.

బ్యాక్ వర్డ్ క్లాసెస్ మన ఎకానమీకే బ్యాక్ బోన్. దేశ ఆర్థిక వ్యవస్థకే వెన్నెముక బీసిలు. అలాంటిది బీసి సాధికారతను 75ఏళ్లుగా కాగితాలకే పరిమితం చేయడం బాధాకరం. దేశ స్వాతంత్ర వజ్రోత్సవాల నేపథ్యంలో అయినా ఓబీసీ జనగణన జరిపితే బడుగు బలహీన వర్గాల సాధికారతకు అదే సోపానం. గత ఏడున్నర దశాబ్దాలుగా దేశంలో వెనుకబడిన వర్గాల(బిసి) ప్రజలు సామాజిక, విద్యా, ఉద్యోగ, రాజకీయ రంగాల్లో వెనుకబడే ఉండటం శోచనీయం.

అన్ని అంగాలు సజావుగా ఉంటేనే శారీరక ఆరోగ్యం, అలాగే అన్నికులాలు పురోగతి సాధిస్తేనే సామాజిక న్యాయం. బీసిల జనాభాను, సామాజిక ఆర్థిక అంశాలను లెక్కించకపోవడం రాజకీయ కుట్ర అనేది ఆయా వర్గాల నిశ్చితాభిప్రాయం. జాతి ప్రయోజనాల రీత్యా బీసి జనగణన గొప్ప ముందడుగు అవుతుంది. ఆయా కులాల్లోని పేదలంతా దీనివల్ల లబ్ది పొందుతారు.

ప్రతి 10ఏళ్లకోసారి జనగణన(సెన్సస్) మనదేశంలో జరగడం తెలిసిందే. 1871నుంచి 1931వరకు 16సార్లు జరిగిన జనగణనలో కులాల ప్రస్తావన ఉంది. కానీ స్వతంత్రం వచ్చాక సెన్సస్ లో కుల అంశాన్ని పక్కన పెట్టారు. కులాలవారీగా వివక్షత కారణంగా అణగారిన అట్టడుగు వర్గాల ప్రజల ఆర్థిక రాజకీయ ప్రగతి కుంటుపడింది.

ఓబీసి కులగణనపై డిమాండ్లు దేశంలో దశాబ్దాలుగా చర్విత చరణమే. 2001, 2011, 2021 సెన్సస్ లలో దీనిపై తీవ్ర చర్చలు తెలిసిందే. న్యాయబద్దమైన ఈ డిమాండ్ ఓటుబ్యాంకు రాజకీయం కారాదు. సోషియో ఎకనామిక్ కేస్ట్ సెన్సస్(ఎస్ ఈసిసి) అత్యంత ఆవశ్యకం.

2011 జనాభా లెక్కల్లో కుల గణాంకాలను సేకరిస్తామని అప్పటి ప్రధాని మన్మోహన్ సింగ్ 2010లోనే పార్లమెంటులో ప్రకటించారు. కానీ అమల్లోకి రాలేదు. 2010లో కులాలవారీగా బీసిల జనగణనకు బిజెపి మద్దతు తెలిపింది. బీసిల జనాభాను లెక్కిస్తామని 2018లో అప్పటి హెూంమంత్రి పార్లమెంటులో ప్రకటించారు. బీసి జనగణన అవసరాన్ని యూపిఏ, ఎన్డీఏ గుర్తించినా ఆచరణలోకి తీసుకురాలేదు. రాజకీయ ప్రయోజనాల కోసం వెనక్కిపోవడం సరైంది కాదు.

మహారాష్ట్ర, మధ్యప్రదేశ్, బీహార్, ఒడిశా, చత్తీస్ గఢ్ ముఖ్యమంత్రులు, సిపిఐ, సిపిఎం, తెలుగుదేశం, ఎన్ సిపి, ఎస్ పి, బిఎస్పీ, డిఎంకె తదితర ప్రాంతీయపార్టీలు అనేకం కులాధార గణాంకాల సేకరణ చేపట్టాలని కోరుతున్నాయి. కాంగ్రెస్ పార్టీలో దీనిపై ఒక కమిటీ వేశామన్నారు. బిజెపిలో కూడా అనేకమంది ఎంపిలు దీనిని సమర్థిస్తున్నారు. కానీ అధికారంలో ఉన్న ప్రభుత్వాలు సెన్సస్ టైమ్ వచ్చేటప్పటికి మొండిచెయ్యి చూపడం బీసి ద్రోహం.

అన్ని ఓబీసి, బీసి సంఘాలు, ప్రణాళికా సంఘాలు, పార్లమెంటరీ కమిటీలు కులగణాంకాలు చేపట్టాలని కోరాయి. దేశవ్యాప్తంగా ఉన్న బిసి సంఘాలు, ఎస్సీ ఎస్టీ మైనారిటీ సంఘాలు కులసంఘాలన్నీ 2021 సెన్సస్ లోనే కులగణాంకాలు చేర్చాలని కోరాయి.

ఉమ్మడి ఆంధ్రప్రదేశ్ రాష్ట్రంలో బీసీ రిజర్వేషన్ల పుట్టుపూర్వోత్తరాలు:

ఏపీ పంచాయతీరాజ్ చట్టం 1994 సెక్షన్ 15 క్లాజ్ 2 ప్రకారం సర్పంచ్ పదవులలో బీసీలకు 34% రిజర్వేషన్లు, సెక్షన్ 152 క్లాజ్ 1(ఎ)లో మండల పరిషత్ లకు 34%, సెక్షన్ 180 క్లాజ్ 1(ఎ)లో జెడ్పీ సభ్యులకు 34% రిజర్వేషన్లు కల్పించాం. 1995-96లో, 2000-01లో, 2005-06లో, 2013-14లో ఎన్నికలు 34% రిజర్వేషన్లతోనే జరిగాయి. 1995 నుంచి 2020 దాకా 34% బీసీ రిజర్వేషన్లతో 25 ఏళ్లుగా రాజకీయ సాధికారతకు దోహదపడింది. తమిళనాడులో బిసి మరియు ఎంబిసిలకు 50% రిజర్వేషన్లతో కలిపి మొత్తం 69% రిజర్వేషన్లు అమలు చేస్తున్నాయి. వైఎస్ రాజశేఖర రెడ్డి హయాంలో ఎవరికీ తెలియకుండానే బిసి కులాల జాబితానుంచి 10, 15 కులాలను డిలీట్ చేశారు.

బీసి జనగణన, కుల గణాంకాల సేకరణను రాజకీయ దృష్టితో కాకుండా సామాజిక కోణంతో పరిశీలించాలి. ఓబిసిల జీవన ప్రమాణాలు మెరుగుబర్చాలి. సామాజిక హోదా పెంచాలి.. తద్వారా బీసిలలో ఆత్మగౌరవాన్ని కాపాడటం ద్వారా ప్రాతినిధ్య ప్రజాస్వామ్యం నెలకొల్పాలి.

జనాభా గణనలో భాగంగా ఓబీసిల లెక్కింపు జరగాలన్న డిమాండ్ ను జాతీయ వెనుకబడిన వర్గాల కమిషన్, ఓబిసి సంక్షేమంపై పార్లమెంటరీ కమిటీ, రిజిస్ట్రార్ ఆఫ్ జనరల్ సెన్సస్ కూడా ఆమోదించాయి. వెనుకబడిన కులాలకు సంబంధించిన విద్యా ఆర్థిక సామాజిక స్థాయికి సంబంధించిన సమాచారాన్ని ప్రతి 10సంవత్సరాలకు ఒకసారి తప్పకుండా సేకరించి తీరాలని సాహ్ని కేసులో సుప్రీంకోర్టు పేర్కొంది కూడా..

దేశవ్యాప్తంగా జనగణనతో పాటు కులగణన తక్షణ ఆవశ్యకం:

సెన్సస్‌లో భాగంగానే దేశవ్యాప్తంగా జనగణనతో పాటు కులగణన చేపట్టడం ప్రస్తుత పరిస్థితుల్లో తక్షణ ఆవశ్యకం. 1953లో కాకా కలేల్కర్ నేతృత్వంలోని మొదటి ఓబిసి కమిషన్, 1978లో బిపి మండల్ నేతృత్వంలోని రెండో ఓబిసి కమిషన్ తప్పనిసరిగా కులగణన చేపట్టాలని సిఫార్సు చేశాయి. ఓబిసిల రిజర్వేషన్లకు మండల్ కమిషన్ 1931కులగణాంకాలను ప్రాతిపదికగా తీసుకుంది. దేశ జనాభాలో ఓబీసిలు 52% అని మండల్ నివేదిక పేర్కొంది. అయితే రిజర్వేషన్లు 50%మించకూడదన్న సుప్రీంకోర్టు తీర్పును గౌరవించి విద్యా ఉద్యోగాల్లో 27% ఓబిసిలకు కేటాయించాలని సూచించారు. స్వాతంత్ర్యం వచ్చిన 46ఏళ్ల వరకు ఓబిసి

రిజర్వేషన్లు అమలు కాకపోవడం వల్ల ఆయావర్గాల ప్రజలకు అభివృద్ధి అందని ద్రాక్ష అయ్యింది.

1990ఆగస్ట్ 7న ప్రధాని విపి సింగ్ నేతృత్వంలోని నేషనల్ ఫ్రంట్ ప్రభుత్వం మండల్ సిఫారసుల అమలుకు నడుం కట్టింది. ప్రభుత్వ ఉద్యోగాల్లో ఓబిసిలకు 27% రిజర్వేషన్లు కల్పించడం విప్లవాత్మక నిర్ణయం. దేశంలో గ్రూప్ ఎ సర్వీసులలో కేవలం 4.7%మాత్రమే ఓబిసికి చెందినవారు ఉండగా, 2013నాటికి 11.11%కు పెరగడం అప్పటి నేషనల్ ఫ్రంట్ ప్రభుత్వం పుణ్యమే. గ్రూప్ బి సర్వీసులలోనూ ఓబిసిల వాటా గణనీయంగా పెరిగింది.

ఓబిసి రిజర్వేషన్ల ప్రకటనకు నిరసనగానే నేషనల్ ఫ్రంట్ ప్రభుత్వానికి బిజెపి మద్దతు ఉపసంహరించి 1990నవంబర్ 7న కూలగొట్టింది.

కులాలవారీగా జనాభాను లెక్కించడం కష్టసాధ్యమని కేంద్రం అఫిడవిట్ దాఖలు చేయడం అణగారిన వర్గాల ప్రజా ప్రయోజనాలకు భంగకరం..బ్రిటిష్ ప్రభుత్వం 1931లో జరిపిన సర్వేలో దేశంలో 4,117కులాలు ఉన్నట్లు వెల్లడైంది. కేంద్రం వద్ద ప్రస్తుతం ఉన్న ఓబిసి జాబితాలో 2,642కులాలు ఉంటే, 2011సామాజిక ఆర్ధిక సర్వే ప్రకారం 45లక్షల కులాలు ఉన్నట్లు అఫడవిట్ లో పేర్కొనడం దిగ్భ్రాంతికరం. అగ్రకులాలతో సహా అన్ని కులాలను కలిపినా మొత్తం 6వేలకన్నా ఎక్కువ ఉండవనేది విదితమే.

దేశంలో 45లక్షల కులాలు ఉన్నట్లు అఫిడవిట్ లో చూపించి, కులగణనకు కేంద్రం మోకాలడ్డటం బిసి వ్యతిరేకం.

కులగణన వల్ల కులతత్వం పెరుగుతుందనే భావన అర్ధరహితం. ఇన్నాళ్లూ కులగణన చేపట్టకపోవడం వల్ల దేశంలో కులతత్వం ఏమైనా తగ్గిందా..? రాజకీయ ప్రయోజనాల కోసం కులాలవారీగా జనగణనకు మోకాలడ్డటం శోచనీయం. కులాధిక్యత కాపాడుకోడానికి కపట రాజకీయాలకు పాల్పడరాదు. ఒక కులం వెనుకబాటుతనం నిర్ధారణకు జనాభా గణన వివరాలే సరైన రుజువులు. ప్రతి కులానికి చెందినవారి విద్యాస్థాయి, వృత్తి, ఆర్ధిక స్థితి జీవన ప్రమాణాలపై సమగ్ర సమాచారం కులాలవారీ జనగణనతోనే సాధ్యం. బడుగు బలహీనవర్గాల పూర్తి సమాచారం ఉంటేనే వారి అభ్యున్నతికి చేబట్టాల్సిన చర్యలపై ప్రభుత్వాలకు సరైన దిశానిర్దేశం ఉంటుంది. వెనుకబాటును గుర్తించి, రిజర్వేషన్ల ఫలాలను అన్నికులాలకు సమానంగా అందించేలా చేయాలంటే ఓబీసి జనగణన తక్షణావశ్యకం అనేది యనమల నిశ్చితాభిప్రాయం.

టిడిపి పోలిట్ బ్యూరో సభ్యునిగా యనమల...

తెలుగుదేశం పార్టీ కార్యకర్తగా, ప్రధాన కార్యదర్శిగా, పోలిట్ బ్యూరో సభ్యునిగా అనేక పదవుల్లో పనిచేసినా తానొక కార్యకర్తను మాత్రమే అని చెప్పుకోడానికి గర్వపడతారు.

రాష్ట్రంలో మూడు ప్రాంతాలకు ముగ్గురు పార్టీ ప్రధాన కార్యదర్శులు అన్న పార్టీ విధాన నిర్ణయంలో భాగంగా నారా చంద్రబాబు నాయుడు, ఎలిమినేటి మాధవరెడ్డితో సహా యనమల రామకృష్ణుడు 3ప్రాంతాలనుండి పార్టీ కార్యకలాపాల్లో పనిచేశారు.

పొలిట్ బ్యూరో సభ్యునిగా తెలుగుదేశం పార్టీ సిద్ధాంతాలు, మేనిఫెస్టో తయారీ కమిటీ ఛైర్మన్ గా అనేక ఎన్నికలలో మేనిఫెస్టో తయారీలో కీలక భూమిక వ్యవహరించారు.

రాష్ట్ర విభజన సమయంలో తెలుగుదేశం పార్టీ తరపున అప్పటి ఆర్థికమంత్రి చిదంబరం సమావేశంలో టిడిపి తరపున కడియం శ్రీహరి (క్రాస్ చెక్), యనమల రామకృష్ణుడు పాల్గొన్నారు. రేవూరి ప్రకాశ్ రెడ్డితో కలిసి మరోసారి ఆ చర్చలలో పాల్గొనడం జరిగింది. రాష్ట్రాన్ని సమైక్యంగా ఉంచడానికి పార్టీలో బయటా తన వాణి వినిపించారు. విభజన అనివార్యమైన నేపథ్యంలో పార్టీ అభిప్రాయాన్ని గౌరవించి అవశేష ఆంధ్రప్రదేశ్ కు చేయాల్సిన న్యాయంపై కేంద్రం దృష్టికి బలంగా తీసుకెళ్లారు. విభజన తర్వాత ఏపి ఆర్థికమంత్రిగా ఏపి పునర్విభజన చట్టంలో అంశాల అమలుకు ఇతోధికంగా కృషి చేశారు. విభజన వల్ల తీవ్రంగా నష్టపోయిన 13జిల్లాల ఏపికి రావాల్సిన ఆర్థికపరమైన అంశాలపై మంత్రి కాలువ శ్రీనివాసులు, యనమలతో కూడిన మంత్రుల కమిటీ తరపున వాదనలు వినిపించారు.

విభజన నష్టం భర్తీకి శాయశక్తులా ప్రయత్నించారు. పదేపదే కేంద్రం దృష్టికి ఈ అంశాలను తీసుకెళ్లి, ముఖ్యమంత్రి శ్రీ నారా చంద్రబాబు నాయుడిగారి ప్రతి పర్యటనలో కేంద్ర పెద్దలకు వినతి పత్రాలు పంపించి వాటిని నెరవేర్చేందుకు కృషి చేశారు. అందులో భాగంగానే కొన్నింటిని సాధించగలిగారు, మరికొన్ని పెండింగ్ పడ్డాయి. తొలిఏడాది ఆర్థికలోటు రూ 16వేల కోట్లలో రూ 4వేల కోట్లనే తీసుకురాగలిగారు. ఐఐటి, ఐజర్, ట్రిపుల్ ఐటి వంటి అత్యున్నత విద్యాసంస్థలు నెలకొల్పేలా చేశారు.

ప్రతిపక్షంగా ప్రజా సమస్యలపై పోరాటంలో యనమల ఎల్లప్పుడూ ముందే..

అధికారంలో ఉన్నప్పుడు ప్రజా సమస్యల పరిష్కారమే లక్ష్యంగా తనకు లభించిన పదవులను ప్రజోపయోగం చేసిన యనమల, ప్రతిపక్షంలో ఉన్నప్పుడు రైతులు, పేదలు, బడుగు బలహీన వర్గాల సమస్యల పరిష్కారమే లక్ష్యంగా రాజీలేని పోరాటం చేశారు.

తెలుగుదేశం పార్టీ ఆధ్వర్యంలో తన నియోజకవర్గంలో, జిల్లాలో, రాష్ట్రంలో, ఢిల్లీలో కూడా ప్రజాందోళనల్లో ముందున్నారు. ప్రజలు ఎదుర్కొంటున్న సమస్యలపై పార్టీ పిలుపు మేరకు ధర్నాలు, రైల్ రోకో, రాస్తారోకోలు, ర్యాలీలు, నిరసన కార్యక్రమాల్లో చురుగ్గా పాల్గొన్నారు.

కృష్ణాడెల్టా ఆధునీకరణ చేపట్టాలని కోరుతూ, కేంద్ర ప్రభుత్వ నిర్లక్ష్యాన్ని నిరసిస్తూ ఢిల్లీలో జరిగిన శాసనసభ్యుల ర్యాలీలో పాల్గొన్నారు. తుని నియోజకవర్గంలో రాస్తారోకోలు, సామర్లకోట వద్ద రైల్ రోకోలు జరిపారు.

పొరుగు రాష్ట్రాలలో అక్రమ ప్రాజెక్టుల నిర్మాణాల వల్ల చివరి రాష్ట్రం ఆంధ్రప్రదేశ్ ఎదుర్కొనే సాగునీటి కష్టాలు, రైతుల ఇబ్బందులపై తెలుగుదేశం పార్టీ వాణిని చట్టసభల్లోనే కాకుండా బహిరంగ సభల్లో బలంగా వినిపించారు. జలయజ్ఞాన్ని ధనయజ్ఞంగా మార్చి ప్రజాధనం దుర్వినియోగం చేయడం, అవినీతి కుంభకోణాల గుట్టురట్టు చేశారు. భూసేకరణ పేరుతో బడుగు బలహీన వర్గాల భూములను బలవంతంగా లాక్కోవడంపై నిరసనగళం వినిపించారు.

ప్రత్యేక ఆర్థికమండళ్ల(సెజ్) పేరుతో జరుగుతున్న అవినీతి అక్రమాలపై ధ్వజమెత్తారు. 115 సెజ్ ల ముసుగులో వేలాది ఎకరాల భూములను గుంజుకోవడంపై తెలుగుదేశం పార్టీ

ఆధ్వర్యంలో రాష్ట్రవ్యాప్తంగా పెద్దఎత్తున జరిపిన ఆందోళనల్లో పాల్గొనారు. కాకినాడ సెజ్ పేరిట వేల ఎకరాల భూములు లాక్కుని ఏడేళ్లయినా ఒక్క పరిశ్రమ నెలకొల్పక పోవడాన్ని నిరసిస్తూ భూములు కోల్పోయిన రైతులకు మద్దతుగా ఆందోళనలు జరిపారు. 2012ఏప్రిల్ 20న పుట్టిన రోజు వేడుకలను రద్దుచేసుకుని రైతులతో పాటు నాగళ్లు చేపట్టి చంద్రబాబు కాకినాడ సెజ్ భూములను దున్నడం తెలిసిందే.

వైఎస్ హయాంలో రాష్ట్రంలో జరిగిన ఖనిజ సంపద దోపిడీ భాగోతాలను బట్టబయలు చేశారు. తండ్రి అధికారాన్ని అండగా పెట్టుకుని కొడుకు కంపెనీలలోకి క్విడ్ ప్రొ కో అవినీతి గుట్టు రట్టు చేశారు.

కాంగ్రెస్, వైఎస్సార్ కాంగ్రెస్ ప్రభుత్వాల ప్రజావ్యతిరేక చర్యలపై ధ్వజమెత్తారు. పేదలు, రైతులు, మహిళలు, యువతరం సమస్యల పరిష్కారం కోసం రాజీలేని పోరాటం చేశారు.

జగన్మోహన్ రెడ్డి సిఎం కాగానే బడుగు బలహీన వర్గాలపై దౌర్జన్యాలను నిరసించారు. టిడిపి నాయకులు, కార్యకర్తలపై తప్పుడు కేసులు, అక్రమ నిర్బంధాలపై ధ్వజమెత్తారు. అచ్చెన్నాయుడు, కొల్లు రవీంద్ర, ధూళిపాళ్ల నరేంద్ర, దేవినేని ఉమామహేశ్వర రావు తదితరులను అక్రమ కేసులలో ఇరికించి జైళ్లకు పంపడంపై మండిపడ్డారు, సోమిరెడ్డి చంద్రమోహన్ రెడ్డి, అయ్యన్నపాత్రుడు తదితర నాయకులపై తప్పుడు కేసులు బనాయించడంపై ఆగ్రహించారు.

ప్రభుత్వ ప్రజా వ్యతిరేక చర్యలకు నిరసనగా తెలుగుదేశం పార్టీ పిలుపు మేరకు రాష్ట్రవ్యాప్తంగా నిర్వహించిన ధర్నాలు, ప్రజాందోళనల్లో భాగస్వామి అయ్యారు. కరెంటు ఛార్జీల పెంపు, పన్నుల బాదుడు, ఆర్టీసి ఛార్జీల పెంపు, నిత్యావసరాల ధరల పెరుగుదలకు నిరసనగా ఆందోళనా కార్యక్రమాల్లో పాల్గొన్నారు.

అవినీతి, నేరగ్రస్త రాజకీయాలకు బద్ధ వ్యతిరేకి...

చట్టసభలు ప్రజాస్వామ్య దేవాలయాలు..విలువలతో కూడిన సేవాభావం గల నాయకత్వం ఉంటేనే ప్రాతినిధ్య ప్రజాస్వామ్యం విజయవంతం అవుతుంది. మేధావులు, బలహీనవర్గాల వాణి చట్టసభల్లో ప్రతిధ్వనించాలి. ధనవంతులు, నేరచరిత్ర గలవారే ప్రజాప్రతినిధులుగా రావడం ప్రజాస్వామ్య వ్యవస్థకే విఘాతం.

గతంలో నేరగాళ్లు ప్రత్యక్ష రాజకీయాల్లోకి రావడానికి సాహసించేవాళ్లు కాదు. నాయకుల వెనుక అనుచరులుగా ఉండేవారే తప్ప ప్రత్యక్షంగా రాజకీయాల్లోకి వచ్చేవాళ్లు కాదు. నేరగాళ్లంటే పెరిగిన ఫాల్స్ క్రేజ్ తప్పుడు హీరో వర్షిప్ రాజకీయ సోపానాలు అయ్యాయి. ఎన్నికైన సభ్యులు ప్రజలకు కాకుండా ధనశక్తికి ప్రాతినిధ్యం వహిస్తున్నారన్న ఎంసి చాగ్లా వ్యాఖ్యలు అక్షర సత్యాలు. అరాచకశక్తులతో చట్టసభల్లో పనిచేయాల్సి వస్తోందని గవర్నర్ మరియు ఉపరాష్ట్రపతిగా పనిచేసిన కృష్ణకాంత్ వాపోయారు. ప్రజాప్రతినిధులకు వృత్తి నిబద్ధత, జవాబుదారీతనం, ఆదర్శప్రాయ నడక తదితర 7లక్షణాలు ఉండాలని బ్రిటన్ లో నోలన్ కమిటీ పేర్కొంది. నేరగాళ్ల సభ్యత్వం దానంతట అదే రద్దయ్యేలా చట్టాల సవరణకు జస్టిస్ శ్రీవాత్సవ కమిటీ సిఫారసులు చేసింది.

డిబేట్ అనేది సభ్యుల ఆయుధం. బిల్లులపై సమగ్ర చర్చ జరిగితేనే ఫలవంతమైన పరిష్కార మార్గంగా చట్టాలు రూపొందుతాయి. ఎన్జీ రంగా, పుచ్చలపల్లి సుందరయ్య, మధు దండావతే, రామ్ మనోహర్ లోహియా, ఇంద్రజిత్ గుప్తా, వాజ్ పేయి వంటి ఉద్దండులు సమగ్ర చర్చల ద్వారా ఉత్తమ పార్లమెంటేరియన్లుగా రూపొందారు. వార్ ఆఫ్ వర్డ్స్ గా ఉండాల్సిన సభలు వార్ ఆఫ్ మజిల్స్ కావడం శోచనీయం.

ఆర్థిక నేరాలు, అవినీతి, పన్ను ఎగవేతల కారణంగా 10ఏళ్లలో వర్ధమాన దేశాలు దాదాపు 6లక్షల కోట్ల డాలర్లు(రూ 330లక్షల కోట్లు) నష్టపోయినట్లు గ్లోబల్ ఫైనాన్సియల్ ఇంటెగ్రిటీ సంస్థ అధ్యయనం వెల్లడించింది. టాక్స్ హెవెన్ దేశాలకు అవినీతి ధన ప్రవాహం వెల్లువెత్తిన దేశాలలో ఇండియా ఒకటి. విదేశాల్లో మూలుగుతున్న రూ75లక్షల కోట్లు వెనక్కి తెప్పిస్తామన్న హామీ నీటిమూటగా మిగిలింది. నల్లధనం తరలింపు, పన్ను ఎగవేత సమాచారం పంచుకునేలా స్విట్జర్లాండ్ సహా 58దేశాలు మల్టీ లేటరల్ కన్వెన్షన్ ఆన్ మ్యూచువల్ అడ్మినిస్ట్రేషన్ అసిస్టెన్స్ ఇన్ టాక్స్ మేటర్స్ పై సంతకాలు చేశాయి. ప్రతిఏటా రూ లక్షా 30వేల కోట్ల నల్లధనం దేశం దాటిపోతుంటే గుడ్లప్పగించి చూడటమే తమ పని అయ్యిందని మాజీ సివిసి ప్రత్యూష్ సిన్హా పేర్కొన్నారు. కేంద్ర ప్రత్యేక పన్నుల సంస్థ మాజీ డైరెక్టర్ ఎంసి జోషి కమిటీ సిఫారసులను బుట్టదాఖలు చేశారు. మనదేశం నుంచి నల్లధనం తరలింపు మహా జాతిద్రోహంగా సుప్రీంకోర్టు గతంలోనే పేర్కొంది. నల్లధనం వెలికితీతకు ప్రత్యేక దర్యాప్తు బృందాన్ని(సిట్) నియమించింది. 10ఏళ్లలో రూ 6లక్షల 76వేల కోట్లు కోల్పోయిందని అంతర్జాతీయ సంస్థ అధ్యయనం పేర్కొనడాన్ని యనమల తన ప్రసంగాలలో, వ్యాసాలతో ప్రజలను ఎప్పటికప్పుడు అప్రమత్తం చేసేవారు.

సెటైర్లు, చమత్కారాలే సభలో అస్త్రశస్త్రాలు..

సింగిల్ విండో ద్వారా స్వర్గం క్రియేట్ చేయబోతున్నారా అన్న కాంగ్రెస్ పార్టీ ఎమ్మెల్యే ఆలపాటి ధర్మారావు సెటైర్ ను అసెంబ్లీలో (8.1.1987న) తిప్పికొడుతూ, గతం అంతా నరకం అనుకుంటే ఇప్పుడు తెలుగుదేశం ప్రభుత్వం స్వర్గాన్ని క్రియేట్ చేస్తుందని చమత్కరించడం యనమల ప్రత్యేకత.

మీసాలతో ఒకరు, కూలింగ్ గ్లాసెస్ తో మరొకరికి గుర్తింపు: 28జులై 1998న చెక్ పోస్ట్ వద్ద పన్ను ఎగవేతపై ప్రశ్నకు ఆర్థికమంత్రి అశోక్ గజపతిరాజు జవాబిస్తుండగా కోదండరెడ్డి మాట్లాడుతూ బాపిరాజు మంత్రిగా ఉండగా ముసుగు వేసుకుని స్వయంగా వెళ్లి చెక్ పోస్ట్ లను విజిట్ చేసిన విషయం గుర్తుచేశారు. దానిపై అశోక్ గజపతిరాజు స్పందిస్తూ బాపిరాజు ముసుగు ఇవ్వండని చమత్కరించగా, మీరు మారువేషంలో వెళ్తారా అని యనమల విస్తుపోయారు. దానిపై అశోక్ స్పందిస్తూ మీసాల వల్ల బాపిరాజుకు రికగ్నిషన్ వస్తుందని, కూలింగ్ గ్లాసెస్ వల్ల నాకు రికగ్నెషన్ వస్తుందంటూ దానివల్ల ఫలితం ఉండదనడంతో సభలో నవ్వులు విరిశాయి.

జాక్ ఇన్ ద బాక్స్: సీనియర్ ఎమ్మెల్యే రాఘవరెడ్డి పదేపదే శాసనసభలో లేచి మాట్లాడుతుంటే అశోక్ గజపతిరాజు "జాక్ ఇన్ ద బాక్స్" అనడం వివాదాస్పదం అయ్యింది. రాఘవ రెడ్డి కూడా అపార్థం చేసుకున్నారు. అప్పటికప్పుడు స్పీకర్ యనమల ఆక్స్ ఫర్డ్ డిక్షనరీ తెప్పించి అదొక ఇడియంగా పేర్కొంటూ బాక్స్ లోనుంచి బొమ్మ మాదిరి పదేపదే రాఘవరెడ్డి సభలో లేస్తున్నారనే అర్థంలో జరిగిన ప్రయోగంగా, దానిని అపార్థం చేసుకోవడం మంచిది కాదని యనమల వివరించడంతో ఆ వివాదం సద్దుమణిగింది.

గతసభలో మైసూరారెడ్డి కూడా దీనిపై అపార్థం: రాజీవ్ గాంధీ హత్యానంతరం రాష్ట్రంలో విధ్వంసం-అల్లర్ల బాధితులకు నష్టపరిహారంపై చర్చ సందర్భంగా టిడిపి సభ్యులు దీనిపై జ్యుడిసియరీ ఎంక్వైరీ వేయాలని, 40రోజుల్లో నివేదిక సమర్పించాలని, నేరగాళ్లను కఠినంగా శిక్షించాలని, బాధితులకు నష్టపరిహారం చెల్లించాలని డిమాండ్ చేశారు. సీనియర్ ఎమ్మెల్యే అశోక్ గజపతి రాజు అప్పటి హెూం మంత్రి మైసూరా రెడ్డిపై చేసిన వ్యాఖ్యలు %ఉష్ట్రవ వీఱఅఱర్‌వతీ ఱం స్త్రశీఱఅస్త్ర ఖఎశీబ్ ఖ జీఖఎవ ఱత్ ష్ట్రవ ఎశీఇ ంఱతీ% అనగా మంత్రికి ఆగ్రహం తెప్పించింది. మీరు అనేమాటలకు అర్ధంవుందా అంటూ భాష సక్రమంగా ఉపయోగించాలని మైసూరా రెడ్డి మండిపడ్డారు. గుంటనక్క అన్నారని కొందరు రెచ్చగొట్టడం జరిగింది కూడా.

అబద్దాల పంచాంగానికి 66ఘడియలు: సీనియర్ ఎమ్మెల్యే రాఘవరెడ్డి మాట్లాడుతూ, "అబద్దాల పంచాంగానికి 66 ఘడియలు అన్నట్లుగా మంత్రిగారి సమాధానం ఉందని" అనగా, మన పంచాంగానికి ఎన్ని ఘడియలని యనమల ప్రశ్నిస్తే, రాఘవరెడ్డి బదులిస్తూ "మామూలు పంచాంగానికి 24 ఘడియలని ఈ అబద్దాల పంచాంగానికి 66 ఘడియలని" చమత్కరించారు.

చింతపల్లి ఎమ్మెల్యే గారికి ఇళ్లు ఇవ్వలేదు, కలెక్టర్ ద్వారా ఇష్టం వచ్చినవాళ్లకు ఇచ్చారని, చింతపల్లి ఎమ్మెల్యేకు ఉంటే దానిని నర్సీపట్నం ఎమ్మెల్యేకు సంబంధించి 200ఇళ్లను ఆయన బెనిఫిసియరీస్ కి శాంక్షన్ చేస్తూ ఉత్తర్వు ఇచ్చారని పి నాగేశ్వర రావు పేర్కొనగా, "నా పక్కనున్న నియోజకవర్గమే కదా నాకు చెప్పివుండవలసింది" అని యనమల చమత్కరించారు.

మరో సందర్భంలో జీరో అవర్ లో లక్ష్మీపార్వతి, ప్రతిభాభారతి గొడవ పడితే ఇద్దరు పురుష శాసనసభ్యులు గొడవకు దిగితే కంట్రోల్ చేయగలనుగాని, ఇద్దరు మహిళలు వివాదానికి దిగితే మాత్రం నావల్ల కాదని అనడంతో సభలో నవ్వులు..

బాపిరాజు వాచీ విసిరేసిన ఉదంతం: పశ్చిమ గోదావరి, ఖమ్మం జిల్లాలలో గిరిజన, గిరిజనేతరుల భూసమస్యపై చర్చ(25.6.1997) సందర్భంగా 1/70 యాక్ట్ అమలు చేయాలని, గిరిజనులపై వేధింపులు అక్రమ కేసుల గురించి కాంగ్రెస్ పార్టీ ఎమ్మెల్యే కనుమూరి బాపిరాజు మాట్లాడుతూ ఇది చాలా తీవ్రమైన సమస్య ఎంత రాత్రయినా చర్చించి న్యాయంగా చేయండని చెప్పడంపోయి వాచీలు చూసుకోవడం, పనికిరాని వాచీలు, అర్ధంలేకుండా ప్రతివాడూ వాచీ

చూడటం అంటూ తనచేతి వాచీ తీసి విసిరేశారు. ప్రతిదానికీ వాచీ అంటారు, రూల్స్ అంటారంటూ అసహనం వ్యక్తం చేశారు. దానిపై అశోక్ గజపతిరాజు స్పందిస్తూ బాపిరాజు ప్రదర్శించే ఆవేశం ఆయన సభా వ్యవహారాల శాఖమంత్రిగా ఉన్నప్పుడు చూపలేదంటూ వాచీ విసిరేయడం పార్లమెంటరీ పద్ధతి కాదని, పునరావృతం చేయవద్దని హితవు పలికారు.

పొరబాటున "గట్స్" అన్నందుకు క్షమాపణలు చెప్పడానికీ వెనుదీయని యనమల:

క్వశ్చన్ అవర్ తర్వాత గవర్నమెంట్ స్టేట్ మెంట్ ఇస్తుందని, దానిపై అప్పుడు చర్చించవచ్చన్నా మొండిగా కాంగ్రెస్ సభ్యులు సభను అడ్డుకోవడంపై యనమల అభ్యంతరం చెబుతూ, "Iam on point of order..How can you prevent me..if you have guts to discuss you discuss ..if you don%µ%t have guts, you make noise" అని ఆగ్రహించారు.. ఆ తర్వాత దానిపై రాజశేఖర రెడ్డి మాట్లాడుతూ "గట్స్" అనే పదాన్ని వక్రీకరించడం యనమలను ఆవేదనకు గురిచేసింది. తర్వాతరోజు(30.3.2002)న యనమల సభలో మాట్లాడుతూ "గట్స్" అనేపదం తననోటివెంట దొర్లడంపై స్పందిస్తూ, తానుకూడా ఎమోషనల్ అవుతున్నానని, ఆ పదం అన్ పార్లమెంటరీ కాకపోయినా అందుకు చింతిస్తున్నానంటూ సారీ చెప్పారు. బైటకెళ్లాక తన స్నేహితులు ఫోన్ చేసి మీరుకూడా "గట్స్" అనేపదం ఎందుకు అనాలి, అంత ఎమోషన్ ఎందుకయ్యారని అడిగారంటూ, %ఖుఎ టవవశ్రీఅస్త్ర జవతీఎ ఖ్మ, ఖుఎ వఇజూతీవంంఅస్త్ర ఎఎ తీవస్త్రతీవౌ శీ ష్త్రవ ష్త్రశీబంవ% అన్నారు. "గట్స్" అనే పద ప్రయోగానికి బాధపడుతున్నట్లు చెప్పారు. రాజకీయం చేయడానికే అంతకు ముందురోజు(27.3.2002)న స్పీకర్ పోడియంపై లాంతర్లు పెట్టారని, బ్యానర్లు, ప్లకార్డులు సభలోకి తెచ్చారని, సభలో ఏదేదో మాట్లాడటం, ఒక క్వశ్చన్ రెండున్నర గంటలు పొడిగించడం, షార్ట్ డిస్కషన్, 304, 74కు తేడాలేకుండా ప్రొసీడింగ్స్ స్టాల్ చేయడం తనను ఆవేదనకు గురిచేసిందని అన్నారు. తనమాటలు ఎవరినీ బాధించరాదని, తన ప్రమేయం లేకుండా ఎవరికైనా బాధకలిగిస్తే మన్నింపు కోరడం కూడా ఆయన వ్యక్తిత్వాన్ని రుజువు చేస్తోంది. సభా సమయం ఎంతో విలువైనదని, ప్రజాధనం దుర్వినియోగం చేయడాన్ని యనమల సహించరనేదానికి ఇది మరో దృష్టాంతం.

పిల్లవాడికి(రాష్ట్రానికి) పెట్టకుండా ముద్ద అంతా వాళ్లే(కాంగ్రెస్) తిన్నారు:

తల్లి పిల్లవాడిని ఒళ్లో పెట్టుకుని చందమామ చూపుతూ ముద్దలు నెమ్మదిగా తినిపిస్తున్నట్లు

ఉందన్న మైసూరారెడ్డి(30.3.2022) వ్యాఖ్యలకు కౌంటర్ గా యనమల మాట్లాడుతూ, " మైసూరా కరెక్టే చెప్పారని, మేము తల్లిలా రాష్ట్రానికి అలా తినిపిస్తున్నామని, కానీవాళ్లు ప్రభుత్వంలో ఉన్నపుడు పిల్లవాడికి(రాష్ట్రానికి) పెట్టకుండా ముద్ద అంతా వాళ్లే తిన్నారని ఎద్దేవా చేశారు.

లైట్ లేని లాంతరు చేత పట్టుకెళ్లవచ్చని ఒవైసిపై కౌంటర్:

2002-03బడ్జెట్ అప్రాప్రియేట్ బిల్లుపై చర్చ సందర్భంగా అసదుద్దీన్ ఒవైసి(ఎంఐఎం) విమర్శిస్తూ "మాకు మాత్రం చేతుల్లో పట్టుకుపోవడానికి ఒకసంచి లాంటిది ఇస్తారు.. వండిందంతా మనమే ఉంచుకుని వట్టికుండ చేతికి ఇచ్చి పంపినట్లు" అనగా, యనమల దానికి ప్రతిగా, " వట్టికుండ వారి చేతికివ్వలేదు, లైట్ లేని లాంతరు వారిచేతిలో ఆల్ రెడీ ఉందని, అది పట్టుకుని వెళ్లవచ్చని" కౌంటర్ ఇచ్చారు.

వైసిపి మేనిఫెస్టో భగవద్గీత కాదు - వారి నాయకుడు శ్రీకృష్ణుడు కాదు: వైసిపి మేనిఫెస్టోను అధికార పార్టీ సభ్యులతో పాటు ప్రతిపక్షాల సభ్యులు కూడా జేబుల్లో పెట్టుకుని తిరుగుతున్నారన్న బొత్స సత్యనారాయణ వ్యాఖ్యలపై యనమల స్పందిస్తూ వైసిపి మేనిఫెస్టో భగవద్గీత కాదు, వారి నాయకుడు శ్రీకృష్ణుడు కాదని చమత్కరించారు. రాముడు మంచిబాలుడు అని బొత్స ఎద్దేవా చేయగా, అందుకే రామాయణం రాశారంటూ యనమల తిప్పికొట్టారు. 4పేజీలే మా మేనిఫెస్టో అన్న మంత్రుల వ్యాఖ్యపై సాక్షి పేపర్ లో 600 హామీలను ప్రస్తావించి ఎద్దేవా చేశారు. 600హామీలతో ముద్రించిన బుక్ లెట్ చూపించి దీని కథ ఏమిటని ప్రశ్నించారు.

జగన్మోహన్ రెడ్డిని మించిన నటుడు లేదు: 10మార్చి 2015న అసెంబ్లీలో మాట్లాడుతూ, "జగన్మోహన్ రెడ్డి గారు చాలా చక్కగా నటిస్తున్నారు. చిన్నతనంలోనే అంత నటన ఆయనకు వచ్చినందుకు అందరం ఆశ్చర్యపోతున్నాం. అ నటన అంతా బెంగళూరు నుంచే మొదలైంది, అక్కడనుంచి ఇంకా స్ప్రెడ్ అవుతోంది. ఆరోజున కూడా ఆయన శ్రీమతి సోనియాగాంధీగారి వద్ద నటించారు. అదేవిధంగా ప్రణబ్ ముఖర్జీగారి వద్ద కూడా నటించారు. ఈ రోజున కూడా బిజెపి వాళ్ల వద్దకు వెళ్లడం జరిగింది. ఎందుకు వెళ్లారనేది ఇంకా అందరికీ డౌటే. కానీ అదంతా నటనే అని అర్థమౌతుంది. ఒకదాని గురించి వెళ్లి ఇంకోదాని గురించి వెళ్లానని చెప్పడమే పెద్దనటన. అంతకన్నా నటన ఇంకోటిలేదు. ఎందుకంటే ఆయన వెళ్లిన

పర్వస్ వేరు. ఆరోజు ఉన్న పరిస్థితిలో బెయిల్ కావాలి. ఈ రోజుల్లో కేసులలోంచి బయటికి రావాలి. అందుచేత ఈరోజు బిజెపి వాళ్లనీ కలిశారు. అప్పట్లో కాంగ్రెస్ వాళ్లను కలిశారు. ఇంతకంటే పెద్దనటన రాష్ట్రంలో ఏ నాయకుడు చేయలేడంటూ" యనమల ఎద్దేవా చేశారు.

అప్రాప్రియేట్ బిల్లు, బీసిలపై తీర్మానం(6సెప్టెంబర్ 2014న) సందర్భంగా యనమల నేనొకటి చెబుతానంటూ, " ఈ ప్రతిపక్ష నాయకుడు(జగన్మోహన్ రెడ్డి) గోదావరి ఎక్స్ ప్రెస్ లో వెళ్లాలని రైల్వే స్టేషన్ కు వెళ్లారు. ఆయన స్టేషన్ కు వెళ్లేసరికి రైలు వెళ్లిపోయింది. దాదాపు బీబీనగర్ దాకా వెళ్లిపోయింది. నేనిప్పుడు స్టేషన్ కు వచ్చాను కాబట్టి రైలును వెనక్కి రమ్మంటే వస్తుందా..? ముగిసిన అంశంపై మరలా చర్చించడం జరగదు. అప్రాప్రియేట్ బిల్లు మీద మాట్లాడమంటే బీసి తీర్మానంపై మాట్లాడతానంటున్నాడు. అప్రాప్రియేట్ బిల్లుమీద మాట్లాడటానికి వారి సలహాదారులు (సోమయాజులు)గారినుంచి నోట్ వచ్చినట్లుగా లేదు. గత 10ఏళ్లలో వాళ్ల ప్రభుత్వానికి వాళ్ల నాన్నగారి ప్రభుత్వానికి అప్రాప్రియేషన్ చేస్తూవుంటే ఈయనగారు శుభ్రంగా మిస్ అప్రాప్రియేషన్ చేసేవాడు అంటూ సెటైర్ల మీద సైటైర్లు యనమల వేయడం విదితమే..తీర్మానంపై ప్రతిపక్ష నాయకుడు వైండింగ్ అప్ చేయడం అసెంబ్లీ ప్రాక్టీస్ అని జగన్మోహన్ రెడ్డి పేర్కొనగా తీర్మానానికి వైండింగ్ అప్ ఉండదంటూ అప్రాప్రియేట్ బిల్లుపై వైండ్ అప్ చేయడానికి ప్రతిపక్షానికి ఉంటుందని యనమల తన స్టయిల్ లో పేర్కొనడంతో జగన్ ఖిన్నుడవడం తెలిసిందే.

మృతుల ఆత్మశాంతికి సంతాపం చెప్పాలని 31.8.2015న స్పీకర్ కోరితే, వైఎస్ జగన్ ప్రసంగం విని యనమల అది సంతాప సందేశంగా లేదని ఫాక్షన్ సందేశంగా ఉందని ఎద్దేవా చేశారు.

క్వశ్చన్ అవర్ వద్దని చెప్పడానికి ప్రతిపక్ష నాయకుడికి అధికారం లేదంటూ Question hour is the property of the House దానిని హవుస్ డిసైడ్ చేయాల్సిందే తప్ప వాళ్లు కాదు. బిజినెస్ రూల్స్ తెలియదు, కౌల్ అండ్ షక్దర్ సారాంశం తెలియదు, ఇలాంటి ప్రతిపక్షాన్ని చూడలేదని యనమల ఆవేదన చెందారు.

గజరాజు నడుస్తూ పోతుంటే కుక్కలు మొరుగుతూ ఉంటాయని ప్రతిపక్ష నాయకుడు జగన్మోహన్ రెడ్డి ఉపమానం చెప్పగా, యనమల తీవ్రంగా స్పందిస్తూ కుక్కలు అని సంబోధించడాన్ని ఖండించారు. స్పాంటేనియస్‌గా దానికి బదులిస్తూ "ఈ మధ్యన పిచ్చి

గజరాజులు(మేడ్ ఎలిఫెంట్స్) కూడా రోడ్లపై తిరుగుతుంటే, ఆ పిచ్చి గజరాజులను కరవకుండా కుక్కలు ఎలా ఉంటాయని" తిప్పికొట్టారు.

08సెప్టెంబర్ 2016న వైసిపి సభ్యుల ప్రవర్తనపై స్పందిస్తూ, "అసెంబ్లీకిగాని, కౌన్సిల్ కుగాని, ఒకటే రూల్స్ ఉంటాయి. వాళ్ల లోటస్ పాండ్ కు వేరే రూల్స్ ఉంటాయిగాని..మీ ఇంటి దగ్గర రూల్స్ ఇక్కడ అసెంబ్లీలో అప్లై కావని" యనమల సెటైర్ వేశారు.

07.03.2017న శాసనసభలో జగన్మోహన్ రెడ్డి ప్రసంగంపై, యనమల స్పందిస్తూ " ఫిజిక్స్, కామర్స్ గురించి జగన్మోహన్ రెడ్డి చెబుతున్నారు. ఇక్కడున్న వాళ్లంతా కాస్తోకూస్తో స్కూలుకెళ్లో, కాలేజీకెళ్లో చదువుకుని ఉంటారు. జగన్మోహన్ రెడ్డి స్కూల్ కెళ్లకుండా, కాలేజీకెళ్లకుండా ఎగ్గొట్టిన వ్యక్తి లెక్కలు చెబుతుంటే మా అందరికీ కన్ఫ్యూజన్ అవుతోంది. ఆయనా కన్ఫ్యూజ్ అవుతున్నారు, మమ్మల్ని కన్ఫ్యూజ్ చేస్తున్నారు. సరైన అవగాహన మీకు లేదు, మీ ట్యూటర్ ఎలా చెప్పారో తెలియదు. సెల్ఫ్ కాంట్రడిక్షన్ మీరంటూ" ఎద్దేవా చేశారు.

చిటికెన వేలు(బాత్రూం) ఉదంతం:

2017-18బడ్జెట్ పై చర్చ సందర్భంగా ఆర్థికమంత్రిగా యనమల మాట్లాడుతూ, ప్రభుత్వ రిప్లై వినడం ప్రతిపక్ష నాయకుడి బాధ్యత, చట్టసభలో ప్రజాస్వామ్య బాధ్యత. మీ నాయకుడు బాయ్ కాట్ చేసినట్లా, లేకపోతే పనివుండి వెళ్లినట్లా, బాత్రూంకి వెళ్లినట్లా అని శ్రీకాంత్ రెడ్డిని ఉద్దేశించి ప్రశ్నించారు. నలుగురిని వేసుకుని బైటకు వెళ్లిపోయాడని అపహాస్యం చేశారు. మీకు చెప్పకుండా వెళ్లిపోతే అది వేరే సంగతి..బాత్రూంకు వెళ్లితే ముగ్గురు నలుగురు ఎందుకండి..? ముగ్గురు నలుగురితో బాత్ రూమ్ కు పనేంటి..? ఎంత irresponsible opposition..? అంటూ విమర్శించారు. ఆ తర్వాత సభలో ప్రవేశించిన జగన్మోహన్ రెడ్డి మాట్లాడుతూ, "చిటికెన వేలు చూపించి ఇలా చూపిపోవాలని నాకు నిజంగా తెలియదు.. నేను ఇక్కడ ఉంటేనేమి, లేకపోతేనేమి..? నేనేమన్నా దీనికిపోతే మీకు అభ్యంతరమా" అంటూ తిప్పికొట్టారు. దానిపై యనమల స్పందిస్తూ ఈ ప్రజలకు మనం responsible.. మీరు మేము అందరం responsible to the House, we are accountability to the House.. మన ప్రజలకు, మన సభకు మనందరం బాధ్యత వహించాలి. అంతేతప్ప ఇంటెన్షనల్గా మీరు బైటకుపోతే మేము చేసేదేమీ లేదు, ఉన్నవాళ్లకు చెప్పడం తప్పు.." అంటూ యనమల

బదులిచ్చారు. క్లారిఫికేషన్లు ఎన్ని అడిగినా కూడా సమాధానం చెబుతాను, రేపు అడిగినా, తెల్లవార్లూ అడిగినా చెబుతాను అంటూ సెటైర్ వేశారు.

బడ్జెట్ పై క్లారిఫికేషన్లకు యనమల సమాధానమిస్తుంటే, వైసిపి సభ్యులు తమ ముందున్న పేపర్లను చెవిలో పెట్టుకున్నారు. " కాలీఫ్లవర్ చెవిలో పెట్టే అలవాటు మాకు లేదంటూ మీకు మీరే తెచ్చుకుని చెవిలోపెట్టుకుంటే బెటర్" అని యనమల చెణుకు విసిరారు.

ఆస్ట్రిచ్ మైండ్ సెట్ జగన్మోహన్ రెడ్డిది.. :

ఏది చెప్పినా ప్రతిపక్ష నాయకుడు జగన్మోహన్ రెడ్డి నెగటివ్ గా ఆలోచిస్తారు. ఆయనది ఆస్ట్రిచ్ మైండ్ సెట్. ఆయనపై ఉన్నకేసులు, ఛార్జిషీట్లు అన్నింటిలో కాన్పిరసీ ఉన్నాయి. కాన్పిరసీ లేకుంటే రూ లక్ష కోట్లు ఎలా వస్తాయి..? టిడిపి అధికారంలో ఉన్నప్పుడు రాష్ట్రం బాగు పడకూడదనేది ఆయన లక్ష్యంగా పెట్టుకున్నట్లు కనబడుతోంది. మంచిని కూడా ఆహ్వానించే మనస్తత్వం లేని ప్రతిపక్ష నాయకుడు మనకు ఉన్నాడంటే దురదృష్టం. అన్నీకూడా నెగటివ్ మైండ్ సెట్ కిందకే వస్తాయి. దీనినే ఆస్ట్రిచ్ మైండ్ సెట్ అంటారంటూ యనమల 23మార్చి 2017న సైటెర్ వేశారు.

కిందటి హవుస్ కు(హైదరాబాద్ లోది), ఈ హవుస్ కి(అమరావతి) తేడా ఏమిటంటే మీరు (స్పీకర్) పైనున్నారు, వాళ్లకి(ప్రతిపక్షం వైసిపి) మీ పోడియం అందడంలేదు పాపం. అక్కడ హవుస్ లో(హైదరాబాద్)అయితే పోడియం పట్టుకుని కూర్చునేవాళ్లు. మైకు లాగేవారు. ఇప్పుడు ఇక్కడ మైకు లేపడానికి కుదరడంలేదు. అట్లా కొన్ని సిస్టమ్ లు మార్చుకుని చెయ్యకపోతే మనం హవుస్ నడపలేం అంటూ యనమల 24మార్చి 2017న సభాపతి కోడెలతో చమత్కరించారు.

తనపై విమర్శలకు ధీటుగా జవాబు..

ఆర్ధికమంత్రిగా సింగపూర్ అధికారిక పర్యటనలో యనమల తీవ్ర పంటిపోటుకు గురయ్యారు. భరించలేనంత నొప్పి పుట్టడంతో రామకృష్ణుడిని హుటాహుటిన డెంటల్ హాస్పటల్ కు తరలించారు. అప్పటికప్పుడు రూట్ కెనాల్ ఆపరేషన్ అక్కడే చేయించుకోవాల్సిన పరిస్థితి ఏర్పడింది. ఏప్రిల్ 12న సింగపూర్ 22సిక్త్ అవెన్యూలో అజురే డెంటల్ హాస్పటల్ లో చికిత్స జరిగింది, దానికి రూ 2,88,823ఖర్చు అయ్యింది. ఈ బిల్లును ప్రభుత్వం చెల్లించడంపై వైసిపి నాయకులు తీవ్ర విమర్శలు గుప్పించడం యనమలను తీవ్ర మనస్తాపానికి గురిచేసింది.

అధికారిక పర్యటనల్లో అనారోగ్యం పాలైతే ప్రభుత్వ ఖర్చుతో చికిత్స చేయించడం సాధారణమే.. కానీ ప్రతిపక్షం దీనిని బూతద్దంలో నుంచి చూపించి బురద జల్లడం యనమలను ఆవేదనకు గురిచేసింది. తక్షణమే హుటాహుటిన స్పందించి ఆ డబ్బు తిరిగి ప్రభుత్వ ఖజానాకు జమ చేయడం గమనార్హం.

యనమలకు మాట పట్టింపు ఎక్కువ, తనపై విమర్శలకు ధీటుగా స్పందించేవారు. తన వియ్యంకుడు కావడం వల్లనే మైదుకూరు టిడిపి నేత పుట్టా సుధాకర్ యాదవ్ పై ప్రత్యర్థులు విమర్శలు గుప్పించడాన్ని ఖండించారు. యనమలతో వియ్యంకుడు కాకముందు నుంచే పుట్టా సుధాకర్ కుటుంబం కాంట్రాక్టర్లు. కొన్ని దశాబ్దాలుగా కాంట్రాక్టు పనులు చేసుకుంటూ వ్యాపారాన్ని పెంచుకున్నారు, ఆర్థికంగా నిలదొక్కుకున్నారు. వాళ్ల డబ్బులతో వాళ్లు భూములు కొనుక్కుంటే తప్పేంటి, వాళ్లు కొన్న భూమి సిఆర్ డిఏ పరిధిలోనిది కాదు, అటువంటప్పుడు ఇన్ సైడ్ ట్రేడింగ్ ఏమిటంటూ వైసిపి ఆరోపణలను తిప్పికొట్టారు. వియ్యంకుడైనంత మాత్రాన అంతకు ముందున్న వ్యాపారాలన్నీ మానేయాల్నా అంటూ ప్రశ్నించారు. పుట్టా సుధాకర్ యాదవ్ కూడా ప్రెస్ మీట్ పెట్టి అన్ని డాక్యుమెంట్లతో సహా సాక్ష్యాధారాలను బైటపెట్టి వైసిపి విమర్శలను తిప్పికొట్టారు.

వక్తగానే కాదు వ్యాసకర్తగా యనమల

సుదీర్ఘకాలం ప్రజాప్రతినిధిగా యనమల ప్రసంగాలు, ఉపన్యాసాలు ప్రజా చైతన్యమే లక్ష్యంగా ఉండేవి. సైటైర్లు, చమత్కారాలతో సమయస్ఫూర్తితో సాగేవి. వక్తగానే కాకుండా వ్యాసకర్తగా కూడా యనమల పేరొందారు. ఆయన రాసిన వ్యాసాలు వందకుపైగా ప్రముఖ పత్రికలలో ప్రచురించబడటం తెలిసిందే.

అధికారంలో ఉన్నప్పుడు ప్రభుత్వ విధానాలు, రాష్ట్రాభివృద్ధి, పేదల సంక్షేమం, బలహీన వర్గాల సాధికారత లక్ష్యంగా యనమల ప్రెస్ మీట్ లు, పత్రికా ప్రకటనలు ఉండేవి. ప్రతిపక్షంలో ఉన్నప్పుడు కాంగ్రెస్ పార్టీ వైఎస్సార్ కాంగ్రెస్ పార్టీ అరాచక పాలనను ప్రజా వ్యతిరేక విధానాలను, హింసా విధ్వంసాలను తన వ్యాసాల ద్వారా నిరసించేవారు. అధికార పార్టీ తప్పులను ఎత్తిచూపి ప్రజలను చైతన్య పరిచేవారు.

"నిజమైన సైనికుడు విజయమెట్లా సిద్ధిస్తుందా అని వాదిస్తూ కూర్చోడు. తాను నిర్వహించవలసిన పాత్రను సవినయంగా నిర్వహిస్తే ఏదోఒక విధంగా యుద్ధంలో విజయం సాధ్యపడి తీరుతుందనే అతడు నమ్ముతాడు. మనలో ప్రతి ఒక్కరం ఈ స్ఫూర్తితోనే పనిచేయాలి" అనే మహాత్మాగాంధీ వాక్యాలను తన బడ్జెట్ ప్రసంగంలో(12.3.2015) ఉదహరించడమే యనమలలో క్రియాశీలక దృక్పథానికి సజీవ సాక్ష్యం..

మరో సందర్భంలో శాసనసభలో యనమల మాట్లాడుతూ, " ఎవరికైనా అన్యాయం జరిగితే నేను చూస్తూ ఊరుకోను, నాకు చేతకాదు. ఎవరైనా సరే, శత్రువుకు అయినా సరే అన్యాయం జరిగితే నేను చెప్పవలసిన బాధ్యతగా చెబుతాను" అనడం యనమల మనస్తత్వానికి నిదర్శనం.

వివిధ పత్రికలలో యనమల ఆర్టికల్స్‌లో కొన్ని...

1.	దోచుకుని దోచిపెట్టడమే విశ్వసనీయతా?	ఆంధ్రప్రభ	10.10.2012
2.	జనహితం లేని జగన్నాటకం	ఆంధ్రజ్యోతి	01.01.2013
3.	బద్ధలవుతున్న వైఎస్ పాపాలు	ఆంధ్రజ్యోతి	18.01.2013
4.	ఇదేమి రాజకీయం	ఆంధ్రజ్యోతి	23.04.2013
5.	ఆర్థులను ఆదుకోని ఆర్థికం	ఆంధ్రజ్యోతి	16.02.2013
6.	కాంగ్రెస్ కౌటిల్యం	ఆంధ్రజ్యోతి	17.08.2013
7.	విజన్ 2020 వర్సెస్ విజన్ 420	ఆంధ్రప్రభ	17.01.2013
8.	పౌరులకు రాజ్యాంగ బాధ్యత	ఆంధ్రజ్యోతి	07.06.2013
9.	స్ఫూర్తినివ్వని గుజరాత్ వాస్తవాలు	ఆంధ్రజ్యోతి	13.09.2013
10.	ఆదర్శాలతో కలవని ఆంతర్యాలు	ఆంధ్రజ్యోతి	29.10.2013
11.	శిశుపాలుడి సంఖ్య దాటిన జగన్ పాపాలు	ఈనాడు	24.04.2014
12.	ప్రజాస్వామ్యం మహా పతనం	ఆంధ్రజ్యోతి	16.04.2020
13.	కోటలు దాటిన మాటలు, గడప దాటని చేతలు	ఆంధ్రజ్యోతి	28.05.2020
14.	వైసీపీ పాలనలో దగాపడ్డ యువత	ఆంధ్రజ్యోతి	17.08.2020
15.	పాతాళంలో ప్రభుత్వ పనితీరు	ఆంధ్రజ్యోతి	08.09.2020
16.	ఏమి ఉద్ధరించారని రైతు దినోత్సవం	ఆంధ్రజ్యోతి	08.07.2020
17.	గొప్పల అప్పుల నిష్ఫల బడ్జెట్	ఆంధ్రజ్యోతి	మార్చి, 2020
18.	అప్పుల మీద అప్పు రాష్ట్రానికి ముప్పు	ఆంధ్రజ్యోతి	04.06.2020
19.	స్థానిక పోరుపై పాలకుల భయం	ఆంధ్రజ్యోతి	22.12.2020
20.	అగాధంలో ఆంధ్రా ఆర్థికం	ఆంధ్రజ్యోతి	08.01.2021

21. పంచాయితీలో రాజ్యాంగ న్యాయం	ఆంధ్రజ్యోతి	27.01.2021
22. అస్తవ్యస్తమైన పురపాలన	ఆంధ్రజ్యోతి	06.03.2021
23. ప్రజల హాహాకారాలు వైసీపీ రాజకీయాలు	ఆంధ్రజ్యోతి	30.04.2021
24. నేరస్థుల పాలనలో నలుగుతున్న నవ్యాంధ్ర	ఆంధ్రజ్యోతి	06.05.2021
25. జగన్ అక్రమాస్తులను ప్రభుత్వ ట్రెజరీలో జమ చేయాలి	ఆంధ్రజ్యోతి	01.07.2021
26. అప్పుల్లో ఆల్‌టైమ్ రికార్డులు	ఆంధ్రజ్యోతి	10.08.2021
27. నేర రాజకీయంపై సమిష్టి సమరం	ఆంధ్రజ్యోతి	28.08.2021
28. ఈ రాష్ట్రం జగన్ జాగీరా..?	ఆంధ్రజ్యోతి	21.10.2021

పుస్తక పఠనం, నిరంతర అధ్యయనంపై యనమలకు ఆసక్తి మెండు

చిన్ననాటి నుంచి పుస్తక పఠనం, నిరంతర అధ్యయనమే యనమల అభిరుచి. తన నివాసంలో సొంత లైబ్రరీ ఉండటం ఆయన పఠనాసక్తికి నిదర్శనం. నిరంతర విద్యార్థి యనమల.

ఉదయాన్నే అన్ని పత్రికలు చదవడం, ముఖ్యాంశాలను నమోదు చేసుకోవడం, పార్టీ రోజువారీ సమావేశాల్లో వాటిపై చర్చించడం, ఎప్పటికప్పుడు అప్ డేట్ కావడం యనమల విజయ రహస్యం. అన్ని మేగజైన్లతో పాటు తాజా పుస్తకాలన్నీ ఆయనకు కరతలామలకం. ఒకవైపు నాయకులతో పార్టీ చర్చలు సాగిస్తూనే మరోవైపు మేధావులు, న్యాయవాద సహచరులు, ఆర్థిక నిపుణులు, జర్నలిస్టులతో రోజువారీ చర్చోపచర్చలు ఆయన దినచర్యలో భాగాలు. వీటివల్లనే ఈ స్థాయికి తన ఎదుగుదలగా పేర్కొనడం కద్దు.

తాను చదివిన న్యాయశాస్త్రం, పొందిన చట్ట పరిజ్ఞానం, ఆర్థిక రంగంపై పట్టు, రాజ్యాంగ పరిజ్ఞానం, చట్టసభా నిర్వహణ చాతుర్యం, వివిధ మంత్రిత్వ శాఖల్లో గడించిన అనుభవం రామకృష్ణుడి రాజకీయ సోపానాలు..

భావవ్యక్తీకరణ స్వేచ్ఛ కోసం యనమల పోరాటం

ప్రజాస్వామ్యానికి ఊపిరి ప్రసార మాధ్యమాలే. శాసన వ్యవస్థ, పాలనా వ్యవస్థ, న్యాయ వ్యవస్థ 3 మూలస్థంభాలైతే మీడియాను నాలుగో మూలస్థంభంగా వ్యాఖ్యానిస్తారు.

3ఛానళ్లను(ఈటివి, టివి 5, ఏబిఎన్) అసెంబ్లీకి అనుమతించకపోవడంపై ధ్వజమెత్తారు. ప్రెస్ తో ప్రజా ప్రతినిధుల ఇంటరాక్ట్ కాకుండా చేయడం రాజ్యాంగ వ్యతిరేకం. ప్రసార మాధ్యమాలు అన్నింటినీ ఒకేవిధంగా చూడాలే తప్ప కొన్నింటినే అనుమతించి మరికొన్నింటిని బ్యాన్ చేయడం ప్రభుత్వానికి తగదు. కౌన్సిల్ లో మీడియా సెంటర్ ఏర్పాటు చేయాలని డిమాండ్ చేశారు. ఎడిటెడ్ ప్రసారాలు ఇస్తున్నారా, అన్ ఎడిటడ్ ఇస్తున్నారా చెక్ చేసుకోవాలి. సభ్యుడిని సభలో మాట్లాడనివ్వని సందర్భంలో మీడియా ద్వారా తన వాణిని ప్రజలకు తెలియజెప్పే అవకాశం కల్పించాలి. భావ వ్యక్తీకరణ స్వేచ్ఛ(%ఖీతీవవసశీఎ శీట ంజూవవషష్ట్ర%) కోసం పాటుబడ్డారు.

మీడియా వాచ్ పేరుతో రాజశేఖర రెడ్డి హయాంలో జీవో ఇస్తే దానికి వ్యతిరేకంగా పోరాడారు. జగన్మోహన్ రెడ్డి హయాంలో జీవో 2430 ద్వారా మీడియాపై అణిచివేయాలని చూస్తే ప్రతిఘటించారు.

వాక్ స్వాతంత్ర్యం,భావ ప్రకటనా స్వేచ్ఛను ప్రాథమిక హక్కుగా భారత రాజ్యాంగం 19(1)(ఏ) అధికరణ పేర్కొంది. ఇతరుల పరవును తీయడానికి ఆ స్వేచ్ఛను దుర్వినియోగం

చేయకూడదని 19(2) అధికరణ చెబుతోంది. పరవు తీయడం నేరం, అందుకు జైలు శిక్ష విధించవచ్చని సెక్షన్ 499 లో ఉంది.

మీడియా వాచ్ డాగ్ లా ఉండాలేగాని బ్లడ్ హౌండ్ కారాదు అని పెద్దలు ఎప్పుడో చెప్పారు. ప్రింట్ మీడియా అయినా, ఎలక్ట్రానిక్ మీడియా అయినా, సోషల్ మీడియా అయినా మీడియాకు స్వీయ సమీక్ష అనేది ఉండాలి. ప్రజా ప్రయోజనంగా మీడియా ఉండాలేగాని వ్యక్తి ప్రయోజనంగా, సంస్థ ప్రయోజనంగా మీడియా పనిచేయరాదు.

పరువు నష్టం కలిగించే విషయం ముద్రించడం, ప్రసారం చేయడం, ఐపిసి సెక్షన్ 501 కింద శిక్షార్హం. అలాంటి సమాచారాన్ని విక్రయించడం సెక్షన్ 502 కింద శిక్షార్హం.

మీడియాకు రక్షణ కల్పించే బిల్లును 1956లో ఎంపిగా ఉన్న ఫిరోజ్ గాంధీ పార్లమెంటులో ప్రవేశబెడితే ఆయన భార్య ఇందిరాగాంధీ ప్రధానిగా ఎమర్జన్సీలో 08.12.1975న పార్లమెంటరీ ప్రొసీడింగ్స్(ప్రొటెక్షన్ ఆఫ్ పబ్లికేషన్స్) యాక్ట్ ను రద్దుచేశారు. ఏది రాయాలో, ఏవి రాయకూడదో మార్గదర్శకాలు రూపొందించి తన సమాచార మంత్రి విసి శుక్లా తో అన్ని పబ్లికేషన్స్, మీడియా హౌసెస్ కు పంపించారు. ఇక ఆమె కుమారుడు రాజీవ్ గాంధీ మరో ముందడుగు వేసి మీడియాకు వ్యతిరేకంగా ప్రెస్ బిల్లు తెచ్చే ప్రయత్నం చేశారు.

ప్రావిడెండ్ ఫండ్ కుంభకోణంలో ఒకరి ఫొటో బదులు మరొకరి ఫొటో చూపించిన ఛానల్ పై రూ. 100కోట్లు జరిమానా విధించింది ముంబై హైకోర్టు.

మీడియా ఫ్రీడమ్ గురించి రాజశేఖర రెడ్డి పేరు పెట్టుకున్న పార్టీ, వైఎస్ ఫొటో జెండాలో పెట్టుకున్న పార్టీ, లోగోలో తగిలించుకున్న మీడియా మాట్లాడటం కన్నా వింత మరొకటిలేదు. మీడియా వాచ్ పేరుతో జివో 938 తెచ్చి పత్రికా స్వేచ్ఛకు కళ్లెం వేసిందే రాజశేఖర రెడ్డి. ముఖ్యమంత్రిపై, మంత్రులపై విమర్శలు చేస్తూ కథనాలు ప్రసారం చేసే మీడియాపై పరవునష్టం దావా వేసే అధికారాన్ని ఐ అండ్ పిఆర్ కమిషనర్ కు ఇస్తూ 20.02.2007న నల్లచట్టం తెచ్చిందే వైఎస్ రాజశేఖర రెడ్డి. క్రిమినల్ ప్రొసీజర్ కోడ్ సెక్షన్ 199(4) కింద చర్యలు తీసుకుంటామని బెదిరించిందే రాజశేఖర రెడ్డి.

అసెంబ్లీ, కౌన్సిల్ సమావేశాలకు 3ఛానళ్లను అనుమతించక పోవడంపై నిరసన వ్యక్తం

చేశారు. 3రాజధానుల బిల్లు, సిఆర్ డిఏ రిపీల్ బిల్లు పెట్టినప్పుడు కౌన్సిల్ ప్రసారాల సిసి టివి ప్రసారంలో అంతరాయాలు కల్పించడంపై ధ్వజమెత్తారు. 2020 జనవరి 20,21తేదీలలో శాసనమండలి సమావేశాల్లో జరిగిన చర్చ రికార్డులే అందుకు నిదర్శనం.

ప్రజాస్వామ్యంలో ఫోర్త్ ఎస్టేట్ అయిన మీడియాపై ఆంక్షలు సరికాదంటూ, 3ఛానళ్లపై అసెంబ్లీ స్పీకర్ ఆంక్షలు విధించడాన్ని నిరసించారు. ఇక్కడ 2సభలు ఉన్నాయి, ఎవరి పరిధి వారిదే, ఎవరి పరిధిలో వారు పని చేయడం మంచిదేగాని ఇక్కడ పరిధిలో అక్కడవారు,అక్కడ పరిధిలో ఇక్కడ వారు పెత్తనం చేయడం కరెక్ట్ కాదు. ఇద్దరు ప్రిసైడింగ్ ఆఫీసర్లు కూర్చుని మాట్లాడుకుని పరిష్కరించడం మంచిదని సూచించారు.

అవుట్ పుట్ లోకి వెళ్లేటప్పుడే అన్ ఎడిటింగ్ ప్రొసీడింగ్స్ వెళ్తున్నాయా లేదా అనేది సభాపతి పరిశీలించాలి. అన్ ఎడిటెడ్ ప్రసారాలను టెలికాస్ట్ చేయాలి, దానిని అలాగే అవుట్ పుట్ లోకి పంపించాలి. మిగిలిన ఛానళ్లు అన్నీ అనుమతించి 3ఛానళ్లను ఎందుకు అనుమతించడం లేదు..? అసెంబ్లీ జరిగే సమయంలో ఏదో టెలికాస్ట్ చేశారని సెషన్స్ ప్రసారాలకు బ్యాన్ చేసి, ఆ సెషన్ తర్వాత మరో సెషన్ కు అనుమతించడానికి అభ్యంతరం ఏమిటని శాసనమండలిలో యనమల నిలదీశారు. మీడియా సెంటర్ కౌన్సిల్ కు కూడా పెట్టాలి. అసెంబ్లీకి పెట్టుకుంటారా లేదా అనేది వాళ్ల ఇష్టానికి వదిలేసినా కౌన్సిల్ కు మీడియా సెంటర్ పెట్టాలని డిమాండ్ చేశారు. పార్లమెంటులో దూరదర్శన్ ద్వారా ప్రసారాలను టెలికాస్ట్ చేస్తారు. ఎడిటింగ్ లేకుండానే అవుట్ పుట్ బైటకు ఇస్తారు. అన్నిఛానళ్లు అది తీసుకుంటాయి. అక్కడ చేయగలిగితే ఇక్కడ ఆవిధంగా ఎందుకు చేయలేకపోతున్నాం..? 3ఛానళ్లు ఎలిమినేట్ చేయడం ఈ ప్రభుత్వానికి ఒక సూత్రమా..? అంటూ యనమల నిగ్గదీశారు. దానిపై శాసన మండలి సభాపతి స్పందిస్తూ టివి టెలికాస్ట్, కౌన్సిల్ ప్రొసీడింగ్స్ అన్ ఇంటరెప్ట్ గా, ఎడిటింగ్ లేకుండా, డిస్క్రిమినేషన్ లేకుండా అన్ని ఛానళ్లకు ఇవ్వమని కౌన్సిల్ సెక్రటరీకి డైరెక్షన్ ఇచ్చినట్లు తెలిపారు.

అప్పుడప్పుడే యనమలకు ఆటవిడుపు...

నిరంతరం రాజకీయాల్లో తలమునకలయ్యే యనమల రామకృష్ణుడు ఆటవిడుపుగా అప్పుడప్పుడు సాంస్కృతిక, వినోద కార్యక్రమాల్లో పాల్గొనేవారు. స్వచ్ఛంద సంస్థల ఆహ్వానం మేరకు నాటక పోటీలు, సాంస్కృతిక కార్యక్రమాలకు ముఖ్య అతిథిగా హాజరయ్యేవారు. పదవిలో ఉండగా సన్నిహిత మిత్రులు ఆహ్వానించిన సినిమా షూటింగ్ లకు క్లాప్ కొట్టడం తదితర కార్యక్రమాల్లో పాల్గొనేవారు.

అక్కినేని నాగేశ్వర రావు, కృష్ణ, విజయనిర్మల, జంధ్యాల, ధర్మవరపు సుబ్రమణ్యం పాల్గొన్న సినిమా షూటింగ్ లకు క్లాప్ కొట్టారు. ఖమ్మం జిల్లా వినియోగదారుల మండలి ఆధ్వర్యంలో జరిగిన గాయకుడు వందేమాతరం శ్రీనివాస్ సన్మాన సభలో శాసన సభ్యులు పువ్వాడ నాగేశ్వర రావు, బోడేపూడి వెంకటేశ్వర రావు తదితరులతో సహా పాల్గొన్నారు.

తానా ఆధ్వర్యంలో అమెరికా సంయుక్త రాష్ట్రాలలో జరిగిన సభలకు యనమల హాజరయ్యారు. ఎలిమినేటి మాధవ రెడ్డి, ఉమా మాధవరెడ్డి, ప్రతిభా భారతి తదితరులతో కలిసి పాల్గొన్నారు.

కాకినాడలో 1999ఫిబ్రవరిలో "జీవితంలో నైతిక విలువలు-మానవతా విలువలు" అంశంపై జరిగిన సెమినార్ లో పాల్గొన్నారు. ప్రముఖ సినీనటుడు అక్కినేని నాగేశ్వర రావు జ్యోతి ప్రజ్వలన చేశారు. లోక్ సభ స్పీకర్ జివిఎంసి బాలయోగి, ఈనాడు అధినేత సిహెచ్ రామోజీరావు తదితరులు హాజరయ్యారు.

రాజమండ్రిలో జరిగిన "ప్రజా జీవనంలో నైతిక విలువలు" సెమినార్ లో ప్రముఖ

గాంధేయవాది వావిలాల గోపాలకృష్ణయ్యను సన్మానించారు.

ఆధ్యాత్మిక, పర్యాటక ప్రాంతాల సందర్శన అంటే మక్కువ ఎక్కువ..

పరిశీలన ద్వారా పరిజ్ఞానం ఇనుమడిస్తుందనేది వాస్తవం. ఒకవైపు రాజకీయాల్లో తలమునకలుగా ఉంటూనే కుటుంబంతో కలిసి ఆధ్యాత్మిక, పర్యాటక ప్రసిద్ధిగాంచిన ప్రాంతాలను సందర్శించడం యనమల ప్రత్యేకత.

1998 సెప్టెంబర్ లో మౌంట్ అబూ సందర్శన అలాంటిదే.. రాజస్తాన్ లో అడవుల మధ్య ఆరావళి పర్వత పంక్తులలోని హిల్ స్టేషన్.. జైనుల తీర్థస్థలం..5 దిల్వారా దేవాలయాలు జైన తీర్ధంకరుల స్మృత్యర్థం నిర్మించినవి..

బ్రహ్మకుమారీల ఆధ్యాత్మిక ప్రధాన కేంద్రం.. ప్రతిఏడాది 25లక్షల మంది సందర్శకులు ఈ ప్రాంతానికి వస్తారు. ప్రపంచ ప్రసిద్ధిగాంచిన ఈ ఆధ్యాత్మిక కేంద్రం 130దేశాలలో 8500కేంద్రాల ద్వారా సమాజాన్ని జాగృతం చేస్తోంది. మహిళా సాధికారతకు చిహ్నం. సమానత్వాన్ని, నాయకత్వ లక్షణాలను పెంపొందిస్తుంది.

క్రమశిక్షణ, ఆధ్యాత్మిక ఉన్నతి ద్వారా ఆత్మవిశ్వాసం పెంచడం..దయ, క్షమాగుణం, శాంతి, సంతోషం, ఆత్మగౌరవం, సకారాత్మక దృష్టి పెంచడం ద్వారా సమాజాన్ని సుసంపన్నం చేయడం..సత్యాన్వేషణ, రాజయోగ అభ్యాసం, మానవతా విలువల పెంపు ద్వారా సమాజాన్ని జాగృతం చేయడం బ్రహ్మకుమారీల సిద్దాంతం. రాజయోగిని దాది జానకి పలువురికి స్ఫూర్తిదాయకం.

మంచి శ్రోతగా ఉన్నప్పుడే మంచి వక్త కాగలం..ఒత్తిళ్లకు గురైతే మన ఆలోచనలు వక్రమార్గాన ప్రయాణిస్తాయి, జ్ఞాపకశక్తిని, నిర్ణయాత్మక శక్తిని దెబ్బతీస్తాయి..సానుకూల దృక్పథం పెంచుకోవడం, ప్రతికూలతలను అధిగమించే సామర్థ్యం పెంపునకు దోహదపడ్తుంది.

ప్రజాప్రతినిధులలో రాజకీయ ఒత్తిళ్లను తగ్గించి ప్రజాసేవకు కార్యోన్ముఖులను చేసేలా ఆంధ్రప్రదేశ్ శాసన సభ్యులను బృందాలుగా మౌంట్ అబూ సందర్శనకు పంపడం జరిగింది. సోమిరెడ్డి చంద్రమోహన్ రెడ్డి తదితరులు కూడా ఇందులో పాల్గొన్నారు.

1998 సెప్టెంబర్ 16-20మధ్య జరిగిన బ్రహ్మకుమారీల యువ ప్రభాగ్ లో పాల్గొన్నవారికి యనమల చేతుల మీదుగా సర్టిఫికెట్లను అందజేయడం విశేషం.

బౌద్ధారామాల సందర్శన:

బీహార్ లో బుద్ధగయ, ఖాట్మండ్(నేపాల్), ఇతర బౌద్ధక్షేత్రాలను సందర్శించారు. అంబేద్కర్ బౌద్ధమతం స్వీకరించిన నేపథ్యంలో బౌద్ధం పట్ల ఆసక్తి పెరిగింది. గౌతమ బుద్ధుడి జీవిత చరిత్ర, బోధనలు, గ్రంథాలు యనమల లైబ్రరీకి జతపడ్డాయి.

కృష్ణ భగవాన్ జన్మస్థలం మధుర, ద్వారక పుణ్యక్షేత్రాలను సందర్శించారు. కన్యాకుమారిలో వివేకానంద రాక్ సందర్శించారు.

కుటుంబ సభ్యులతో కలిసి పుణ్యక్షేత్రాలు, ఆధ్యాత్మిక క్షేత్రాలు, తీర్థస్థలాల పర్యటనలతో పాటు, అధికార బృందాలు, పార్టీ ప్రతినిధి బృందాలతో దేశవిదేశాల్లో అధ్యయన పర్యటనల్లో భాగస్వామి కావడం, సందర్శించిన ప్రతి ప్రాంతంలో సునిశిత పరిశీలన, విషయ పరిజ్ఞానం పెంచుకోవడమే లక్ష్యంగా జరగడం విశేషం. పర్యటనలు వ్యక్తిత్వ వికాసానికి తోడ్పడతాయనేది యనమల విశ్వాసం.

యనమల ట్రస్ట్ సేవా కార్యక్రమాల్లో..

ఇంతింతై వటుడింతై అన్నట్లుగా రాజకీయాలపై ఏమాత్రం ఆసక్తి లేకుండా ప్రత్యేక పరిస్థితులలో ప్రవేశించిన యనమల తన జీవిత పరమపద సోపాన పటంలో ఎమ్మెల్యేగా, మంత్రిగా, స్పీకర్ గా, ప్రధాన ప్రతిపక్ష నేతగా, సభా నాయకుడిగా, పిఏసి ఛైర్మన్ గా, పియూసి ఛైర్మన్ గా, హవుస్ కమిటీలలో సభ్యునిగా, తెలుగుదేశం పార్టీ పోలిట్ బ్యూరో మెంబరుగా పనిచేసిన ప్రతి పదవిలో రాణించారు.

ఒకవైపు రాజకీయంగా బిజీగా ఉంటూనే మరోవైపు స్వచ్ఛంద సేవా కార్యక్రమాల్లో ఉత్సాహంగా పాల్గొనేవారు. ఎన్టీఆర్ ట్రస్ట్ సేవా కార్యక్రమాల్లో చురుగ్గా పాలుపంచుకునేవారు. 2015లో(క్రాస్ చెక్) యనమల ఫౌండేషన్ ఏర్పాటు చేశారు. 300మంది పేద విద్యార్థులకు చదువుకోడానికి ప్రతి నెలా రూ500 స్కాలర్ షిప్ అందించడం, పేద కుటుంబాలకు వైద్య సహాయం తదితర సేవా కార్యక్రమాలకు ఏడాదికి రూ 15లక్షల నుంచి రూ20 లక్షలు పైగా వెచ్చించడం జరుగుతోంది.

ఆధ్యాత్మిక సేవలో....ఆదినుంచి యనమల కుటుంబానికి దైవభక్తి మెండు. అమ్మవారి భక్తులు. స్వగ్రామం ఎ వి నగరం లో పలు దేవాలయాలను నిర్మించారు. వెంకటేశ్వర స్వామి ఆలయం, శ్రీదేవి భూదేవి ఆలయాలు, శివాలయం, సుబ్రమణ్యేశ్వర స్వామి ఆలయాల ప్రతిష్టలో ప్రధాన భూమిక పోషించారు.

యనమల హయాంలో తుని నియోజకవర్గ అభివృద్ధి:

తెలుగుదేశం పార్టీ ఆవిర్భావానికి ముందు తుని నియోజకవర్గంలో కనీస సదుపాయాలు కూడా లేవు. నియోజకవర్గంలో 115గ్రామాల్లో డ్రింకింగ్ వాటర్ స్కీమ్స్ ఏర్పాటే లక్ష్యంగా యనమల పనిచేశారు.

పక్కాఇళ్ల నిర్మాణంలో తుని నియోజకవర్గాన్ని రాష్ట్రంలో నెంబర్ వన్ చేశారు. తాగునీటి అభివృద్ధి పథకాలు చేపట్టారు. రహదారి బ్రిడ్జిలు, ఆసుపత్రులు, డ్రెయిన్ల అభివృద్ధి చేపట్టారు.

వరద ముంపు నివారణకు కృషి-రూ 4కోట్లతో పంపా కెనాల్ సిస్టమ్ అభివృద్ధి, పంపా కింద తొండంగి, తుని మండలాల్లో 14వేల ఎకరాలకు సాగునీరు. ఏలేరు రిజర్వాయర్ నీటిని పంపా మీదుగా తెచ్చి తొండంగి రైతుల కల నెరవేర్చారు.

పోలవరం కాలువ అభివృద్ధి..రావికంపాడు డ్రింకింగ్ వాటర్ స్కీమ్, కొత్తపల్లి, కమతమల్లవరం,రేఖవాని పాలెం,గోపాలపట్నం తదితర గ్రామాల్లో డ్రింకింగ్ వాటర్ స్కీమ్ లు.

దమ్మేరు డ్రెయిన్ ఆధునీకరణ-రూ2కోట్లతో జమ్మేరు డ్రెయిన్ అభివృద్ధి-ఐడిసి ద్వారా వందల సంఖ్యలో బోర్లు, భూగర్భజలాల అభివృద్ధి

తుని పట్టణంలో డిగ్రీకళాశాలకు భవనాల నిర్మాణం. సైన్స్, కంప్యూటర్ కోర్సుల ప్రారంభం. మహిళా జూనియర్ కళాశాల ఏర్పాటు

తాండవనదిపై అల్లిపూడి వద్ద వంతెన నిర్మాణం. విశాఖ, తూర్పుగోదావరి జిల్లాల మధ్య 20కిమీ దూరం తగ్గింది.

పంపాదిపేట వంతెన నిర్మాణం. తొండంగి మండలంలో 6వంతెనల నిర్మాణం-తుపాన్ పునరావాస కేంద్రాల ఏర్పాటు...కాకినాడ-అద్దరిపేట బీచ్ రోడ్డు నిర్మాణం

కోటనందూరు మండలంలో సింహాద్రి సాగర్ ఆధునీకరణ

తొండంగిలో పిహెచ్ సి. రూ12కోట్లతో డ్రింకింగ్ వాటర్ స్కీమ్ లు- రూ 35లక్షలతో మినీ స్టేడియం..

ఆ 5ఏళ్లలోనే రూ 1400కోట్ల అభివృద్ధి పనులు:

2014-19మధ్య తునిలో రూ 1,400కోట్ల విలువైన అభివృద్ధి, సంక్షేమ కార్యక్రమాలను అమలు జరిపారు.

ఆ 5ఏళ్లలో(2014-19) 2,045ఎకరాల్లో మైక్రో ఇరిగేషన్ అభివృద్ధి చేశారు, 26,543ఎకరాల కొత్త ఆయకట్టు అభివృద్ధి అయ్యింది. 36,380రైతు కుటుంబాల రుణాలు మాఫీ చేశారు, రూ 54.2కోట్ల లబ్ధి కలిగింది. 11,719మంది కౌలు రైతులకు పంటరుణాల కింద రూ 25.57 కోట్లు అందించారు. 3423ఎకరాలలో ప్రకృతి సేద్యం ద్వారా 6,201మంది రైతులకు ప్రయోజనం కల్పించారు.

"చంద్రన్న బాట" కింద 19.5కోట్లతో 62కిమీ సిసి రోడ్ల నిర్మాణం జరిగింది. 2,007పంటకుంటలు తవ్వారు.

ఎన్టీఆర్ రూరల్ హవుసింగ్ కింద 7,748ఇళ్లు మంజూరు కాగా, 5,016ఇళ్ల నిర్మాణం పూర్తి చేశారు.

రూ33.85కోట్లతో తుని-కత్తిపూడి రహదారి అభివృద్ధి చేశారు. రూ152.5కోట్లతో ఉ పాధి హామీ పనులు చేశారు. అంతర్గత సిమెంట్ రోడ్లు 59కిమీ వేశారు. 17గ్రామ పంచాయితీ భవనాలు, సెరికల్చర్ షెడ్స్ నిర్మించారు.

రూ50.5కోట్లతో 97ఎంఎస్ ఎంఈలు నెలకొల్పారు, 1,415మందికి ఉపాధి కల్పించారు. రూ21కోట్లతో పెద్ద పరిశ్రమ ఒకటి ఏర్పాటు చేశారు, అందులో 295మందికి ఉపాధి వచ్చింది.

ఆర్థికమద్దతు కార్యక్రమాల కింద 5,164కుటుంబాలకు రూ46కోట్లు అందించాం. వీరిలో 2,083కాపు కుటుంబాలకు రూ 16.6కోట్లు, 1,485బిసి కుటుంబాలకు రూ 10.9కోట్లు, 975ఎస్సీ కుటుంబాలకు రూ17.3కోట్లు, 593బ్రాహ్మణ కుటుంబాలకు రూ70లక్షల చొప్పున ఆర్థిక చేయూత అందించడం జరిగింది.

ఎన్టీఆర్ వైద్యసేవ కింద 10,708కుటుంబాలకు రూ 29.4 కోట్ల లబ్ధి కలిగింది. 47,171మందికి ఉచిత వైద్యపరీక్షలు జరిపారు.

83,816కొత్త రేషన్ కార్డులు మంజూరు చేశారు. 30,782మందికి ప్రతినెలా రూ2వేల

చొప్పున పెన్షన్లు అందించారు. 24,188కుటుంబాలకు చంద్రన్న బీమా కింద రూ 295.9కోట్ల సాయం అందింది. పసుపు-కుంకుమ కింద 10,081మంది స్వయం సహాయక గ్రూపు మహిళలకు రూ 20కోట్లు అందించారు. చంద్రన్న పెళ్లి కానుక కింద 221 జంటలకు రూ 80లక్షలు అందింది..

5ఏళ్లలో తూర్పుగోదావరి జిల్లా అభివృద్ధి(2014-19) కొత్తపుంతలు

చంద్రబాబు 2వసారి ముఖ్యమంత్రిగా 5ఏళ్ల పాలనలో(2014-19) తూర్పుగోదావరి జిల్లాని ప్రగతిదారుల్లో పరుగులు పెట్టించారు. రూ 1,566 కోట్లతో పురుషోత్తపట్నం ఎత్తిపోతల పథకం పూర్తిచేసి 67,614 ఎకరాల ఆయకట్టు స్థిరీకరించిన ఘనత టీడీపీ ప్రభుత్వానిదే.

ఏలేరుకు గోదావరి జలాలను తీసుకెళ్లారు. ఏలేరు రిజర్వాయర్ లో 24టిఎంసిల గరిష్ట నీటిమట్టానికి (ఎఫ్ ఆర్ ఎల్) చేర్చడం జరిగింది. విశాఖ పారిశ్రామిక అవసరాలకు మరియు 12మండలాలకు(జగ్గంపేట, గోకవరం, గండేపల్లి, కిర్లంపూడి, ఏలేశ్వరం, పెద్దాపురం, పిఠాపురం, ప్రత్తిపాడు, శంకవరం, రౌతులపూడి, గొల్లప్రోలు, సామర్లకోట) సాగునీరు, తాగునీటి అవసరాలు తీర్చడం జరిగింది.

తూర్పుగోదావరి జీవనాడి ఎన్ హెచ్ -216. కత్తిపూడి నుంచి కాకినాడ అమలాపురం మీదుగా రాజోలు వద్ద దిండి వరకు ఉంటుంది. రూ 251కోట్లతో తొలిదశ కింద ఏడాదిన్నరలో కత్తిపూడి నుంచి కాకినాడ దాకా 4లేన్ రహదారి అభివృద్ధి చేశారు. కాకినాడ నుంచి అన్నవరం ప్రయాణకాలం 30నిముషాలు తగ్గించారు. విశాఖ నుంచి కాకినాడ దాకా ఇప్పుడు 4లేన్ కనెక్టివిటి వచ్చింది. హెూప్ ఐలాండ్ అభివృద్ధి, కాకినాడ బీచ్ ఫెస్టివల్, కాకినాడ బీచ్ దగ్గర ఆంఫి థియేటర్, గ్లాస్ బ్రిడ్జి, లేజర్ షో ఏర్పాటు చేసారు. కోరింగా వైల్డ్ లైఫ్ సాంక్చరీని రూ 8 కోట్లతో అభివృద్ధి చేసారు. పాశర్లపూడిలో Tourist terminal, floating jetty రూ. 2.69 కోట్లతో ఏర్పాటు చేసారు.

ఉపాధిహామీ పథకం నిధులతో 2,187 కిలోమీటర్ల సిసి రోడ్ల నిర్మాణం చేపట్టారు.

రూ 1,528 కోట్ల పెట్టుబడులతో 34 ఫుడ్‌ప్రాసెసింగ్ యూనిట్ల ఏర్పాటు- 19,605 మందికి ఉపాధి కల్పించారు.

“చంద్రకాంతి” పథకం కింద జిల్లాలో 1069 గ్రామపంచాయతీల్లో 3,13,525

LED వీధి దీపాలను ఏర్పాటు చేసారు.

కాకినాడ JNTU అభివృద్ధి ఘనత టీడీపీ ప్రభుత్వానిదే. ఇంక్యుబేషన్ సెంటర్ ఏర్పాటు

కాకినాడని స్మార్ట్ సిటీ గా ఎంపిక చేయించి అభివృద్ధి చేశారు.

ఈ - పాఠశాల ప్రాజెక్టు కింద రూ.12 కోట్లతో 65 మున్సిపల్ పాఠశాలల్లో 270 వర్చువల్ / డిజిటల్ క్లాస్ రూముల అభివృద్ధి..కౌశల్ గోదావరి ప్రాజెక్టు ద్వారా 32,959 కుటుంబాలకు నైపుణ్యాభివృది శిక్షణ..30జాబ్ మేళాలు నిర్వహించారు. 158కంపెనీల్లో 9,400మందికి ఉద్యోగాలు వచ్చాయి.

రాజమండ్రిలో ఐటీ హబ్..కాకినాడ పెట్రోలియం కారిడార్ ..కృష్ణా గోదావరి LNG టెర్మినల్ (రూ. 5,000 కోట్లు - 1,000 మందికి ఉపాధి)

పరిశ్రమల అభివృద్ధి:

పెట్టుబడుల ఆకర్షణలో తూర్పుగోదావరికి 2వ స్థానం- రూ. లక్షా 54వేల కోట్ల విలువైన MoUలు. కాకినాడ పార్లమెంటు పరిధిలో రూ680కోట్లతో 1,085ఎంఎస్ ఎంఈల ఏర్పాటు. 15,445మందికి ఉపాధి కల్పించారు. రూ2,035కోట్ల పెట్టుబడితో 11భారీ పరిశ్రమల ఏర్పాటు - 5,744మందికి ఉపాధి వచ్చింది.

దివీస్ లేబరేటరీస్ (రూ. 790 కోట్లు పెట్టుబడి - 3,800 మందికి ఉపాధి)

కాకినాడ బీచ్ ఫ్రంట్ అభివృద్ధి:

స్వదేశీ దర్శన్ స్కీమ్ కింద రూ47కోట్లతో కాకినాడ బీచ్ ఫ్రంట్ ఆర్కేడ్ అభివృద్ధి చేశాం.

ఇంటిపేరునే బ్రాండ్‌గా మార్చిన యనమల

ఇంటిపేరునే తన బ్రాండ్ గా మార్చిన యనమల రామకృష్ణుడు ఎదిగినకొద్దీ ఒదిగివుండటమే ఆయన సక్సెస్ మంత్ర..అనుకున్నది సాధించడమే కాదు కోరుకోనిది కూడా సిద్ధించడం ఆయన అదృష్టమో, దైవదత్తమో..చదువులో, ఆటపాటల్లో ముందుండే విద్యార్ధి అంచెలంచెలుగా ఈ స్థాయికి చేరడం అనూహ్యమే..ఎక్కడో కుగ్రామంలో పుట్టి నియోజకవర్గం, జిల్లా స్థాయి నుంచి రాష్ట్ర నాయకుడిగా మారడం వెనుక అవిశ్రాంత కృషి ఉంది. యనమల నిత్య విద్యార్ధి, ఆయనకు పఠనాసక్తి మెండు.. ఉదయం లేవగానే అన్ని పత్రికలు తిరగేయడం, ముఖ్యాంశాలను హ్యాండ్ బుక్ లో నమోదు చేయడం, తన దినచర్య నిర్దేశించడం నిత్యకృత్యం. ఆయన సత్యాన్వేషి, నిరంతర అధ్యయనశీలి. రిసెర్చ్ అండ్ డెవలప్ మెంట్ పట్ల ఆసక్తి అధికం.

యనమలకు జాతీయ స్థాయిలో ఇందిరాగాంధీ, వాజ్ పేయి అంటే ఇష్టం. ఇందిర "గరీబీ హఠావో" నినాదం, బ్యాంకుల జాతీయీకరణ, పేదల సంక్షేమ కార్యక్రమాలకు ప్రాధాన్యం ఇవ్వడంతో విద్యార్ధి దశలో ఇష్టపడేవారు. కమ్యూనిస్టు పాలసీలనే అమలు చేసి దేశంలోని కమ్యూనిస్ట్ లను ఆమె బలహీన పరిచే ప్రయత్నంలోనే ఈ సంక్షేమ పథకాలు తెచ్చారు. ఆమె పనితీరంటే ఇష్టం. ఎమర్జెన్సీ విధింపు, ప్రతిపక్ష నాయకులను జైళ్లకు పంపడం, మీడియాపై ఆంక్షలు తదితర తప్పిదాలతో ఇందిర పట్ల వైముఖ్యతకు దారితీసింది..లాల్ బహదూర్ శాస్త్రి నిరాడంబరత, నిజాయితీ యనమలను ఆకర్షించాయి.

ఎన్టీఆర్ రాజకీయ రంగ ప్రవేశం యనమల జీవితాన్నే కొత్తమలుపు తిప్పింది.

“సమాజమే దేవాలయం-ప్రజలే దేవుళ్లు” ఎన్టీఆర్ ప్రబోధం ఆయనకు స్ఫూర్తిదాయకం అయ్యింది. అంబేద్కర్ స్ఫూర్తితో తిండి,బట్ట,ఇల్లు(రోటీ-కపడా-మకాన్) నినాదం యనమలను ఆకట్టుకుంది. పేదరికం నిర్మూలన, ఆర్థిక అసమానతల తొలగింపు, బలహీన వర్గాల సంక్షేమం, రాజ్యాధికారంలో భాగస్వామ్యం తెలుగుదేశం పార్టీ భావజాలం వైపు మొగ్గేలా చేశాయి.

చంద్రబాబు విజన్, కష్టపడేతీరు యనమలపై చెరగని ముద్రవేశాయి. రాష్ట్రానికి పెట్టుబడులు రాబట్టడానికి పడే తపన, యువత ఉపాధి కల్పనకు పడే ఆరాటం ఆయన వెన్నంటి నడిచేలా చేశాయి. తెలుగుదేశం పార్టీ ప్రాథమిక సిద్దాంతాలను కొనసాగిస్తూనే, సంపద సృష్టికి, ఆ సృష్టించిన సంపదను పేదలకు పెంచాలనేందుకు కృషి చేయడం యనమలను ఆకర్షించాయి. రాష్ట్రాభివృద్ధిలో ఎన్టీఆర్, చంద్రబాబుతో కలిసి నడవడం తన అదృష్టంగా చెబుతారు.

న్యాయవాద వృత్తి నుంచి, మంత్రిపదవులే కాదు చట్టసభాపతి స్థాయికి ఎదగడం ద్వారా యనమల రాజకీయ ప్రస్థానం రాబోయే నాయకులకు స్ఫూర్తిదాయకం.

ఆంధ్రప్రదేశ్ అసెంబ్లీ.. ముఖ్య ఘట్టాలు

భారత ప్రధమ పౌరుడైన రాష్ట్రపతి ఆంధ్రప్రదేశ్ శాసన సభావేదిక నుంచి రాష్ట్ర ఎమ్మెల్యేలను ఉద్దేశించి 2సార్లు ప్రసంగించారు.

28జూన్ 1978న అప్పటి రాష్ట్రపతి నీలం సంజీవరెడ్డి ఆంధ్రప్రదేశ్ శాసన సభ్యులను ఉద్దేశించి ప్రసంగించారు. రాష్ట్రాభివృద్ధిని క్షేత్రస్థాయి నుంచి కొత్తపుంతలు తొక్కించాలని పిలుపునిచ్చారు.

14జులై 2004న రాష్ట్రపతి అబ్దుల్ కలాం ఆంధ్రప్రదేశ్ అసెంబ్లీని ఉద్దేశించి ప్రసంగించారు. రాష్ట్రంలో గ్రామీణ ప్రాంతాల సర్వతోముఖాభివృద్ధికి 10సూత్రాలను వివరించారు.

29మే 2000నుంచి జులై 2వరకు ప్రిసైడింగ్ ఆఫీసర్స్ కాన్ఫరెన్స్ నిర్వహించారు. దీనికి ముందు 1960లో, 1981లో జరిగిన ప్రిసైడింగ్ ఆఫీసర్స్ కాన్ఫరెన్స్ లకు కూడా ఏపి వేదిక అయ్యింది. 2000లో జరిగిన కాన్ఫరెన్స్ కు లోక్ సభ స్పీకర్ జివిఎంసి బాలయోగి ముఖ్య అతిధిగా హాజరయ్యారు. అప్పటి ముఖ్యమంత్రి నారా చంద్రబాబు నాయుడు, శాసన సభ స్పీకర్ ప్రతిభాభారతి ఆధ్వర్యంలో జరిగిన సదస్సుకు వివిధ రాష్ట్రాల చట్టసభల స్పీకర్లు హాజరయ్యారు.

8వ ఆసియా పసిఫిక్ పార్లమెంటేరియన్స్ కాన్ఫరెన్స్ ను కామన్ వెల్త్ పార్లమెంటరీ అసోసియేషన్ ఏపి బ్రాంచ్ ఆధ్వర్యంలో నిర్వహించారు. 2000నవంబర్ 14, 15, 16 తేదీలలో జరిగాయి. 2002అక్టోబర్ 20నుంచి 27వరకు 14వ కామన్ వెల్త్ పార్లమెంటరీ

అసోసియేషన్ సెమినార్ జరిపారు. ఫస్ట్ ఇండియా రీజియన్ కాన్ఫరెన్స్ ను 2004నవంబర్ 17నుంచి 24వరకు జరిపారు.

ఆంధ్రప్రదేశ్ అసెంబ్లీ గోల్డెన్ జూబ్లీ వేడుకలను 2005డిసెంబర్ 3నుంచి ఏడాదిపాటు నిర్వహించారు.

భారతదేశ 51వ స్వాతంత్ర్య వేడుకల సందర్భంగా 15ఆగస్ట్ 1998న హైదరాబాద్ లోని ఏపి అసెంబ్లీ ప్రాంగణంలో ధ్యానముద్రలో ఉన్న 22అడుగుల మహాత్మాగాంధీ విగ్రహాన్ని ఆవిష్కరించారు.

ఇన్ఫర్మేషన్ టెక్నాలజి(ఐటి) వినియోగం ద్వారా వినూత్న విధానాల అమలుకు దేశంలోనే నాందిపలికింది ఏపి అసెంబ్లీ. శాసనసభా సమావేశాల లైవ్ టెలికాస్టింగ్, వెబ్ కాస్టింగ్ ప్రొసీడింగ్స్ తో పాటు డిజిటలైజేషన్ లో ముందుభాగాన నిలిచింది.

2024 ఎన్నికల్లో చారిత్రాత్మక ప్రజాతీర్పు

ప్రజలే స్వాములన్నది ప్రజాస్వామ్యం.. రాజరికానికి కాలం చెల్లింది, ప్రజలే రాజులు..నిరంతరం ప్రజలతో మమేకం కావాలి, ప్రజల్లో ఉండాలి, ప్రజల్లో తిరగాలి, అందరికీ అందుబాటులో ఉండాలి. అప్పుడే ప్రజా ప్రతినిధులయ్యే అర్హత సాధిస్తాం..జనంలో లేని నేతలను, జనానికి దూరమైన నేతలను జనమే దూరం పెడ్తారనేది 2024 సార్వత్రిక ఎన్నికల్లో మరోసారి నిరూపితమైన నగ్నసత్యం..

నమ్మకం, విశ్వసనీయతలే ప్రజాప్రతినిధులకు కవచకుండలాలు..జనంలో నమ్మకం కోల్పోతే, విశ్వసనీయత కోల్పోతే ప్రజాజీవితానికి అనర్హులే..హామీలను విస్మరిస్తే, అరకొరగా చేసి 99% నెరవేర్చామని పచ్చి అబద్ధాలు చెబితే ప్రజాగ్రహం ఏ స్థాయిలో ఉంటుందనేది మొన్నటి ఎన్నికల ఫలితాలే అద్దం పట్టాయి..

2024అసెంబ్లీ, పార్లమెంటు ఫలితాలు దేశంలో, రాష్ట్రంలో రాజకీయ పార్టీలన్నింటికీ గుణపాఠం వంటివే..ఏ స్థాయి నాయకుడికైనా, ఎంత పెద్ద పుడింగి పార్టీలైనా ప్రజాతీర్పుకు తలవంచాల్సిందే, తలదించాల్సిందే..

99%హామీలు నెరవేర్చానని, మరో 30ఏళ్లు తానే సీఎంగా ఉంటానని, తన వెంట్రుక కూడా పీకలేరన్న వైఎస్సార్ కాంగ్రెస్ పార్టీ అధ్యక్షుడు వైఎస్ జగన్మోహన రెడ్డికి జనమే చుక్కలు చూపించారు, ఢిల్లీలో 4, ఏపీలో 11వెంట్రుకలే(సీట్లే) మిగిల్చారు, దాదాపు గుండు కొట్టినంత పనిచేశారు. ఇది జగన్మోహన రెడ్డికే కాదు, వైఎస్సార్ కాంగ్రెస్ పార్టీకే కాదు, ప్రతి నాయకుడికీ, ప్రతి పార్టీకి గుణపాఠమే..

జనానికి దూరమైన నాయకులను, దూరమైన పార్టీలను ప్రజలే దూరం పెడ్తారనే గుణపాఠంగా ఈ ప్రజాతీర్పును భావించాలి..వైనాట్ 175అన్న వాళ్ల దిమ్మతిరిగే తీర్పిచ్చారు..151లో మధ్యలో 5ఎత్తేసి 11కే పరిమితం చేశారు వైఎస్సార్ కాంగ్రెస్ ను..జగన్ మోహన రెడ్డి పేరు, లెవన్ మోహనరెడ్డిగా సెటైర్లు చూశాం..16ఎంపీ సీట్లు, 136 అసెంబ్లీ సీట్లతో తెలుగుదేశం ప్రభంజనం..100% స్ట్రైక్ రేట్ తో జనసేన పోటీచేసిన 2లోక్ సభ, 21అసెంబ్లీ స్థానాల్లోనూ జయకేతనం..3ఎంపీ, 8ఎమ్మెల్యే స్థానాల్లో బిజెపి ఘన విజయం చరిత్ర సృష్టించాయి..94% సీట్లు కూటమి కైవసం చేసుకోవడం ఒక రికార్డే..అధికార వైసిపి కేవలం 11ఎమ్మెల్యే, 4ఎంపీ సీట్లకే పరిమితం చేశారంటే, ఇక ఏ స్థాయిలో ఆ పార్టీపై, నాయకులపై ప్రజల్లో తీవ్ర వ్యతిరేకత ఉందో అద్దం పట్టింది..తెలుగుదేశం పార్టీ 144స్థానాలకు పోటీచేసి 135ఎమ్మెల్యే సీట్లు సాధించడం ఒక చరిత్రే, 93.75% స్ట్రైక్ రేట్ టిడిపి 42ఏళ్ల చరిత్రలో రికార్డ్ బ్రేక్..జనసేన 21సీట్లకు పోటీచేసి 21సీట్లు గెలుపొందడం, 100% స్ట్రైక్ రేట్ దేశంలోనే రికార్డ్..బిజెపి 10సీట్లకు పోటీచేసి 8సీట్లలో ఘనవిజయం సాధించడం ఏపీ బిజెపి చరిత్రలోనే రికార్డ్..

అదే అధికార వైఎస్సార్ కాంగ్రెస్ విషయానికొస్తే 175సీట్లకు పోటీచేసి 11సీట్లకే పరిమితం కావడం, 6% స్ట్రైక్ రేటు సాధించడం ఆ పార్టీ ఏ స్థాయిలో పతననమైందో అద్దంపట్టింది..వైనాట్ 175 అన్న పెద్దమనిషి, వైనాట్ కుప్పం అన్న జగన్మోహన రెడ్డి 151సీట్లనుంచి 11సీట్లకు దిగజారడం, మధ్యలో 5అదృశ్యమైందంటే సహజన వనరుల దోపిడీపై పంచభూతాలెంత ఆగ్రహించాయో ప్రత్యక్ష సాక్ష్యం..నా బీసీ, నా ఎస్సీ, నా ఎస్టీ, నా మైనార్టీ అన్న జగన్మోహన రెడ్డికి ఆయా వర్గాలన్నీ ఎంత దూరం అయ్యాయో ఈ ఫలితాలే నిదర్శనం..అనేక రికార్డులకు ఈ ఎన్నికలే వేదిక కావడం అనూహ్యమే కాదు అనితర సాధ్యం..స్ట్రైక్ రేట్ సంగతి సరే మెజార్టీలలో కూడా నభూతో నభవిష్యత్..

వైసిపి గెలిచిన 11నియోజకవర్గాల్లోనూ రాయలసీమ నుంచే 7 సీట్లురాగా, కోస్తాంధ్ర-నెల్లూరు-ప్రకాశంలో వచ్చింది కేవలం 4సీట్లే..ఉత్తరాంధ్ర 3జిల్లాల్లోని 34అసెంబ్లీ సీట్లకుగాను, 32సీట్లలో చిత్తుగా వైసిపిని ఓడించారంటే, రాయలసీమ 52సీట్లకుగాను 45సీట్లలో ఘోరంగా ఓడించారంటే జగన్మోహన రెడ్డి పాలనపై, వైసిపి 3ముక్కలాటపై ప్రజలెంత తిరగబడ్డారో కనబడింది.. ఉభయగోదావరి-కృష్ణా-గుంటూరు-ప్రకాశం-నెల్లూరు కలిపి కూడా 2సీట్లకు మించలేదంటే ప్రజల్లో నెలకొన్న కసి కనిపించింది. రాష్ట్రంలోని 3ప్రాంతాల్లో(ఉత్తరాంధ్ర,

కోస్తాంధ్ర, రాయలసీమ)నూ వైసిపిని భూస్థాపితం చేశారంటే జగన్మోహన రెడ్డి ఆయా ప్రాంతాల్లో అభివృద్ధికి గండికొట్టడమే కాదు, హింసా విధ్వంసాలకెంత పాల్పడ్డారో సాక్ష్యం..

ఇక ఆయా నియోజకవర్గాల్లో విజేతల మెజార్టీల విషయానికొస్తే ఆయా వర్గాల ప్రజల్లో వైసిపి పట్ల ఎంత తీవ్ర వ్యతిరేకత పేరుకుపోయిందో తెలుస్తోంది. గాజువాక నుంచి టిడిపి అభ్యర్ధి పల్లా శ్రీనివాస రావు 95,235ఓట్ల రికార్డ్ మెజార్టీతో ఘన విజయం సాధించారు. భీమిలి నుంచి టిడిపి అభ్యర్ధిగా మాజీ మంత్రి గంటా శ్రీనివాస రావు 92,401ఓట్ల ఆధిక్యతతో వైసిపి అభ్యర్ధి అవంతి శ్రీనివాసరావును చిత్తుచిత్తుగా ఓడించారు. మంగళగిరి నుంచి టిడిపి జాతీయ ప్రధాన కార్యదర్శి నారా లోకేశ్ 91,413 ఓట్ల భారీ మెజార్టీతో ఘన విజయం సాధించారు. పెందుర్తి నుంచి జనసేన అభ్యర్ధి రమేశ్ 81,870 ఆధిక్యతతో, నెల్లూరు అర్బన్ నుంచి టిడిపి మాజీమంత్రి పి నారాయణ 72,489ఓట్ల మెజార్టీతో, తణుకునుంచి టిడిపి అభ్యర్ధి రాధాకృష్ణ 72,121, కాకినాడ రూరల్ నుంచి జనసేన అభ్యర్ధి నానాజీ 72,040, రాజమండ్రి నుంచి టిడిపి అభ్యర్ధి ఆదిరెడ్డి శ్రీనివాస్ 71,404, పిఠాపురం నుంచి జనసేన అధ్యక్షులు పవన్ కల్యాణ్ 70,279ఓట్ల భారీ మెజార్టీలతో గెలుపొందడం నిజంగా ఆయా నియోజకవర్గాల్లోనే కాదు రాష్ట్రంలోనే రికార్డు..

కూటమి ప్రభంజనంలో గెలిచిన ఏకైక మంత్రి పెద్దిరెడ్డి రామచంద్రారెడ్డి మాత్రమే..చావుతప్పి కన్నులొట్ట పోయినట్లు పెద్దిరెడ్డి కూడా కేవలం 5వేల ఓట్లతోనే ఒడ్డునపడ్డాడు. అదికూడా త్రిముఖ పోటీలో ఓట్ల చీలికవల్ల బైటపడ్డాడు, అదే టిడిపి అభ్యర్ధి చల్లాబాబుతో ముఖాముఖి పోటీనైతే ఘోరంగా ఓడిపోయాడనేది పోలైన ఓట్లను బట్టి విదితమైంది..ముఖ్యమంత్రి జగన్మోహన రెడ్డి ఈ దఫా పులివెందులలో డబ్బు వెదజల్లినా గత మెజార్టీలో 28,433ఓట్ల కోతపడటం గమనార్హం..బొత్స సత్యనారాయణ, ధర్మాన ప్రసాదరావు, గుడివాడ అమరనాథ్, సీదిరి అప్పలరాజు, దాడిశెట్టి రామలింగేశ్వర రావు(రాజా), పినిపె విశ్వరూప్, చెన్నుబోయిన శ్రీనివాస వేణుగోపాల కృష్ణ, తానేటి వనిత, కారుమూరి వెంకట నాగేశ్వర రావు, జోగి రమేశ్, మేరుగు నాగార్జున, విడదల రజిని, అంబటి రాంబాబు, ఆదిమూలపు సురేశ్, కాకాణి గోవర్ధన్ రెడ్డి, ఆర్ కే రోజా, బుగ్గన రాజేంద్రనాథ్ రెడ్డి, అంజాద్ బాషా, ఉషశ్రీ చరణ్ లంతా మట్టి కరిచారు. ఎంపీగా పోటీచేసిన డిప్యూటీ సీఎం బూడి ముత్యాలనాయుడే కాదు, అతని కుమార్తె కూడా అసెంబ్లీకి ఓడిపోయింది..మరో డిప్యూటీ సీఎం నారాయణస్వామి పోటీ చేయలేదుకాని, ఆయన బదులు పోటీచేసిన కుమార్తె

ఓటమి పాలైంది..వైసిపిపై కక్షగట్టినట్లుగా ఓడించారు బాధిత ప్రజలంతా ఏకమై..పగ-ప్రతీకార రాజకీయాలకు, కక్ష సాధింపు పాలనకు చరమగీతం పాడారు.

బూతుల నేతలకు ప్రజలు చెంపదెబ్బకొట్టారు..అంబటి రాంబాబు, ఆర్ కే రోజా, జోగి రమేశ్, సీదిరి అప్పల రాజులను చిత్తుగా ఓడించడమే కాదు, వాళ్లకు ముందు రెండున్నరేళ్లు మంత్రులుగా పనిచేసిన కొడాలి నాని, అనిల్ కుమార్ యాదవ్, పేర్ని నానీలే కాదు, ఎమ్మెల్యే వల్లభనేని వంశీమోహన్ చిత్తుచిత్తుగా ఓడిపోయారంటే, అన్నివర్గాల ప్రజల్లో జగన్మోహన రెడ్డి పాలనపై, వైఎస్సార్ కాంగ్రెస్ పై ఎంత విరక్తి ఏర్పడిందో, ఎంత వ్యతిరేకత ప్రబలిందో అర్ధమవుతోంది..

ఏయే పార్టీలకెన్ని ఓట్లు వచ్చాయని పరిశీలిస్తే, 144సీట్లకు పోటీచేసిన టిడిపికి 1,53,84,576 ఓట్లు(45.60%) వస్తే, 21సీట్లలో పోటీచేసిన జనసేనకు 23,17,747ఓట్లు(6.85%) వచ్చాయి, 10సీట్లలో బిజెపి 9,53,977ఓట్లు(2.83%) పొందింది..అంటే 3పార్టీల కూటమి 1,86,56,300 ఓట్లు(55.28%) కైవసం చేసుకుంది. మొత్తం 175సీట్లలోనూ తలపడ్డ వైఎస్సార్ కాంగ్రెస్ పార్టీకి 1,32,84,134ఓట్లు(39.37%) దక్కాయి..షర్మిల నేతృత్వంలోని కాంగ్రెస్ పార్టీ 159సీట్లలో పోటీచేసి 5,80,613 ఓట్లు(1.72%) పొందింది. కాంగ్రెస్ తో కలిసి ఇండియా కూటమిగా బరిలో దిగిన సిపిఎం 43,012 ఓట్లు(0.13%), సిపిఐ 12,829ఓట్లు(0.04%) మాత్రమే పొందాయి.

లోక్ సభ ఎన్నికల్లోనూ ఈ దఫా రికార్డుల వెల్లువనే..25ఎంపీ సీట్లకుగాను కూటమి 21సీట్లలో ఘనవిజయం సాధించింది, వైసిపికి కేవలం 4సీట్లే దక్కాయి..తెలుగుదేశం 16స్థానాల్లో ఘన విజయం సాధిస్తే, జనసేన 2స్థానాల్లో, బిజెపి 3స్థానాల్లో గెలుపొందాయి..విశాఖపట్నం నుంచి టిడిపి అభ్యర్ధి మతుకుమిల్లి శ్రీభరత్ 5,04,247ఓట్ల భారీ ఆధిక్యతతో వైసిపి అభ్యర్ధి బొత్స ఝాన్సీని ఓడించారు..శ్రీకాకుళం నుంచి కింజరాపు రామ్మోహన నాయుడు 3,27,901ఓట్లతో వైసిపి అభ్యర్ధి పేరాడ తిలక్ ను ఓడించారు. అనకాపల్లి నుంచి బిజెపి అభ్యర్ధి సీఎం రమేశ్ 2,96,350ఓట్లతో డిప్యూటీ సీఎం బూడి ముత్యాలనాయుడిని ఓడించారు. విజయనగరం నుంచి బరిలో దిగిన టిడిపి సామాన్య కార్యకర్త కొలి అప్పలనాయుడు చేతిలో సిటింగ్ వైసిపి ఎంపీ బెల్లాన చంద్రశేఖర్ 2,49,351ఓట్ల తేడాతో ఓటమి పాలు కావడం గమనార్హం..రాజమండ్రి నుంచి బిజెపి అభ్యర్ధి దగ్గుబాటి పురందేశ్వరి 2,39,129 మెజార్టీతో, కాకినాడ నుంచి జనసేన అభ్యర్ధి తంగెళ్ల ఉదయ్

శ్రీనివాస్ 2,29,491 ఆధిక్యతతో, ఏలూరు నుంచి తొలిసారి బరిలో దిగిన టిడిపి అభ్యర్థి పుట్టా మహేశ్ 1,81,857, విజయవాడ నుంచి కేశినేని కాశీనాథ్(చిన్ని) 2,82,085, గుంటూరు నుంచి పెమ్మసాని చంద్రశేఖర్ 3,44,695, నెల్లూరు నుంచి వేమిరెడ్డి ప్రభాకర్ రెడ్డి 2,45,902, అనంతపురం నుంచి అంబికా లక్ష్మీనారాయణ 1,88,555 భారీ ఆధిక్యతలే వచ్చాయంటే వైసిపి ఎంపీలపై నెలకొన్న అసంతృప్తి, ఆగ్రహాన్ని ప్రతిబింబించాయి..

ఈ ఎన్నికల్లో రాష్ట్ర రాజకీయాల్లో కొత్తతరం దూసుకొచ్చింది, కొత్త ఒరవడికి నాంది పలికింది. గెలిచిన శాసనసభ్యుల్లో 88మంది ఫస్ట్ టైమ్ ఎమ్మెల్యేలు..చంద్రబాబు 4.0 కేబినెట్ లోని 24మంది మంత్రుల్లో 17మంది ఫస్ట్ టైమర్సే..అటు కొత్త రక్తం, ఇటు కాకలుతీరిన అనుభవం మేలు కలయికగా ఈ 16వ శాసనసభను చూడాలి. ముఖ్యమంత్రి చంద్రబాబు నాయుడు 9సార్లు శాసనసభ్యునిగా సుదీర్ఘ అనుభవం, శాసనసభాపతి అయ్యన్నపాత్రుడు 6సార్లు సభకు ప్రాతినిధ్యం వహించడమే కాదు, 10సార్లు ఒకే నియోజకవర్గం (నర్సీపట్నం)నుంచి ఒకే జెండాపై, ఒకే పార్టీ బీ ఫామ్ పై పోటీ చేయడడం ఇంకో రికార్డు..7సార్లు ఎమ్మెల్యే గోరంట్ల బుచ్చయ్య చౌదరి ప్రొటెం స్పీకర్ గా శాసనసభ్యులందరితో ప్రమాణం చేయించడం ఇంకో హైలెట్..

ప్రతిపక్షం వైఎస్సార్ కాంగ్రెస్ పార్టీ అధ్యక్షుడు జగన్మోహన రెడ్డికి ప్రధాన ప్రతిపక్ష హెూదా కూడా దక్కక పోవడం ఆ పార్టీకి ప్రజలు విధించిన ఘోరమైన శిక్షగానే చూడాలి. జనం ఇవ్వని హెూదాకోసం జగన్మోహన రెడ్డి స్పీకర్ కు లేఖ రాయడంతో సరిపెట్టుకోకుండా ఏకంగా హైకోర్టులో పిటిషన్ దాఖలు చేయడమింకో విడ్డూరం..హెూదా ఇస్తేనే సభకెళ్తానని మంకుపట్టు పట్టడం ఓడినా జగన్మోహన రెడ్డిలో రాని మార్పుకు నిదర్శనం..

తునిలో తండ్రికి తగ్గ తనయగా యనమల దివ్య

ఈ ఎన్నికల్లో తునినుంచి యనమల కుమార్తె దివ్య ఘన విజయం సాధించారు..టిడిపి అభ్యర్థి దివ్యకు 97,206ఓట్లు రాగా, వైసిపి అభ్యర్థి మాజీ మంత్రి దాడిశెట్టి రాజాకు 82,029ఓట్లు వచ్చాయి..15,177ఓట్ల ఆధిక్యతతో యనమల దివ్య ఘనవిజయం సాధించింది..

గత ఎన్నికల్లో యనమల కృష్ణుడుపై దాడిశెట్టి రాజా 24,016ఓట్లతో విజయం సాధిస్తే ఈ దఫా ఎన్నికల్లో 15,177ఓట్ల తేడాతో ఓడిపోవడం ప్రజల్లో పెరిగిన వ్యతిరేకతకు నిదర్శనం..2పర్యాయాలు ఎమ్మెల్యేగా, రెండున్నరేళ్ల మంత్రిగా దాడిశెట్టి రాజా ఇసుక దోపిడీ, సహజ వనరుల స్వాహా, కోటనందూరు, తొండంగి మండలాల్లో, 116ఎకరాల్లో ఇసుక ర్యాంప్లు, రూ 50కోట్ల అక్రమార్జన, హేచరీలనుంచి వసూళ్లు, లాటరీ టికెట్లు, గుట్కా గంజాయి ద్వారా అక్రమార్జన, అంగన్వాడీ పోస్టులు, ఆపరేటర్ పోస్టులు అమ్ముకున్నారన్న ఆరోపణలపై మీడియా కథనాలే కాదు, అతనొక అనుభవించు రాజాగా మారాడని షర్మిల సెటైర్లు, జనసేన పవన్ కల్యాణ్ విమర్శలు ప్రజల్లోకి బలంగా వెళ్లాయి...అదే సమయంలో టిడిపి అభ్యర్థిగా యనమల దివ్య ప్రకటన, యువగళం పాదయాత్రతో నారా లోకేశ్ అన్నివర్గాల ప్రజల్లో చైతన్యం నింపడమే కాదు, యువతరం పెద్దఎత్తున టిడిపికి వెన్నుదన్నుగా నిలబడటమే కాదు, యనమల దివ్య విజయానికి సోపానాలు అయ్యాయి..

1983నుంచి 2009వరకు 23ఏళ్లపాటు శాసనసభ్యునిగా తునినుంచి ప్రాతినిధ్యం వహించిన యనమల రామకృష్ణుడు వరుసగా 6సార్లు ఘనవిజయంతో డబుల్ హ్యాట్రిక్ సాధించడం తెలిసిందే..ఆయన కుమార్తె యనమల దివ్య మళ్లీ తుని ఎమ్మెల్యేగా 2024లో

గెలుపొందడం ద్వారా తండ్రికి తగ్గ తనయగా నిరూపించింది..బిటెక్, ఎంబీఏ లతో విద్యాధికురాలైన దివ్య, అటు యనమల ట్రస్ట్ ద్వారా నియోజకవర్గంలో స్వచ్ఛంద సేవా కార్యక్రమాలు నిర్వహిస్తూనే, ఇటు రాజకీయంగా యనమల వారసురాలిగా ప్రజామోదం పొందింది..దివ్య గెలుపుతో తుని నియోజకవర్గంలోనే కాదు యావత్ రాష్ట్రంలో యనమల జూనియర్ శకం ఆరంభమైనట్లే..

కేబినెట్ లోనూ కొత్త రక్తానికే పెద్దపీట:

చంద్రబాబు 4.0కేబినెట్ లోనూ ఈ దఫా కొత్తరక్తానికే పెద్దపీట వేయడం గమనార్హం..24మంది మంత్రుల్లో 17మంది ఫస్ట్ టైమ్ మినిస్టర్లు కావడం మరో విశేషం..7గురు మాత్రమే గతంలో మంత్రిగా పనిచేసిన అనుభవం ఉందంటే యువతకు, కొత్తతరానికిచ్చిన గొప్ప ప్రోత్సాహాన్ని, విశేష ప్రాధాన్యతను తెలియజేసింది.. జనసేన నుంచి డిప్యూటీ సీఎం పవన్ కల్యాణ్, నాదెండ్ల మనోహర్, కందుల దుర్గేష్ తో సహా, టిడిపి నుంచి పయ్యావుల కేశవ్, అనగాని సత్యప్రసాద్, గొట్టిపాటి రవికుమార్, డోలా బాల వీరాంజనేయ స్వామి, బీసీ జనార్ధన్ రెడ్డి, నిమ్మల రామానాయుడు, వంగలపూడి అనిత, కొండపల్లి శ్రీనివాస్, గుమ్మడి సంధ్యారాణి, వాసంశెట్టి సుభాష్, సవిత, మండిపల్లి రాం ప్రసాద్ రెడ్డి, టిజి భరత్, బిజెపి సత్యకుమార్ యాదవ్ లతో కొత్త కేబినెట్ కొలువుదీరింది..అటు అనుభవజ్ఞులు, ఇటు కొత్తతరం అద్భుత మేళవింపుగా ఈ కేబినెట్ స్వల్ప వ్యవధిలోనే ప్రజాదరణ పొందడం మరో విశేషం.

ప్రతిపక్షంగా వైసిపి వైఫల్యాలు

జగన్మోహన రెడ్డి తనకోసమే తప్ప ప్రజలకోసం పనిచేసేవాడు కాదనేది మరోసారి స్పష్టమైంది..అధికారంలో ఉన్నప్పుడూ తన స్వార్థమే, ప్రతిపక్షంలోనూ తన స్వార్థమే తప్ప జనం ప్రయోజనాలు పట్టవనేది కఠోర సత్యం.

50రోజులు కాకుండానే రాష్ట్రపతి పాలన డిమాండ్ చేశాడంటే జగన్ ఎంత స్వార్థపరుడో అర్ధం చేసుకోవచ్చు..శాంతిభద్రతల సమస్య తానే సృష్టిస్తూ లా అండ్ ఆర్డర్ విఫలమైందని ఆరోపించడం గుడ్డకాల్చి ముఖాన వేయడమే..ఎన్నికల్లో ఘోర ఓటమి జగన్ లో అసహనాన్ని పెంచింది, అక్కసు భరించలేకనే అరాచక మూకలను రెచ్చగొడ్తున్నాడు..

ప్రమాణస్వీకారం కూడా ముళ్లమీద ఉన్నట్లు చేసి అసెంబ్లీ సెషన్స్ కు డుమ్మాకొట్టాడు. తాను సభకు ఎగ్గొట్టడమే కాకుండా మిగతా 10మంది వైసిపి ఎమ్మెల్యేలను గైర్హాజరయ్యేలా చేశాడు..సభకు ఎగ్గొడతాడు, శాసనసభ ప్రతిపక్ష నేత హోదా కావాలంటాడు, స్పీకర్ కు లేఖ రాస్తాడు, దానిపై ఏకంగా హైకోర్టులో పిటిషన్ వేస్తాడు..ప్రత్యేక హోదా తెస్తానని నమ్మకద్రోహం చేసినందుకే, ప్రతిపక్ష నేత హోదా కూడా దక్కకుండా జనం చేస్తే కోర్టుకెళ్లడమేంటో జగన్ కే తెలియాలి..ప్రతిపక్షనేత హోదా ఇస్తేనే సభకు హాజరవుతావా..? హోదా లేకపోతే సభకెళ్లవా..? అని వైసిపికి ఓట్లేసిన 39% జనమే నిలదీసే దుస్థితి..

ముఖ్యమంత్రిగా ఉన్నప్పటి భద్రతే తనకు కల్పించాలని మూర?ంగా మాట్లాడ్తాడు..మాజీ సీఎంకు ఏ రాష్ట్రంలోనైనా ముఖ్యమంత్రి స్థాయి భద్రత ఉంటుందా దేశంలో..? సీఎంగా జగన్మోహన రెడ్డి తనకు, కుటుంబసభ్యుల భద్రత కోసం ప్రత్యేక చట్టం చేశాడు, సెక్యూరిటీ వింగ్ ఏర్పాటుచేశాడు..షిఫ్ట్ కు 300మంది పైగా 3షిఫ్టులలో 900మంది పైబడి భద్రత

కావాలట ఆయనకు ఇప్పటికీ మాజీ అయ్యాక కూడా, అదీ ఆయన ఇంట్లో ఉంటేనే..ఇక బైటకెళ్తే 3వేల మంది భద్రత కావాలట..దానిపై ఇంకో పిటిషన్ వేస్తాడు హైకోర్టులో, సీఎం స్థాయి భద్రత కావాలని..?

జగన్ సీఎంగా బుడమేరుకు పడ్డ గండ్లు పూడ్చకపోవడం వల్ల, ఆధునీకరణ నిధులు రూ 300కోట్లు ఖర్చు పెట్టకపోవడంవల్ల భారీవర్షాలకు వరద బీభత్సంలో బెజవాడను ముంచేసింది, 90వేల ఇళ్లు నీటమునిగి 3లక్షల మంది విలవిల్లాడారు..జగన్ హయాంలో బుడమేరును వైసిపి వాళ్ల కబ్జాల వల్లే బెజవాడ ముంపునకు గురైంది..సీఎం చంద్రబాబు 12రోజులు కలెక్టరేట్ నే సీఎంవో చేసి, బస్సులోనే బసచేసి, మోకాళ్ల లోతు వరదనీటిలో నడుస్తూ, 23కిమీ జెసిబి పై వెళ్లి ఇంటింటికి ఆహార పాకెట్లు, మెడికల్ కిట్లు, వాటర్ బాటిళు డ్రోన్లతో పంపిణీ చేసి, 15మంది మంత్రులు, 34మంది ఎమ్మెల్యేలు, 32మంది ఐఏఎస్ లు, 10వేల మంది పారిశుద్య సిబ్బంది, పోలీస్, అగ్నిమాపక, వైద్య సిబ్బంది సహాయక చర్యలకు బాధితులంతా చేతులెత్తి మొక్కారు..డ్రోన్లతో బ్లీచింగ్ జల్లడం, ఫైర్ ఇంజన్లతో ఇళ్లలో బురద వదల్చడం, వీధులు శుభ్రం చేయడం, రెట్టింపు పరిహారం, వాహనాలకు బీమా, ఇప్పించి ఆదుకుంటే జగన్మోహన రెడ్డి ఒడ్డున ఉండి గడ్డలు వేయడంపై ప్రజల్లో ఆగ్రహం పెల్లుబుకుతోంది..చంద్రబాబు ఇంటిని కాపాడుకోడానికే బెజవాడను ముంచేశారన్న జగన్ వ్యాఖ్యలు బూమ్ రాంగ్ అయ్యాయి..

5ఏళ్లలో అవినీతి కుంభకోణాల గుట్టుమట్లన్నీ 7శ్వేతపత్రాలతో చంద్రబాబు ప్రభుత్వం బట్టబయలు చేయడం, వాటిపై విచారణలు ప్రారంభం కావడం చూసి జగన్మోహన రెడ్డిలో అక్కసు కట్టలు తెంచుకుంటోంది..మద్యంలో రూ 20వేల కోట్ల దోపిడీ, ముడుపుల రూపంలోనే రూ 3,113కోట్లు కొల్లగొట్టడం, బేవరేజెస్ కార్పోరేషన్ అప్పటి ఎండి వాసుదేవ రెడ్డి పరార్ అవ్వడం, ఇసుకలో రూ 19వేల కోట్ల స్కామ్ ను శ్వేతపత్రంలో ప్రభుత్వం నిర్ధారించేసరికి ఏపిఎండిసీ ఎండి వెంకటరెడ్డి పరార్ అవ్వడం వెనుక జగన్మోహన రెడ్డి హస్తం ఉందనేది అక్షరసత్యం..తన నేరాలు-ఘోరాలు బైటపడ్డాయనే నిందితులను దేశం దాటిస్తున్నాడనే ప్రచారం, వాళ్లకోసం లుక్ అవుట్ నోటీసులు, రెడ్ కార్నర్ నోటీసులు తెలిసిందే..5ఏళ్లలో దాదాపు 2లక్షల ఎకరాల పేదల భూములు, ఆలయభూములు, జమీందారీ భూములు, అసైన్డ్ భూములు, 22ఏ, చుక్కల భూములు, నిషిద్ధజాబితాలో భూములన్నీ స్వాహా చేశారు..

ఉత్తరాంధ్రలో విజయసాయి రెడ్డి, సుబ్బారెడ్డి, రాయలసీమలో పెద్దిరెడ్డి రామచంద్రారెడ్డి ల్యాండ్ మాఫియా అరాచకాలన్నీ ప్రజలే ముందుకొచ్చి బైట పెడ్తున్నారు..ప్రతిరోజూ వందలాది బాధితులు సీఎం, డిప్యూటీ సీఎం, మంత్రులకు వినతుల వెల్లువ..టిడిపి, జనసేన, బిజెపి కార్యాలయాలకు బాధితులంతా పోటెత్తి వినతిపత్రాలు అందించడం చూస్తున్నాం..

జగన్మోహన రెడ్డి 5ఏళ్ల పాలనలో పలు నేరాలు-ఘోరాలకే కాదు, మహాపచారాలకు పాల్పడ్డాడు..తిరుమల తిరుపతి స్వామివారి మహాప్రసాదం లడ్డు తయారీకి వాడే ఆవునెయ్యిలో కల్తీకి పాల్పడటం, జంతుకొవ్వులున్నాయని కేంద్ర పరిశోధనా సంస్థ డిడిబిఆర్ నివేదికలో వెల్లడి కావడం జగన్ మహాపరాధాలకు పరాకాష్ట..దీనిపై దేశవ్యాప్తంగా హిందూ సంఘాలే కాదు అన్నివర్గాల ప్రజలు రోడ్లెక్కి ఆందోళనలు చేస్తోంటే ఆ పాపాన్ని కూటమి ప్రభుత్వంపైకి నెట్టాలని చూడటం హేయం. తాను తప్పుచేసి దాన్ని ఇతరులపైకి నెట్టడం జగన్ కు తొలినుంచీ అలవాటే..సొంత బాబాయిని సొంతూళ్లో సొంత బంధువులే కిరాతకంగా హత్యచేసి ఆ నేరాన్ని టిడిపిపైకి నెట్టాలని ఏవిధంగా చూశాడో సిబిఐ విచారణలో బైటపడింది..ఇప్పుడీ లడ్డు వివాదం కూడా టిడిపికి, బిజెపికి అంటగట్టే దుర్మార్గానికి తెగపడ్డాడు..కేంద్రమంత్రుల సిఫారసు లేఖల మేరకే టిటిడి పాలకమండలి నియమించామని, మెజార్టీ సభ్యులు బిజెపి మద్దతుదారులేనని, నెయ్యి కాంట్రాక్టు మార్పు వాళ్ల ఆమోదంతోనే జరిగిందని ఏకంగా ప్రధాని నరేంద్రమోదీకి లేఖ రాశాడంటే జగన్మోహన రెడ్డి బరితెగింపు ఏ స్థాయికి చేరిందో తెలుస్తోంది..వైవి సుబ్బారెడ్డిని 4ఏళ్లు, భూమన కరుణాకర్ రెడ్డిని ఏడాది టిటిడి ఛైర్మన్లుగా చేస ఎక్కడో డిఫెన్స్ లో ఎస్టేట్ ఆఫీసర్ గా ఉండే ధర్మారెడ్డిని డిప్యుటేషన్ పై ఇక్కడకు తెచ్చి ఓఎస్డీ, ఇన్ ఛార్జి జేఈవో, ఇన్ ఛార్జి ఈవో పోస్టులు కట్టబెట్టి 5ఏళ్లు తిరుమలకొండపై అవినీతి అక్రమాలు, అపచారాలు అన్నీఇన్నీ కావు..8కేసులున్న కేతన్ దేశాయ్ ను, ఢిల్లీ మద్యం కుంభకోణంలో తిహార్ జైలుకెళ్లిన శరత్ చంద్రారెడ్డిని, సిబిఐ, ఈడీ కేసుల్లో జైలుకెళ్లిన శేఖర్ రెడ్డిని, రియల్ ఎస్టేట్ కేసులలో జైలుకెళ్లిన బూదాటి లక్ష్మీనారాయణను, 18మంది నేరచరితులను బోర్డు సభ్యులుగా చేయడంపై హైకోర్టులో పిల్ దాఖలు కావడం విదితమే..అన్యమతస్థులను ఛైర్మన్లుగా చేశారని, జగన్ పాలనలో అన్యమత ప్రచారం పెరిగిందనే విమర్శలను మూటకట్టుకున్నాడు..

జగన్మోహన రెడ్డి అరాచకాలకు కొమ్ము కాసిన పోలీసు అధికారులందరి పరిస్థితి

కుడితిలో పడ్డ ఎలక చందమైంది..ఇప్పటికే 3గురు ఐపిఎస్ అధికారులపై క్రిమినల్ కేసులు నమోదయ్యాయి, ఏసిపిలు, డిఎస్పీలు, ఇనస్పెక్టర్ల భవిష్యత్ అగమ్యగోచరమైంది..సినీనటి కాదంబరి జెత్వాని కిడ్నాప్ కేసు జగన్ అరాచకాలకు పరాకాష్ట. రేప్ కేసులో నుంచి తన స్నేహితుడైన పారిశ్రామికవేత్తను బైటేసేందుకు ముంబై నుంచి కాదంబరిని, వృద్ధులైన ఆమె తల్లిదండ్రులను కిడ్నాప్ చేసి ఏపీకి తెచ్చి, ఫోర్జరీ డాక్యుమెంట్లతో తప్పుడు కేసులు పెట్టి 43రోజులు అక్రమంగా నిర్బంధించి చిత్రహింసలకు గురిచేశారు..ఐపిఎస్ లు పీఎస్సార్ ఆంజనేయులు, కాంతిరాణా, విశాల్ గున్నితో సహా ఏసిపి హన్మంతరావు, ఇనస్పెక్టర్లు, కానిస్టేబుళ్లు 20మంది పీకల్లోతు ఇరుక్కున్నారు..జగన్ హయాంలో ఐపిఎస్ లను జెపిఎస్ లుగా మార్చారని, ఐపిసిని జెపిసి చేశారన్న వార్తలన్నీ అక్షర సత్యాలనేది కాదంబరి కేసుతో వెల్లడైంది..

ఒకవైపు లక్షల కోట్ల అవినీతి కుంభకోణాలు-7శ్వేతపత్రాలు, మరోవైపు కేసులు-అరెస్టులు, ఇంకోవైపు వలసలు-ఫిరాయింపులు భరించలేక జగన్మోహన రెడ్డి గంగవెర్రులెత్తుతున్నారు.. రాజ్యసభ సభ్యులు మోపిదేవి వెంకట రమణరావు, బీదా మస్తాన్ రావు, ఆర్ కృష్ణయ్యల రాజీనామాలు, శాసనమండలి సభ్యులు బల్లి కల్యాణ చక్రవర్తి, పద్మశ్రీ రాజీనామాలు, సొంత బంధువు బాలినేని శ్రీనివాస రెడ్డి సహా మాజీ ఎమ్మెల్యేలు సామినేని ఉదయభాను, కిలారి రోశయ్య, మద్దాలి గిరి ఫిరాయింపులు, కార్పోరేటర్లు, కౌన్సిలర్లు, జడ్ పి చైర్మన్లు, స్థానిక సంస్థల ప్రతినిధులంతా జగన్ కు బైబై చెబ్తున్నారు.. చేసిన పాపాలే వెంటబడి తరుముతున్నాయి.. అటు కేసులను ఎదుర్కోలేక, ఇటు పార్టీని కాపాడుకోలేక ఫ్రస్టేషన్ పీక్ కు వెళ్లింది..ఉద్రిక్తతలు రెచ్చగొట్టి రాష్ట్రంలో శాంతిభద్రతల సమస్య సృష్టించేందుకే రాష్ట్రవ్యాప్తంగా ఆలయాల్లో పోటీ పూజలకు పిలుపిచ్చాడు..తిరుపతి లడ్డూ వివాదాన్ని చంద్రబాబు ప్రభుత్వంపైకి నెట్టి, మతచిచ్చు రగిల్చి ఆ మంటల్లో చలికాచుకునే కుతంత్రం పన్నాడు.. 28న తిరుమల తిరుపతికి బయల్దేరి ఈ అగ్నికి ఆజ్యం పోసేందుకు తెగపడ్డాడు..డిక్లరేషన్ ఇచ్చాకే కొండపైకి అడుగుపెట్టాలని ఇప్పటికే హిందూసంఘాలన్నీ జగన్ కు అల్టిమేటం ఇచ్చాయి..

5ఏళ్లలో ఏనాడూ సతీసమేతంగా ఏ పూజలకూ హాజరుకాని జగన్మోహన రెడ్డి ఏకంగా టిటిడి సెట్టింగులే తాడేపల్లి తన ప్యాలెస్ లో వేయడం, దానికీ ప్రభుత్వ నిధులే దుర్వినియోగం

చేయడం, అర్చకులు వేసిన అక్షింతలను దులిపేసుకోవడం, ప్రసాదాన్ని ఆయన వాసన చూడటం, భార్య టిష్యూ పేపర్ లో చుట్టి పక్కనెట్టడం కోట్లాది భక్తుల మనోభావాలను గాయపర్చాయి..

ఎవరెలా పోతేనేం, ఎవరేమనుకుంటే నాకేం, అంతా నాఇష్టమన్న పెడధోరణి, బరితెగింపుతో పదేపదే బెంగళూరు పర్యటనలు..100రోజుల్లో పట్టుమని 20రోజులు కూడా ఏపిలో ఉండకుండా, 80రోజులు బెంగళూరు ఎలహంక పాలెస్ కే పరిమితం కావడం జగన్మోహన రెడ్డి నాన్ సీరియస్ నెస్ కు నిదర్శనం..

బుడమేరుకు పడ్డ 3గండ్లు పూడ్చని పాపానికి బెజవాడ మునిగింది..జలవిలయంలో 90వేల ఇళ్లు నీటమునిగి, 3లక్షల మంది ప్రజలు విలవిల్లాడారు..ముఖ్యమంత్రి చంద్రబాబు సహా 15మంది మంత్రులు, 34మంది ఎమ్మెల్యేలు, 32మంది సీనియర్ ఐఏఎస్ లు వివిధ శాఖల సిబ్బంది వరద బాధితులకు అండగా నిలబడ్డారు..ఫైర్ ఇంజన్లతో ఇళ్లలో బురద వదలగొట్టారు, డ్రోన్లతో ఆహార పాకెట్ల పంపిణీ, మందుల కిట్లు పంపిణీ, బ్లీచింగ్ జల్లడం వంటి వినూత్న సహాయచర్యలతో పాటు నీటమునిగిన వాహనాల రిపేర్లు, బీమా-రుణం ఇప్పించడం, దేశంలోనే కనీవినీ ఎరుగనంత నష్టపరిహారం అందించడం ద్వారా చంద్రబాబు ప్రభుత్వం ప్రజలందరి మెప్పు పొందింది..ప్రతిపక్షంగా కష్టాల్లో ఉన్న ప్రజలకు అండగా ఉండాల్సిన నాయకుడు బాధితులను గాలికొదిలేసి బెంగళూరు వెళ్లిపోవడం జగన్మోహన రెడ్డి నైజానికి అద్దం పట్టింది..

తన స్వార్ధం కోసం ఎంతకైనా తెగిస్తాడు, రాష్ట్రం అన్నా, ప్రజలన్నా బేఖాతర్..ఇలాంటి వ్యక్తినా మేము ముఖ్యమంత్రిని చేసిందని ఏపీ ప్రజలంతా లబలబ లాడుతున్నారు..నాయకుడి లక్షణాలు అణువంతైనా ఇతనికి లేవనేది ప్రతిఒక్కరికీ స్పష్టమైంది.. పుష్కరం నిండకుండానే వైఎస్సార్ కాంగ్రెస్ పార్టీ కాలగర్భంలో కలిసేరోజు మరెంతో దూరంలో లేదు..తల్లి-చిన్నమ్మ, చెల్లెళ్లు, కుటుంబమే కాదు చివరికి పార్టీకూడా ఛీకొట్టే దుస్థితికి జగన్ చేరాడంటే స్వయంకృతాపరాధాలే..చేసుకున్నోడికి చేసుకున్నంత మహదేవ అనేదందుకే..

జనాభా...బలమా, శాపమా..?

స్వాతంత్ర్యం వచ్చిన 4ఏళ్ల తర్వాత 1951లో మనదేశ జనాభా 361మిలియన్లు, కానీ విస్ఫోటనంలా జనాభా పెరుగుదలతో ప్రస్తుతం 2011సెన్సస్ ప్రకారం 1.2బిలియన్లకు భారత జనాభా చేరింది..ఈ ప్రమాదం ముందే గ్రహించి 1952-72మధ్య కేంద్రప్రభుత్వం ఇద్దరు పిల్లలే ముద్దన్న విధానం ప్రజల్లోకి బలంగా తీసుకెళ్లడం, కొన్ని రాష్ట్రాల ప్రభుత్వాలు స్థానిక సంస్థల ఎన్నికల్లో ఇద్దరు బిడ్డలకంటే ఎక్కువుంటే పోటీకి అనర్హులనే నిబంధనలు తేవడం చూశాం..

2011 సెన్సస్ ప్రకారం ఆంధ్రప్రదేశ్ జనాభా 4.93కోట్లు, అదే 2014నాటికి 5.31కోట్లకు పెరిగిందని అంచనా, (దేశంలోనే 10వ ర్యాంకు), అంటే 13ఏళ్లలో జనాభా పెరుగుదల 38లక్షలుగా, జనాభా వృద్ధి రేటు 6.30% దేశంలో 3వ ర్యాంకు, అదే జాతీయ స్థాయిలో జనాభా వృద్ధి సగటు 1960లో 2.1%వుంటే, 2020 నాటికి 0.68%కి పడిపోయింది.. అప్పట్లో దేశంపై, రాష్ట్రాలపై భారాలు తగ్గించేందుకు ప్రతి ప్రభుత్వం జనాభా నియంత్రణ కోసం, కుటుంబ నియంత్రణను పెద్దఎత్తున ప్రాచుర్యం కల్పించి ప్రజల్లోకి తీసుకెళ్లాయి. అప్పటి విపత్కర స్థితిలో జనాభా వృద్ధిరేటును నియంత్రించకపోతే భవిష్యత్తు అంధకారమేననేది సర్వత్రా ఉద్దేశం..ఆ నేపథ్యంలో కుటుంబ నియంత్రణ విధానాలను అనుసరించిన ప్రభుత్వాలు జననరేట్లను తగ్గించాయి, అందువల్లనే యువజనాభా(ఆర్జిత శక్తి, సంపాదించే జనాభా)లో క్షీణత..ఇప్పుడన్ని ప్రభుత్వాలు మేల్కొనాల్సిన తరుణమిది, జనాభా నియంత్రణ నుంచి జనాభా పెంపు దిశగా, "యూ-టర్న్ పాలసీ" చేపట్టాల్సిన సందర్భమిది..

జనాభా పెరుగుదల విధానాల అమలే భావి సమాజానికి మేలన్న దిశగా భారత్

తోపాటు(ఏపీ కేం మినహాయింపులేదు), ప్రపంచవ్యాప్తంగా చర్చనీయాంశం..కనిష్ట జనాభావృద్ధిరేటు వల్ల లాభాల మాటేమోగాని, భవిష్యత్ సమాజానికే పెనువిపత్తుగా పరిణమిస్తుందనేది జనగణన నిపుణుల అభిప్రాయం..ప్రస్తుతానికైతే యువజనాభా అత్యధికమే, కానీ కనిష్ట సంతానోత్పత్తి రేటుతో రానున్న దశాబ్దాల్లో రీప్లేస్ మెంట్ క్షీణించే ప్రమాదం ముంచుకొస్తోంది..తత్ఫలితంగా పెరిగే వృద్ధ జనాభా ప్రభుత్వాలపై భారం కావడమే కాకుండా, పనీపాటా లేక ఆర్జితశక్తి కోల్పోయిన వాళ్లందరి పోషణ భారం, అప్పటికి తరిగే యువతరంపై, రాబోయే ప్రభుత్వాలపైనే పడ్తుంది..

దీనితోపాటుగా ఆర్టిఫిషియల్ ఇంటలిజెన్స్(ఏఐ), ఆటోమేషన్, నానో టెక్నాలజీ తదితర సాంకేతికతల కారణంగా మరింత ఉపాధి కల్పన కన్నా, ఉద్యోగాల కోతకే దారితీసే అవకాశాలు ఉన్నాయి. దానితో నిరుద్యోగం మరింత ప్రబలే ప్రమాదముంది. పారిశ్రామిక రంగం గరిష్ట ఉత్పాదన, ఉత్పత్తులపైనే దృష్టిపెట్టే పారిశ్రామిక రంగం యువతను వాళ్ల కర్మకు వాళ్లనే వదిలేస్తుందనేది తెలిసిందే..సరైన సంపాదనతో జీవితంలో స్థిరపడటం దుర్లభం అవుతుంది..ఇది కేవలం యువత భవిష్యత్ కే కాకుండా, యావత్ దేశం ఆర్థికాభివృద్ధిని అంధకారంలోకి నెడుతుంది, పేదరికాన్ని పెంచేస్తుంది, ఫలితంగా మళ్లీ ఆకలికేకలు, ఆర్థిక అసమానతలు పెంపునకు దారితీస్తుంది..

ఈ పరిస్థితుల్లో భవిష్యత్ విద్యారంగంలో పరిణామాలు దేశంలో, ఏపీలో ఎలాగుంటాయో యోచిద్దాం..రాబోయే 15ఏళ్లలో పాఠశాలలకు, కళాశాలలకెళ్లే యువతరం జనాభా 10% పడిపోతుంది..2021లో కళాశాలలకెళ్లే యువత జనాభా 459మిలియన్ల నుంచి, రాబోయే 15ఏళ్లలో 2036నాటికి 411మిలియన్లకు తగ్గుతుందని అంచనా..19-23ఏళ్ల మధ్య వయస్కుల జనాభా రాబోయే 15ఏళ్లలో 127మిలియన్లనుంచి 115మిలియన్లకు పడిపోతుంది..ఈ పరిస్థితుల్లో ఉన్నత, సాంకేతిక విద్య(ఫేక్ సర్టిఫికెట్ల రాకెట్ సహా)నిపుణులు తగ్గుతారు, పరిశ్రమలు-వాణిజ్య రంగంలో అర్హులైన ఉద్యోగుల కొరత ఏర్పడి, పారిశ్రామిక ఉత్పాదన క్షీణించి, జాతీయ స్థాయిలో " డిమాండ్ అండ్ సప్లయి గొలుసు"కే హానిచేస్తుంది.. నాణ్యమైన సరుకులు, సేవల కోసం ప్రజల ఆశలన్నీ అడియాసలే..దీని ప్రభావం విదేశీమారక ద్రవ్య నిల్వలపై పడటమే కాకుండా దేశాన్ని దిగుమతులపై ఆధారపడేలా చేస్తుంది. వీటన్నింటికీ మూలకారణం 2006-2020మధ్య సంతానోత్పత్తి రేటు(టిఎఫ్ ఆర్) 2.1కు పడిపోవడమే..

ఇప్పుడున్న శ్రమశక్తిని భవిష్యత్తులో యువశక్తి పూడ్చలేక పోవడమే ఇప్పటి క్లిష్ట పరిస్థితి. సంతానోత్పత్తి రేటు 2.1కు పడిపోవడం, యువజనాభా పెరుగుదలకు అడ్డుకట్టే..జాతీయ కుటుంబ ఆరోగ్య విధాన సర్వే(ఎన్ ఎఫ్ హెచ్ ఎస్-5) ప్రకారం దేశంలో సంతానోత్పత్తి రేటు 2024నాటికి 2 మాత్రమే, గ్రామీణ ప్రాంతాల్లో 2.1వుంటే, పట్టణప్రాంతాల్లో 1.6మాత్రమే, అనేక రాష్ట్రాల్లో సంతానోత్పత్తి రేటు(ఏపీ 1.7సహా) రీప్లేస్ మెంట్ రేట్ 2.1కన్నా దిగువకే పతనం..

సంతానోత్పత్తి రేటు:

ఆంధ్రప్రదేశ్..... .... 1.7

రూరల్. 1.8

అర్బన్. 1.5

బీహార్.. .... 3.0

ఉత్తర ప్రదేశ్.. .... 2.4

భారతదేశం.. 2

3 మతాల్లో సంతానోత్పత్తి రేటు:

మతం	2015-16	2019-26
హిందువులు	2.13	1.94
ముస్లింలు	2.62	2.36
క్రైస్తవులు	1.99	1.88
భారతదేశం	2.2	2.0

భారత జనాభా 2020-36మధ్య 1.36బిలియన్ల నుంచి 1.5బిలియన్ల మధ్య ఉంటుందని అంచనా.. తక్కువ పిల్లలున్న పరిమిత కుటుంబాల ప్రభావం కారణంగా మన దేశ జనాభాలో 5నుంచి 13ఏళ్ల వయస్కుల సంఖ్య 2021లో 34%వుంటే, 2036కు 27%కు తగ్గనుంది..

జాతీయ సగటు వీరిలో అనేకమందికి 19%జాతీయ సగటుకంటే తక్కువ. ఆర్టికల్ 21ఏ విద్యాహక్కు చట్టం కింద నూతన విద్యావిధానం రాబోయే 15ఏళ్లలో ఇది 50%గా ఉంది.. ఎవరికీ తెలియదు ఇదెప్పుడు జరిగిందనేది..రాజ్యాంగ మార్గదర్శకాలను(ఆర్టికల్ 45, 46, 47) కూడా ఈ సందర్భంగా మనం గుర్తుంచుకోవాలి. 2020కి 47% యువజనాభాతో మనదేశం ఇప్పటికీ యువ భారతే.. రాబోయే దశాబ్దాలలో ఈ పరిస్థితి మారుతుంది.. "నాలెడ్జ్ ఎకానమీలో మన యువతరమే గొప్ప శ్రమశక్తి(మహిళల్లో 10%మాత్రమే)కానుంది, నైపుణ్యంగల విద్యాధికులదే అందులోనూ కీలకభూమిక..జనాభా వైవిధ్య ఫలితాలు పొందాలంటే అన్నివిభాగాల్లో దేశవ్యాప్తంగా ఉపాధి అవకాశాలు మెరుగుపడాలి, పెద్దఎత్తున ఉద్యోగాల సృష్టి జరగాలి..ప్రస్తుతానికి మాత్రం 40% మాత్రమే యవతరం శ్రమశక్తిని సద్వినియోగం చేసుకుంటున్నామనేది సెంటర్ ఫర్ మానిటరింగ్ ఇండియన్ ఎకానమీ(సిఎంఐఈ) నివేదికే పేర్కొంది..ఈ నేపథ్యంలో దేశాన్ని దాని మానాన దాన్ని వదిలేసి, మెరుగైన జీతభత్యాలుండే విదేశాలకు మేధోవలసలు పెరిగాయి..స్థానికంగా సరైన అవకాశాల్లేక, భారీవేతనాలు, ఆధునిక సంస్కృతి, మెరుగైన అవకాశాలదిశగా విదేశాలవైపు చూస్తున్నారు..

నేటి యువతరం రేపటి పెద్దతరం, 60ఏళ్ల పైబడి వృద్ధులై పూర్ణాయుష్షులుగా ఉంటారు..

ఐక్యరాజ్యసమితి నివేదికలు:

	2020	2100 (రాబోయే 80ఏళ్లలో మార్పు)
25ఏళ్లలోపు వారు	40%	21%-19%
25-64ఏళ్ల వయస్కులు	45%	42%-43%
65ఏళ్ల పైబడిన వాళ్లు	8%	25%-17%

పై పట్టికను బట్టి తెలుస్తోందేంటంటే, పనిచేసేవారి సంఖ్య తగ్గుతోంది, వృద్ధుల జనాభా పెరిగిపోతోంది..2100 సం నాటికి 25ఏళ్ల లోపు యువజనాభా 19%కు పతనమై, 25-64ఏళ్ల మధ్య వయస్కులు 3% తగ్గితే, 65ఏళ్ల పైబడిన వృద్ధులు 17%పైగా పెరగడం కారణంగా ప్రభుత్వంపై ఆధారపడే జనాభా అధికం కానుంది..యువత ఉపాధికోసం నిరీక్షిస్తే, వృద్ధులు ప్రభుత్వ సాయం కోసం ఎదురుచూపులు..ఈ నేపథ్యంలో ఆర్థికాభివృద్ధి

రేటు పూర్తిగా మందగించడం లేదా మృగ్యం కావడం, సింగిల్ డిజిట్ వృద్ధిరేటు సాధించడమే గగనమవుతుంది..

ప్రభుత్వం ముందున్న సవాళ్లు:

1. జనాభా పెరుగుదలకు సంతానోత్పత్తి రేటు పెంపు..

2. ప్రత్యామ్నాయ మార్గాలను విస్మరించరాదు..

3. జాతీయ విద్యావిధానాన్ని అమలు చేయాలి.

4. విద్యా, వైద్య వసతుల మెరుగుపైనే ప్రధాన దృష్టి పెట్టాలి.

5. విద్యారంగంపై సమృద్ధిగా ఖర్చుపెట్టాలి, ప్రస్తుతం జీఎస్ డీపిలో 1.5% మాత్రమే..పలు నివేదికల ప్రకారం 6% పైబడి చేయాలి..

6. మెరుగైన, నాణ్యమైన విద్య అందించాలి..

7. ఉచిత విద్యనందించే పాఠశాలలను పెంచాలి.

8. ప్రస్తుత పరిస్థితుల్లో సాంకేతిక విద్యకే ప్రాధాన్యం

9. ఎప్పటికప్పుడు నైపుణ్యాలను పెంపొందించుకోవాలి

10. ఫేక్ సర్టిఫికెట్ల రాకెట్ పై ఉక్కుపాదం మోపాలి.

11. ఆన్ లైన్ కోర్సులను పకడ్బందీగా అమలు చేయాలి.

12. రాబోయే దశాబ్దాల్లో అత్యధిక జనాభావల్ల సహజ వనరులకు కోత పడటమే కాకుండా, వాతావరణ కాలుష్యం ప్రబలి, స్మగ్లర్ల బెడదతో అటవీ నిర్మూలన చోటు చేసుకుంటాయి.

13. భవిష్యత్తులో జనాభా పెరుగుదలతో బలహీనవర్గాల జనాభా అత్యధికం కానుంది. వాళ్లందరికి ఉపాధి, జీవన ప్రమాణాల పెంపు క్లిష్టతరం కానుంది.

14. పెరిగే జనాభాకు అనుగుణంగా ఆహారభద్రత కల్పించడం, సరైన వసతుల కల్పన, పేదరిక నిర్మూలన కష్టమై ఆర్థిక అసమానతలు మరింత పెరుగుతాయి..

15.ఆర్థికాభివృద్ధి మరియు సమ్మిళిత అభివృద్ధి జరగాలంటే, మెరుగైన విద్య, వైద్యం అందించి హ్యూమన్ కేపిటల్ మరియు సోషల్ కేపిటల్ ను నెలకొల్పాలి.

16.పురుషుల జనాభా కన్నా మహిళలు ఎక్కువ సంఖ్యలో ఉన్నా లేదా సమానంగా ఉన్నా, జెండర్ ఈక్వాలిటీ పాలసీని పకడ్బందీగా అమలుచేయాలి.

17. గత 20ఏళ్లలో ఆయుర్దాయం పెరగడంతో, 60ఏళ్ల పైబడిన వృద్ధులు ఎక్కువై, ప్రభుత్వ సాయం ఆశించేవాళ్ల సంఖ్య అధికమవుతుంది..

18. ఆరోగ్యసంరక్షణ, సామాజిక బీమా సామర్థ్యాలను పెంచే వ్యవస్థను తేవాలి.

19. అంతిమంగా ప్రస్తుత ఇబ్బందులు, భావి సమస్యలైన కనిష్ట సంతానోత్పత్తి రేటు, పెరిగే వృద్ధ జనాభా పరిష్కారించాలంటే ఇప్పుడున్న కుటుంబ నియంత్రణ విధానాన్ని పునఃసమీక్షించాలి. పెరిగే భావి జనాభా సమస్యతోపాటు, ఉత్పన్నమయ్యే ఇతర సమస్యలన్నింటినీ సమర్థంగా పరిష్కరించగలిగితే జనాభా పెరుగుదలనేది శాపం కాదు వరమే..

HIGH POPULATION COUNTRIES (in Lakhs)

2024	2054	2100
INDIA-145	INDIA-169.2	INDIA-150.5
CHAINA-141.9	CHAINA-121.5	CHAINA-63.3
AMERICA-34.5	PAKISTAN-38.9	PAKISTAN-51
INDONESIA-28.3	AMERICA-38.4	NIGERIA-47.7
PAKISTAN-51	NIGERIA-37.6	D.R.KANGO-43

యనమల అధిష్టించిన పదవులు(1983-2021)

తుని శాసనసభ్యునిగా తొలి ఎన్నిక	:	1983
రాష్ట్ర న్యాయశాఖ మంత్రి	:	1983-85
సహకార శాఖ మంత్రి	:	మార్చి 1985-జులై 1987
పబ్లిక్ అండర్ టేకింగ్ కమిటీ(పియూసి) ఛైర్మన్	:	1988-89
పబ్లిక్ అకౌంట్స్ కమిటీ(పిఏసి) ఛైర్మన్	:	1991-93
తెలుగుదేశం పార్టీ ప్రధాన కార్యదర్శి	:	1991-93
ఆంధ్రప్రదేశ్ శాసనసభ స్పీకర్	:	1994-99
కామనవెల్త్ పార్లమెంటరీ అసోసియేషన్ ఏపి బ్రాంచ్ ప్రెసిడెంట్	:	1995
కామనవెల్త్ పార్లమెంటరీ అసోసియేషన్ ఆసియా ప్రాంత రీజనల్ రిప్రజెంటేటివ్	:	1998
రాష్ట్ర ఆర్థిక శాఖ మంత్రి	:	1999-2004
పబ్లిక్ అకౌంట్స్ కమిటీ ఛైర్మన్	:	జూన్ 2004-మే 2009
తెలుగుదేశం పార్టీ పోలిట్ బ్యూరో మెంబరు	:	2009నుంచి
శాసనమండలి సభ్యుడు	:	30.3.2013నుంచి 08.06.2014
ఆర్థిక, ప్రణాళిక,శాసన సభా వ్యవహారాల మంత్రి	:	2014-2019
శాసనమండలి సభ్యుడు	:	2014-2019(సభా నాయకుడు)
శాసనమండలి సభ్యుడు	:	30.3.2019-(కౌన్సిల్ ప్రధాన ప్రతిపక్ష నేత)

ఆంధ్రప్రదేశ్ - ఆర్థికమంత్రుల జాబితా

బెజవాడ గోపాలరెడ్డి..................... (1956–57)

కాసు బ్రహ్మానంద రెడ్డి.................... (1958–64)

డా మర్రి చెన్నారెడ్డి .... (1965–67)

కాసు బ్రహ్మానంద రెడ్డి .... (1968–70)

కోట్ల విజయభాస్కర రెడ్డి .... (1970–72)

పి రంగారెడ్డి........................... (1976)

జి రాజారాం .... (1978–81)

నాదెండ్ల భాస్కర రావు................... (1983–85)

పి మహేంద్రనాథ్ .... (1985–89)

కొణిజేటి రోశయ్య .... (1990–1994)

నారా చంద్రబాబు నాయుడు .... (1995–96)

పి అశోక్ గజపతిరాజు.................. (1996–1999)

యనమల రామకృష్ణుడు................. (1999–2004)

కొణిజేటి రోశయ్య .... (2004–14)

యనమల రామకృష్ణుడు................. (2014–19)

బుగ్గన రాజేంద్రనాథ్ రెడ్డి .... (2019–24)

పయ్యావుల కేశవ్....................... (2024–)

ఆంధ్రప్రదేశ్ శాసన సభ స్పీకర్ల జాబితా

హైదరాబాద్ శాసనసభ స్పీకర్‌గా కాశీనాథ్ రావు వైద్య వ్యవహరించారు (22.03.1952 నుంచి 31.10.1956).

1953లో మద్రాస్ నుంచి వేరుపడి ఆంధ్ర రాష్ట్రం ఏర్పడ్డాక శాసన సభాపతులు.

1. నల్లపాటి వెంకట్రామయ్య .... (23.11.1953 నుంచి 21.04.1955)
2. ఆర్ లక్ష్మీ నరసింహం దొర....... (23.04.1955 నుంచి 03.12. 1956)

హైదరాబాద్ తో కలిసి ఆంధ్రప్రదేశ్ గా ఏర్పడ్డాక సభాపతులు

1. అయ్యదేవర కాళేశ్వర రావు(04.12.1956 నుంచి 26.02.1962)
2. బి వి సుబ్బారెడ్డి .... (20.03.1962 నుంచి 14.03.1967)

    (20.03.1967నుంచి 31.07.1970)

    (03.12.1970నుంచి 29.09.1971)
3. కె వి వేమారెడ్డి .... (25.11.1971నుంచి 19.03.1972)
4. పిడతల రంగారెడ్డి .... (21.03.1972నుంచి 25.09.1974)
5. ఆర్ దశరథ రామిరెడ్డి .... (28.01.1975నుంచి 14.03.1978)
6. దివి కొండయ్య చౌదరి .... (16.03.1978నుంచి 16.10.1980)
7. కోన ప్రభాకర రావు.............. (24.02.1981నుంచి 22.09.1981)
8. అగరాల ఈశ్వర రెడ్డి .... (07.09.1982నుంచి 16.01.1983)
9. తంగి సత్యనారాయణ............ (18.01.1983నుంచి 28.08.1984)
10. నిశ్శంకర రావు వెంకటరత్నం .... (20.09.1984నుంచి 10.01.1985)
11. జి నారాయణ రావు .... (12.03.1985నుంచి 27.10.1989)
12. పి రామచంద్రా రెడ్డి .... (04.01.1990నుంచి 22.12.1990)
13. డి శ్రీపాదరావు................... (19.08.1991నుంచి 11.01.1995)
14. యనమల రామకృష్ణుడు .... (12.01.1995నుంచి 10.10.1999)
15. కావలి ప్రతిభా భారతి .... (11.11.1999నుంచి 30.05.2004)
16. కేతిరెడ్డి సురేశ్ రెడ్డి .... (01.06.2004నుంచి 03.06.2009)
17. నల్లారి కిరణ్ కుమార్ రెడ్డి .... (04.06.2009నుంచి 24.11.2010)
18. నాదెండ్ల మనోహర్ .... (04.06.2011నుంచి 18.06.2014)
19. డా కోడెల శివ ప్రసాదరావు ..... (20.06.2014నుంచి 12.06.2019)
20. తమ్మినేని సీతారామ్.............. (2019-24)
21. చింతకాయల అయ్యన్నపాత్రుడు . (2024-)

తొలిసారి శాసనమండలి సభ్యునిగా ప్రమాణ స్వీకారం చేస్తూ..

ఢిల్లీలో మంత్రుల సమావేశంలో...

రాష్ట్రపతి శంకర్ దయాళ్ శర్మతో...

ఎకనామిక్ కౌన్సిల్ భేటీలో...

క్రీడల్లో కప్పు అందుకుంటూ...

ఉమ్మడి ఆంధ్రప్రదేశ్ అసెంబ్లీ వద్ద జాతిపిత గాంధీజి విగ్రహావిష్కరణ...

కృష్ణా డెల్టా ఆధునీకరణ చేపట్టాలని కేంద్రాన్ని డిమాండ్ చేస్తూ...

అప్పటి కేంద్రమంత్రి పి శివశంకర్ తో ఏపి సిఎం చంద్రబాబు, యనమల...

ప్రిన్స్ ఛార్లస్ కు జ్ఞాపిక అందిస్తున్న సిఎం చంద్రబాబు, మధ్యలో యనమల...

25వసంతాల తెలుగుదేశం(రజతోత్సవం) రాష్ట్ర ప్రతినిధుల మహాసభ వేదికపై...

ప్రమాణస్వీకారం సందర్భంగా బాలయోగితో యనమల...

ఎన్టీఆర్ వెంట పర్వతనేని ఉపేంద్ర, చంద్రబాబులతో పాటు యనమల...

హైదరాబాద్ అగ్రికల్చర్ కోఆపరేటివ్ అసోసియేషన్ భవన శంకుస్థాపన సందర్భంగా ఎన్టీఆర్ తో సహకారశాఖ మంత్రిగా యనమల ...(19.5.1986)

జన్మభూమి సందర్భంగా క్లీన్ అండ్ గ్రీన్ లో యనమల..

కాషాయం కట్టిన ఎన్టీఆర్ కు తుని రైతుల విరాళం సందర్భంగా యనమల..

19శాసన సభ స్పీకర్ గా యనమల నిర్వహించిన బిఏసి సమావేశంలో చంద్రబాబు, ఎర్రన్నాయుడు,
అశోక్ గజపతిరాజు..

రాష్ట్రపతి శంకర్ దయాళ్ శర్మ గవర్నర్ కృష్ణకాంత్ లతో సిఎం చంద్రబాబు, స్పీకర్ యనమల..

హెలిప్యాడ్ వద్ద కాషాయాంబరధారి ఎన్టీఆర్ కు స్వాగతం పలుకుతూ...

కాకినాడలో ఆగస్ట్ 15న జాతీయ పతాకావిష్కరణ చేస్తూ..

శాసన సభ స్పీకర్ హోదాలో...

రాష్ట్రపతి శంకర్ దయాళ్ శర్మకు స్వాగతం పలుకుతూ గవర్నర్ కృష్ణకాంత్ , సిఎం చంద్రబాబు, వెంకటస్వామి, శివశంకర్ లతో పాటుగా...

తూర్పుగోదావరి జిల్లా నాయకులతో స్పీకర్ యనమల ...(గొల్లపూడి సూర్యారావు, నిమ్మకాయల చినరాజప్ప, జోగేశ్వర రావు...)

తూర్పుగోదావరి జిల్లా నాయకులతో స్పీకర్ యనమల ...(పిఠాపురం వర్మ, సుబ్రమణ్యం...)

రెడ్ కార్పెట్ తో సిఎం ఎన్టీఆర్ కు ఘన స్వాగతం పలుకుతూ...

జ్యోతి ప్రజ్వలన చేస్తూ...

లోక్ సభ స్పీకర్ బాలయోగితో సభాపతుల సదస్సు సందర్భంగా స్పీకర్ల గ్రూప్

ఫొటో గ్యాలరీ తిలకిస్తూ లోక్ సభ స్పీకర్ బాలయోగి వెంట...

యనమల రామకృష్ణుడు... స్పీకర్ హోదాలో..

స్ట్రాటజీస్ ఫర్ సోషియో ఎకనామిక్ పొలిటికల్ డెవలప్ మెంట్ అఫ్ బ్యాక్ వర్డ్ క్లాసెస్ నేషనల్ సెమినార్ లో జ్యోతి ప్రజ్వలన చేస్తూ..(27నవంబర్ 1999)

సామర్లకోట రైల్వే స్టేషన్‌లో ఎన్టీఆర్ కు స్వాగతం...

శాసనసభ్యుల బ్యాడ్మింటన్ పోటీల్లో క్రీడాకారుడిగా యనమల...

అసెంబ్లీ ఆవరణలో గాంధీజీ విగ్రహావిష్కరణకు హాజరైన వావిలాల, నేరెళ్ల వేణుమాధవ్ లతో..స్పీకర్ యనమల, మంత్రి అశోక్ గజపతిరాజు, డిప్యూటీ స్పీకర్ ఫరూక్, చీఫ్ విప్ రావుల చంద్రశేఖర రెడ్డి, పువ్వాడ నాగేశ్వర రావు...

ఎన్టీఆర్ , కోటగిరి, అశోక్ గజపతిరాజు, చంద్రబాబు, ముద్దుకృష్ణమ నాయుడు, కెసిఆర్ లతో..

ఒంటెపై యనమల రామకృష్ణుడు..

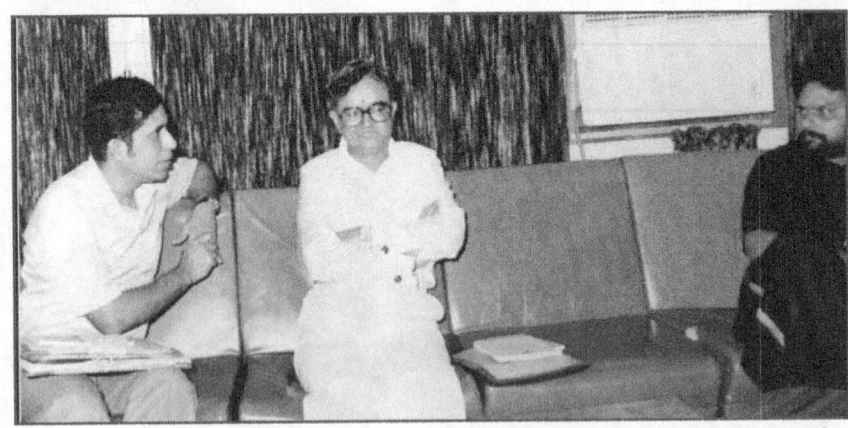

చిదంబరం తదితరులతో...అయ్యప్ప మాలలో...

విదేశీ పర్యటనలో స్పీకర్ యనమల...

సతీమణి, కుమార్తెలతో దేవాలయంలో యనమల...

స్వగ్రామంలోని దేవాలయంలో యాగం సందర్భంగా...

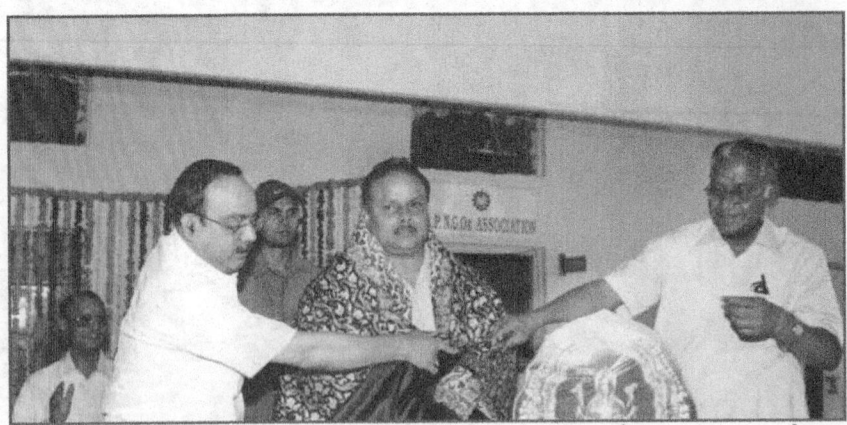

గోదావరి పుష్కర స్నానం చేస్తూ...

ఏపి ఎన్జీవో అసోసియేషన్ ప్రతినిధుల సన్మానం...

తెలుగుదేశం సమావేశంలో పార్టీ అధ్యక్షులు చంద్రబాబుతో

యనమల, కృష్ణమూర్తి తదితరులకు పూజారుల స్వాగతం...

దేవేందర్ గౌడ్, బాలయోగి, మెట్ల సత్యనారాయణ రావు, వంగా గీతలతో యనమల...

స్పీకర్ గా తొలిసారి ఛాంబర్ లో యనమలను అభినందిస్తూ సీఎం చంద్రబాబు..

ఛైర్మన్ సురేశ్ రెడ్డితో స్పీకర్‌గా యనమల..

అటు చంద్రబాబు, ఇటు దగ్గుబాటి వెంకటేశ్వర రావు నడుమ యనమల...

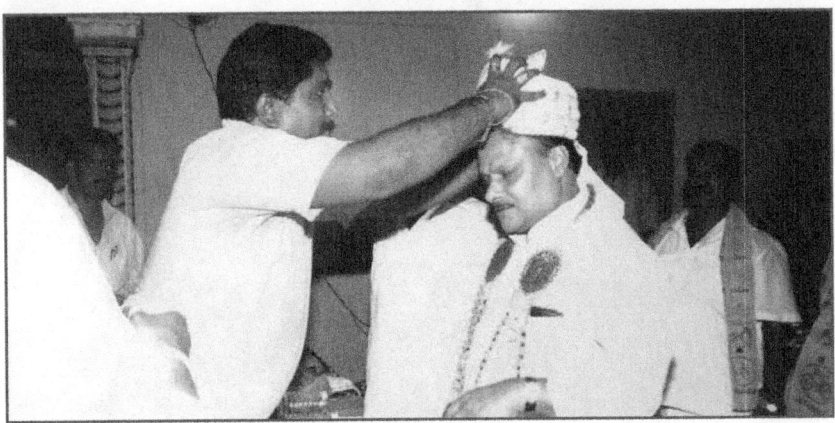

తలపాగాతో యనమలను సత్కరిస్తున్న టిడిపి నాయకులు...

తలపాగా, గజమాలతో యనమలను సత్కరిస్తున్న దృశ్యం...

యనమల రామకృష్ణుడు(శ్వేత వస్త్రాలతో)

ఖమ్మం జిల్లా వినియోగదారుల మండలి దశాబ్ది ఉత్సవాల్లో జ్యోతి ప్రజ్వలన చేసూ...

ఖమ్మం జిల్లా వినియోగదారుల మండలి దశాబ్ది ఉత్సవాలలో గాయకుడు, సంగీత దర్శకుడు వందేమాతరం శ్రీనివాస్ ను సన్మానిస్తున్న యనమల

విదేశీ పర్యటనలో మాధవరెడ్డి, ప్రతిభాభారతి తదితరులతో...

తునిలో యనమలకు స్వాగతం పలుకుతూ టిడిపి జీసి సంఘాల భారీ ర్యాలీ

స్పీకర్ గా పదవి చేపట్టిన సందర్భంగా తుని పర్యటనలో ప్రసంగిస్తూ...

యనమల, నాగం జనార్దన్ రెడ్డిలతో...పరిపూర్ణానంద స్వామి

లోక్ సభ స్పీకర్ బాలయోగికి పుష్పగుచ్ఛంతో స్వాగతం చెబుతూ..చంద్రబాబు, యనమల

తునిలో దేవాలయాల శంకుస్థాపన సందర్భంగా యనమల యాగం...

హైదరాబాద్ శాసన సభ ఆవరణలో మహాత్మాగాంధీ విగ్రహావిష్కరణ సందర్భంగా అప్పటి శాసనసభ్యులతో గ్రూప్ ఫొటో..

తొలిసారి శాసనమండలి సభ్యునిగా ప్రమాణ స్వీకారం చేస్తూ..

ఢిల్లీలో మంత్రుల సమావేశంలో...

రాష్ట్రపతి శంకర్ దయాళ్ శర్మతో...

ఎకనామిక్ కౌన్సిల్ భేటిలో...

క్రీడల్లో కప్పు అందుకుంటూ...

ఉమ్మడి ఆంధ్రప్రదేశ్ అసెంబ్లీ వద్ద జాతిపిత గాంధీజి విగ్రహావిష్కరణ...

కృష్ణా డెల్టా ఆధునీకరణ చేపట్టాలని కేంద్రాన్ని డిమాండ్ చేస్తూ...

అప్పటి కేంద్రమంత్రి పి శివశంకర్ తో ఏపి సిఎం చంద్రబాబు, యనమల...

ప్రిన్స్ ఛార్లస్ కు జ్ఞాపిక అందిస్తున్న సిఎం చంద్రబాబు, మధ్యలో యనమల...

25వసంతాల తెలుగుదేశం(రజతోత్సవం) రాష్ట్ర ప్రతినిధుల మహాసభ వేదికపై...

ప్రమాణస్వీకారం సందర్భంగా బాలయోగితో యనమల...

ఎన్టీఆర్ వెంట పర్వతనేని ఉపేంద్ర, చంద్రబాబులతో పాటు యనమల...

హైదరాబాద్ అగ్రికల్చర్ కోఆపరేటివ్ అసోసియేషన్ భవన శంకుస్థాపన సందర్భంగా ఎన్టీఆర్ తో సహకారశాఖ మంత్రిగా
యనమల ... (19.5.1986)

జన్మభూమి సందర్భంగా క్లీన్ అండ్ గ్రీన్ లో యనమల..

కాషాయం కట్టిన ఎన్టీఆర్ కు తుని రైతుల విరాళం సందర్భంగా యనమల..

19శాసన సభ స్పీకర్ గా యనమల నిర్వహించిన బిఏసి సమావేశంలో చంద్రబాబు, ఎర్రన్నాయుడు,
అశోక్ గజపతిరాజు

రాష్ట్రపతి శంకర్ దయాళ్ శర్మ గవర్నర్ కృష్ణకాంత్ లతో సిఎం చంద్రబాబు, స్పీకర్ యనమల..

హెలిప్యాడ్ వద్ద కాషాయాంబరధారి ఎన్టీఆర్ కు స్వాగతం పలుకుతూ...

కాకినాడలో ఆగస్ట్ 15న జాతీయ పతాకావిష్కరణ చేస్తూ..

శాసన సభ స్పీకర్ హోదాలో...

రాష్ట్రపతి శంకర్ దయాళ్ శర్మకు స్వాగతం పలుకుతూ గవర్నర్ కృష్ణకాంత్ , సిఎం చంద్రబాబు, వెంకటస్వామి, శివశంకర్ లతో పాటుగా...

తూర్పుగోదావరి జిల్లా నాయకులతో స్పీకర్ యనమల ...(గొల్లపూడి సూర్యారావు, నిమ్మకాయల చినరాజప్ప, జోగేశ్వర రావు...)

తూర్పుగోదావరి జిల్లా నాయకులతో స్పీకర్ యనమల ... (పిఠాపురం వర్మ, సుబ్రమణ్యం...)

రెడ్ కార్పెట్ తో సిఎం ఎన్టీఆర్ కు ఘన స్వాగతం పలుకుతూ...

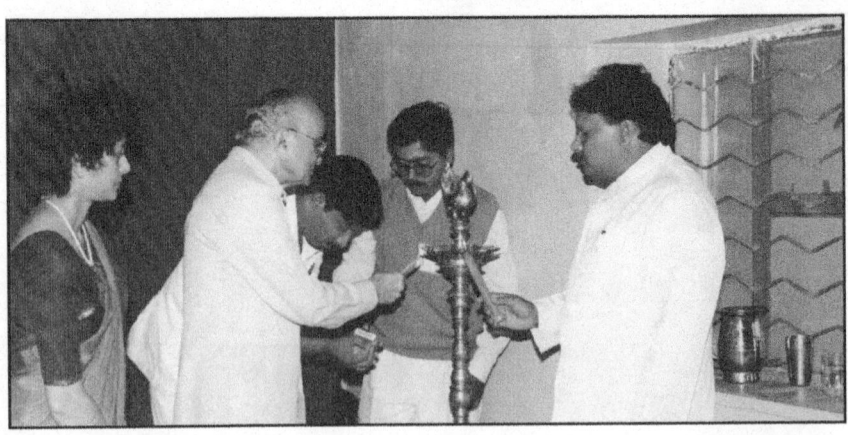

జ్యోతి ప్రజ్వలన చేస్తూ...

లోక్ సభ స్పీకర్ బాలయోగితో సభాపతుల సదస్సు సందర్భంగా స్పీకర్ల గ్రూప్

ఫొటో గ్యాలరీ తిలకిస్తూ లోక్ సభ స్పీకర్ బాలయోగి వెంట...

యనమల రామకృష్ణుడు... స్పీకర్ హోదాలో..

(స్ట్రాటజీస్ ఫర్ సోషియో ఎకనామిక్ పొలిటికల్ డెవలప్ మెంట్ ఆఫ్ బ్యాక్ వర్డ్ క్లాసెస్ నేషనల్ సెమినార్ లో జ్యోతి ప్రజ్వలన చేస్తూ.. (27నవంబర్ 1999)

సామర్లకోట రైల్వే స్టేషన్‌లో ఎన్టీఆర్ కు స్వాగతం...

శాసనసభ్యుల బ్యాడ్మింటన్ పోటీల్లో క్రీడాకారుడిగా యనమల...

అసెంబ్లీ ఆవరణలో గాంధీజి విగ్రహావిష్కరణకు హాజరైన వావిలాల, నేరెళ్ల వేణుమాధవ్ లతో..స్పీకర్ యనమల, మంత్రి అశోక్ గజపతిరాజు, డిప్యూటీ స్పీకర్ ఫరూక్, చీఫ్ విప్ రావుల చంద్రశేఖర రెడ్డి, పువ్వాడ నాగేశ్వర రావు...

ఎన్టీఆర్ , కోటగిరి, అశోక్ గజపతిరాజు, చంద్రబాబు, ముద్దుకృష్ణమ నాయుడు, కెసిఆర్ లతో..

ఒంటెపై యనమల రామకృష్ణుడు..

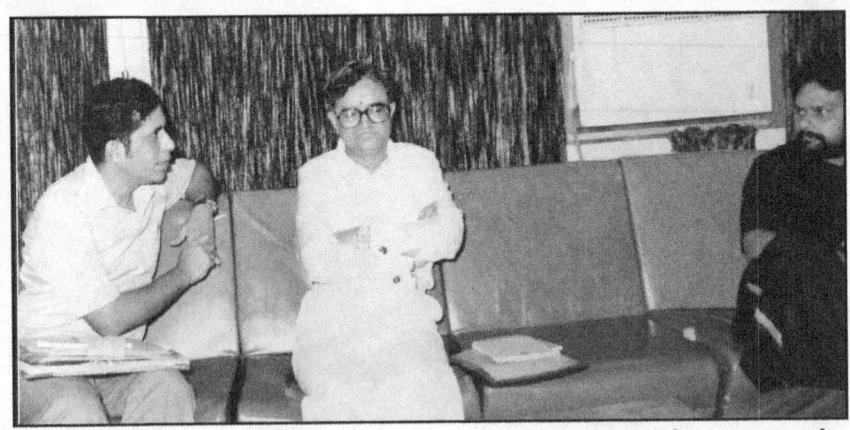

చిదంబరం తదితరులతో...అయ్యప్ప మాలలో...

విదేశీ పర్యటనలో స్పీకర్ యనమల...

సతీమణి, కుమార్తెలతో దేవాలయంలో యనమల...

స్వగ్రామంలోని దేవాలయంలో యాగం సందర్భంగా...

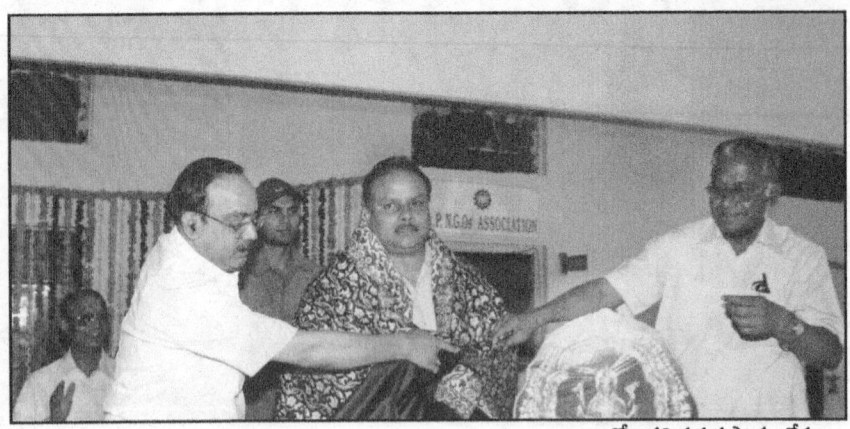

గోదావరి పుష్కర స్నానం చేస్తూ...

ఏపి ఎన్జీవో అసోసియేషన్ ప్రతినిధుల సన్మానం...

తెలుగుదేశం సమావేశంలో పార్టీ అధ్యక్షులు చంద్రబాబుతో

యనమల, కృష్ణమూర్తి తదితరులకు పూజారుల స్వాగతం...

దేవేందర్ గౌడ్, బాలయోగి, మెట్ల సత్యనారాయణ రావు, వంగా గీతలతో యనమల...

స్పీకర్ గా తొలిసారి ఛాంబర్ లో యనమలను అభినందిస్తూ సిఎం చంద్రబాబు..

ఛైర్మన్ సురేశ్ రెడ్డితో స్పీకర్గా యనమల..

అటు చంద్రబాబు, ఇటు దగ్గుబాటి వెంకటేశ్వర రావు నడుమ యనమల...

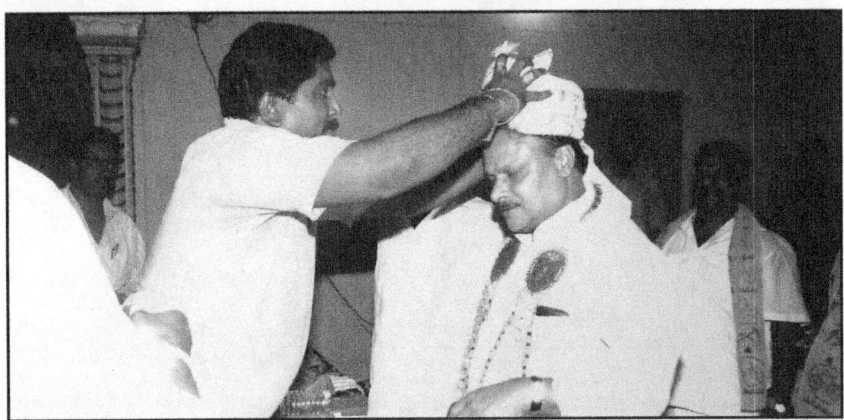

తలపాగాతో యనమలను సత్కరిస్తున్న టిడిపి నాయకులు...

తలపాగా, గజమాలతో యనమలను సత్కరిస్తున్న దృశ్యం...

యనమల రామకృష్ణుడు(శ్వేత వస్త్రాలతో)

ఖమ్మం జిల్లా వినియోగదారుల మండలి దశాబ్ది ఉత్సవాల్లో జ్యోతి ప్రజ్వలన చేసూ...

ఖమ్మం జిల్లా వినియోగదారుల మండలి దశాబ్ది ఉత్సవాలలో గాయకుడు, సంగీత దర్శకుడు వందేమాతరం శ్రీనివాస్ ను
సన్మానిస్తున్న యనమల

విదేశీ పర్యటనలో మాధవరెడ్డి, ప్రతిభాభారతి తదితరులతో...

తునిలో యనమలకు స్వాగతం పలుకుతూ టిడిపి జీసి సంఘాల భారీ ర్యాలీ

స్పీకర్ గా పదవి చేపట్టిన సందర్భంగా తుని పర్యటనలో ప్రసంగిస్తూ...

యనమల, నాగం జనార్దన్ రెడ్డిలతో...పరిపూర్ణానంద స్వామి

లోక్ సభ స్పీకర్ బాలయోగికి పుష్పగుచ్ఛంతో స్వాగతం చెబుతూ..చంద్రబాబు, యనమల

తునిలో దేవాలయాల శంకుస్థాపన సందర్భంగా యనమల యాగం...

హైదరాబాద్ శాసన సభ ఆవరణలో మహాత్మాగాంధీ విగ్రహావిష్కరణ సందర్భంగా అప్పటి శాసనసభ్యులతో గ్రూప్ ఫోటో..

Made in the USA
Monee, IL
23 August 2025

24040617R00135